மூன்று முடிச்சு

முதற்பதிப்பு: 2023

First Edition: 2023

Moondru Mudichu

மூன்று முடிச்சு

Vidya Subramaniam

வித்யா சுப்ரமணியம்

ISBN: 978-93-95643-47-4

Pustaka
EBooks | Audiobooks | Paperback

Pustaka Digital Media Pvt. Ltd.
#7-002, Mantri Residency,
Bannerghatta Main Road, Bengaluru - 560 076
Karnataka, India
+91 7418555884

மூன்று முடிச்சு

வித்யா சுப்ரமணியம்

Pustaka
EBooks | Audiobooks | Paperback

அத்தியாயம் 1

திருவல்லிக்கேணி ஹைரோடில் உள்ள எத்தனையோ ஒண்டுக் குடுத்தன வீடுகளில் அதுவும் ஒன்று. நம்பர் நூற்றி ஐந்து என்று போட்டிருக்கும். வீட்டின் வாசல் புறம் பார்த்தால் அதற்குள்ளாகவா ஐந்து குடித்தனங்கள் இருக்கின்றன என்று ஆச்சரியப்படத் தோன்றும்! ஆனால் அதுதானே திருவல்லிக்கேணி வீடுகளின் விசேஷம்!

நுழைந்தவுடன் ஒரு சின்ன வழிநடை. அதன் வலது பக்கமாக வாசலை அடுத்து மாடிப்படி. மாடிப்படியின் முன்புற போர்ஷனில் இருந்தது ரங்கநாதனின் குடும்பம். ஓய்வு பெற்ற பள்ளி ஆசிரியர். இப்போது டுடோரியல் காலேஜ் ஒன்றில் ஆசிரியராக இருக்கிறார். குடும்பம் சற்றுப் பெரிதுதான். குழந்தைகளுடன் சேர்த்து மொத்தம் ஆறு பேர். மூத்த பெண் சுபத்ராவிற்கு வயது இருபத்தி ஆறு. பொதுப்பணித் துறையில் வேலை. ரங்கநாதன் சொல்லி வைத்தாற்போல் ஒவ்வொருவருக்கும் இரண்டு வருடம் இடைவெளி விட்டிருந்தார்.

அடுத்தவன் சிந்தாமணி. ஒரே பிள்ளை. மகா முரடன். கண்களில் எப்போதும் கோபம் தாண்டவமாடும். ஆனால் அவன் நல்லவனா கெட்டவனா என்பதுதான் யாருக்கும் புரியாத புதிர். மெஜாரிட்டியின் கண்களுக்கு அவன் முரடனாகத்தான் தெரிந்தான்! இரண்டு தெரு தள்ளி இருந்த 'கதிர்வேல்' ஆட்டோ

மொபைல்ஸில் ஆல் இன் ஆல் அவன்தான். உதவிக்கு இரண்டு பையன்கள் இருந்தார்கள்.

அடுத்த பெண் ஜெயம். பத்தாம் வகுப்புடன் படிப்பை நிறுத்திவிட்டு டெய்லரிங் டிப்ளமோவுடன் வேலை தேடிக் கொண்டிருந்தாள். கடைசிப் பெண் - மீனா கல்லூரியில் மூன்றாம் ஆண்டு. பாட்னி படித்துக் கொண்டிருக்கிறாள்.

மாடியின் பின்புறம் போர்ஷனில் புதுமணத் தம்பதிகளான ரேணுவும் கேசவும் இருந்தனர். இருவரும் வேலைக்குப் போகும் நேரம் தவிர, வீட்டிலிருக்கும்போதும் எப்போதும் கதவு மூடியே இருக்கும். மற்றவர்களின் எரிச்சலை தூண்டி விடும்!

"அப்பப்பா ஊர் உலகத்திலேயே இவாளுக்குத்தான் கல்யாணம் ஆகியிருக்கிற மாதிரி அப்படி என்னதான் கதவை அடைச்சுண்டு உள்ள பேசுவாளோ!" என்று மங்களம் கூட முணுமுணுப்பாள்.

ரங்கநாதன் போர்ஷனுக்கு நேர் கீழே இருப்பதுதான் அந்த அனுராதாவின் போர்ஷன். அவளும் அம்மாவும் கைக் குழந்தையும்தான். அனு ஓர் இளம் விதவை. பாஸ்கரன் அழகானவன் தான். கம்பீரமானவன் தான். ஆரம்ப காலத்தில் அவளைக் கல்யாணம் செய்து கொண்ட புதிதில் சிலிர்க்க வைக்கும் அவனுடைய ஆண்மையில் எத்தனையோ முறை தன்னை மறந்து லயித்திருக்கிறாள்.

ஆனால் விதி என்று ஒன்றிருக்கிறதே... அத்தனை கம்பீரத்திற்கும் பின்னால் நோய் என்று ஒன்று இருப்பதையே மறைத்துக் கல்யாணம் செய்து வைத்தனர் அவன் பெற்றோர். அனுவின் அழகில் மயங்கி அவனும் அந்தச் சதிக்கு உட்பட்டான். ஆனால் நாளா வட்டத்தில் அவன் மனமே உறுத்தத் தொடங்கியது. அப்போதெல்லாம் "அப்படியென்ன பெரிய வியாதி எனக்கு சாதாரண காக்காய் வலிப்பு தானே!" என்று தன்னைத்தானே சமாதானம் செய்து கொள்வான். அது வரக் கூடாதென்று அவன் வேண்டாத தெய்வமில்லை.

என்ன வேண்டி என்ன பயன். கல்யாணமாகி ஆறு மாதங்கள் தலையே காட்டாத அது. தனக்கு முழுவதுமே குணமாகி விட்டதென்று அவனே மகிழ்ந்திருந்த சமயத்தில் வந்து தொலைத்தது. அதுவும் எங்கே? நட்ட நடு ரோட்டில்! அண்ணாசாலையில், கிராஸ் செய்யும் போது திடீரென்று கையும் காலும் வெட்டி முறித்துக்கொள்ள, உதடு கோணலாகி நுரை வழிய கீழே விழுந்தான். கிராஸ் செய்யும் பாதையில் விழுந்திருந்தாலும் பரவாயில்லை. குருட்டு தைரியத்தில் நான்கு கிராஸிங் ரோட்டைக் கடந்தான். அதுவே வினையாகி விட்டது. மற்றவர்கள் கவனிப்பதற்கு முன்னால் சரக்கென்று அரைத்துச் சென்றது ஒரு லாரி. தான் சுமந்து சென்ற மூட்டைகளோடு அவன் உயிரையும், அவள் மாங்கல்யத்தையும் சேர்த்துப் பறித்துச் சென்றது அது!

அவன் இறந்த பிறகு தான் அவனுக்கு அப்படி ஒரு வியாதி இருந்ததே அவளுக்குத் தெரிய வந்தது. அதற்காக ஆத்திரமோ, தன்னை ஏமாற்றியவர்கள் மீது கோபமோ அடையவில்லை. துக்கத்தை அழுது தீர்த்து விட்டால் போய்விடுமா என்ன? அவள் வருத்தமெல்லாம் ஒன்றுதான்.

கல்யாணத்திற்கு பிறகாவது அவன் தன்னிடம் உண்மையை சொல்லியிருந்தால், கூடியவரை அவனை தன் கண் பார்வையிலேயே வைத்து பாதுகாத்திருப்பேனே என்பதுதான். எப்படியோ நடந்தது நடந்துவிட்டது.

அனு படித்தவள். எனவே பாஸ்கரின் வேலை அவளுக்கு கிடைத்தது. அதோடு அவன் மாநில அரசில் வேலையாயிருந்ததால் இறந்தவுடன் பத்தாயிரம் ரூபாயும். அதுதவிர இன்ஷூரன்ஸ் பணம் பத்தாயிரம் கிடைத்தது. எனவே வாழ்க்கை வண்டியை கவலையில்லாமல் ஓட்ட முடியும். அவன் இறந்தபோது அவளுக்கு வயிற்றில் நான்கு மாதம். சாதாரண கோழைப் பெண்ணாக இருந்திருந்தால் நிச்சயம் அதிர்ச்சியிலேயே அந்தக் கரு கலைந்திருக்கும், ஆனால் அவளுக்கு மன உறுதி அதிகம்.

கலங்கியது உண்மைதான் என்றாலும் அதற்காக நம்பிக்கையை இழக்க அவள் தயாராக இல்லை! அதைவிட அவள் வயிற்றில் உருவானது என்பதாலோ என்னமோ அந்தக் குழந்தையும் கலைந்து விடமாட்டேன் என்பதுபோல் உறுதியாக இருந்தது. இந்த உலகை எட்டிப் பார்த்தது ஆணாக. திருச்சியில் கிராமத்தோடு இருந்த தாயை துணைக்கு அழைத்துக் கொண்டு கைக் குழந்தையோடு இருவரும் இந்த திருவல்லிக்கேணி வீட்டிற்கு குடிவந்து ஒரு வருடமாகப் போகிறது.

அடுத்த போர்ஷனில், சாரதாம்பாள் குடியிருக்கும் பகுதி. சாரதாம்பாளைப் பார்த்து அலறாத குழந்தையே கிடையாது! இரட்டை நாடி சரீரம். எப்போதும் கனல் கக்கும் கண்கள். யாரை வம்புக்கிழுக்கலாம் என்று அலையும். வம்பு கிடைத்தவுடன் திறப்பதற்கு ரெடியாக இருக்கும் வாய். திறந்தால் காது வரைக்கும் போகும். அவள் புருஷன் பரமசாது. ஜாதகப் பொருத்தம் பார்க்கும் போது கணப் பொருத்தம் என்ன தெரியுமா இருவருக்கும்? பெண்-தேவகணம், ஆண்-அசுர கணம். ஆனால் குணங்களோ நேர் எதிரிடை! கணம் கொஞ்சம் மாறி குணத்திற்கு ஏற்றாற்போல் அமைந்திருந்தால் ஜாதகம் பொருந்தவில்லை என்று அவர்கள் திருமணம் நடந்திருக்காது. என்ன செய்வது எல்லாவற்றிற்கும் கொடுத்து வைத்திருக்க வேண்டுமே! சிவசங்கரன் துரதிருஷ்டசாலி. எனவே அவளைக் கைபிடித்தார். ஒரு பெண் குழந்தையும் தாயைப் போலவே பிறந்து வளர்ந்தது. ஆரம்ப காலத்தில் பொறுத்து பொறுத்து பார்த்த சிவசங்கரன் நாளாவட்டத்தில் தாயோடு சேர்ந்து மகளும் ஆட ஆரம்பித்ததால் பொறுக்க முடியாமல் ஒரு நாள் சொல்லாமல் கொள்ளாமல் வீட்டை விட்டு ஓடியவர்தான். திரும்பி வரவேயில்லை! வருடங்கள் எட்டு ஓடிவிட்டன.

தாய் எட்டடி பாய்ந்தால் குட்டி பதினாறடி பாயுமாம். ஆனால் சாரதாம்பாளின் பெண் சுந்தரி இருபத்தினாலடி பாய்ந்தாள்! தாயின் உடம்பில் முக்கால் பங்கு இருந்தது அவளுக்கு. ஊரிலுள்ள மேக்கப் சாமான் அத்தனையும் அவள் முகத்தில் காணலாம்!

இத்தனையும் மீறிக்கொண்டு வழியும் எண்ணெயும் வியர்வையும் ஆறாகப் பெருக்கெடுத்தோடும் முகத்தை பார்த்தால் குமட்டிக் கொண்டு வரும். ஒன்று சொல்ல மறந்து விட்டேன். இந்த வீட்டுக்கெல்லாம் சொந்தக்காரி சாட்சாத் இந்த சாரதாம்பாள் தான்!

வீட்டின் கடைசி போர்ஷன். அதில் தான் முத்துப் பாட்டி தன் எட்டு வயதுப் பேரனோடு இருந்தாள். பிள்ளையும் மாட்டுப் பெண்ணும் டில்லியில் பெரிய உத்தியோகத்தில் இருந்தனர். பெரிய உத்யோகம் என்பதாலோ என்னவோ மனிதத் தன்மையை இழந்திருந்தனர். டில்லி ஏர்போர்ட்டில் ரவி கிருஷ்ணன் ஒரு பெரிய அதிகாரி. அவன் மனைவி சுதாவும் அங்கேயே டெலிபோன் ஆபரேட்டராக இருந்தாள். காதல் திருமணம் வேறு! கேட்க வேண்டுமா? டாம்பீகச் செலவுகள். உல்லாச வாழ்க்கை! தனிக் குடித்தனம்! வாழ்க்கை எனும் வானில் உல்லாசமாகச் சிறகடித்துப் பறந்தனர். இந்த உல்லாசத்தில் ஒரு மொட்டு மலரத் தொடங்கிய போது தான் பிரச்னை ஆரம்பித்தது. யார் அந்தக் குழந்தைக்கு காவல், முத்துப்பாட்டியை டில்லிக்கு அழைத்தனர். அரை மனதுடன் ஆனால் பாட்டி பிடிவாதமாக மறுத்து விட்டாள். “இந்த திருவல்லிக்கேணியும், பார்த்தசாரதி தீர்த்தமும் இருக்கும்வரை நான் இங்கிருந்து நகர மாட்டேன்” என்று கூறிவிட்டாள். மாறாக “பெண்ணாக லட்சணமாக வேலையை விட்டுவிட்டு வீட்டோடு இருந்து குழந்தையைப் பார்த்துக் கொள். அப்பொழுதுதான் குழந்தைக்கும் உன்னிடம் ஒட்டுதல் இருக்கும். அவன் தான் கை நிறைய சம்பாதிக்கிறானே போதாதா?” என்று அறிவுரை கூறியபோது சுதா எரித்து விடுவது போல் பார்த்தாள். வயிற்றில் இருக்கும்போதே அந்தக் குழந்தையை வெறுக்கத் தொடங்கினாள், தன் இன்ப வாழ்க்கைக்கு எப்படி அது தடைக் கல்லாக இருக்கலாம் என்று குமுறினாள். குழந்தையும் பிறந்தது. சம்பளம் கொடுத்து ஒரு வேலைக்காரியை அதை கவனித்துக்கொள்ள அமர்த்திவிட்டு நிம்மதியாக வேலைக்குப் போவதும் விருந்துக்குப் போவதுமாக இருந்தார்கள்.

தாய்ப்பாலின் ருசியை அறியாமலேயே அந்தக் குழந்தை வளர்ந்தது. தாயின் பராமரிப்பில்லாமல் நோஞ்சானாக இருந்தது.

அதை உணராமல் நோஞ்சானாக இருக்கிறதே என்று மேலும் வெறுத்தாள் சுதா. ரவி கிருஷ்ணன் நல்லவன் தான். ஆனால் சுதா என்ற மோக வலைக்குள் அவன் சிறைப்பட்டிருக்கும் போது எப்படி உள் மனத்தில் இருக்கும் ஆசைகளையும் பாசங்களையும் வெளியேற்ற முடியும்? இந்த நிலையில் திடீரென்று பாட்டிக்கு ஒரு தந்தி வந்தது. 'குழந்தைக்கு சீரியஸ்' என்று... விழுந்தடித்துக் கொண்டு ஓடினாள் பாட்டி. நூலாக இளைத்துக் கிடந்தது குழந்தை. அதற்கு மஞ்சள் காமாலையாம். அது தெரியாமல் வேலைக்காரி இஷ்டத்துக்கு ஆகாரம் கொடுத்திருக்கிறாள். பாட்டி பேரனைப் பார்த்து கண் கலங்கினாள். முதன்முதலில் வேலைக்காரிக்கு சீட்டு கிழித்துவிட்டு, குழந்தையைத் தானே கண்ணைப்போல் கவனித்துக் கொண்டாள். பத்தியமும் மருந்துமாக ஒரு மாதம் அதனுடன் போராடி வெற்றி கண்டவள். கடைசியாக ஒரு தீர்மானத்துக்கு வந்தவள் அதை வெளியிட்டபோது, சுதாவுக்கு மகிழ்ச்சி தான். ரவி கிருஷ்ணனுக்கு மனசில் லேசான உறுத்தல் ஆனால் சுதா அதை மாற்றிவிட்டாள்.

அடுத்த நான்காம் நாள் பாட்டி, பேரன் முரளி கிருஷ்ணனோடு சென்னைக்கு வண்டியேறி விட்டாள். அன்று முதல் அவன் பாட்டியின் செல்லப் பேரன். ஆரம்ப காலத்தில் மாதம் இருநூறு ரூபாய் பணம் அனுப்பிக் கொண்டிருந்தான். நாளாவட்டத்தில் அது குறைந்து குறைந்து ஐம்பதானது. பிறகு அதுவும் எப்போதாவது ஒருமுறைதான் என்ற நிலை வந்தது. பாட்டி. அஞ்சவில்லை. நொந்து கொள்ளவுமில்லை. அப்பளம் இட்டு பிள்ளையை வளர்த்தவளுக்குப் பேரனை வளர்ப்பதா கஷ்டம்? எப்படியல்லாமோ கஷ்டப்பட்டுப் பேரனைப் படிக்க வைத்தாள். அந்த அன்பிற்கு சிறிதும் குறையாமல் முரளி கிருஷ்ணன் பாட்டியிடம் உயிரையே வைத்திருந்தான்.

அறிமுகப்படுத்த வேண்டியவர்களை அறிமுகப்படுத்தியாகி விட்டது. இனி கதையை ஆரம்பிக்கலாமா?

"அம்மா...! அம்ம்மா!"

“என்னடி வேணும்?”

“அதான் சொன்னேனே! காலேஜில் பிளாண்ட் கலெக்ஷனுக்கு பூண்டி போறோம். எனக்குப் பதினஞ்சு ரூபா பணம் வேணும்?”

“அப்பப்பா! நீ காலேஜிக்குப் போக ஆரம்பிச்சாலும் ஆரம்பிச்சே தினம் உன் பிடுங்கலே பெரிசா போச்சுடி. ஒழுங்கா உருப்படியாக சப்ஜெக்டாவது எடுத்துண்டிருந்தினாயா அதுவும் இல்லை. மாடு திங்கறா மாதிரி எலையையும் தழையையும் கொண்டு வெச்சுண்டு லூட்டி அடிக்கறா. உருப்படியா ஒரு வெண்டைக்காய் நறுக்கச் சொன்னா கண்ணாடி மாதிரி ஸ்லேஸ் போட்டுட்டு கேட்டா காலேஜ்ல டிஜெக்ஷன் எடுக்கற ஞாபகம்கறே. நீ எப்படி உருப்படப் போறீயோ? அப்பப்பொ அஞ்சு பத்து பிடுங்கறதுக்குன்னே இந்த சப்ஜெக்ட் எடுத்துண்டிருக்க!” - பொரிந்து கொட்டினாள் மங்களம்.

“பேசி முடிச்சாச்சா....? ஆமா... நான் இப்போ பதினஞ்சு ரூபா பணம்தான் கேட்டேன்? அதுக்கு இவ்வளவு பெரிய புராணம் பாடித் திட்டணுமா? இல்லேன்னா இல்லேன்னு சொல்லிட்டுப் போயேன்?” மீனு.

“ஆமா! இல்லேன்னா விட்டுடப் போறியாக்கும்?”

“அப்படின்னா பேசாம பணத்தை கொடுக்கறது தானே?”

“அவன் வரட்டும் கேட்டுப் பார்க்கறேன். மாசக்கடசி. எங்கிட்ட பணமில்ல!”

“யாரு உன் சீமந்த புத்ரன்கிட்டயா? அம்மா எனக்கு பணமே வேண்டாம். நீ பேசாம இருந்தா போரும். அவங்கிட்ட திட்டும் ஒதையும் வாங்க எனக்கு சக்தி இல்லை!”

“என்னடி எரும்மாடு! யாரை திட்டிண்டிருக்க?” புயல் காற்றாக எதிரில் வந்து நின்றான் சிந்தாமணி.

நடுங்கிவிட்டாள் மீனு. பரிதாபமாக தாயை பார்த்தாள். “டேய் சிந்து! அவள் ஒண்ணும் யாரையும் திட்டலை. அவ வம்புக்கு போகாதே!”

"என்ன வக்காலத்தா? எல்லாம் கேட்டுண்டு தாண்டி இருந்தேன். நீ கெட்ட கேட்டுக்கு பிக்னிக் வேறயாக்கும்! எலையும் தழையும் வேணும்னா இப்படி ரோட்டு ஓரமா நிறைய இருக்கும்! பொறுக்கிண்டே போ! பதினஞ்சு ரூபா கொடுத்து பூண்டியில போய் ஒண்ணும் பொறுக்க வேண்டாம்." - வார்த்தைகளை விஷமாக கொட்டிவிட்டு சாப்பிட உட்கார்ந்தான்.

பரிதாபமாக நகர்ந்தாள் மீனா. கண்கள் கண்ணீரால் மினுமினுத்தது.

"பதினஞ்சு ரூபாதாண்டா! இருந்தா கொடேன்" - மெதுவாக ஆரம்பித்தாள் மங்களம்.

ஒரு முறை முறைத்துவிட்டு இலை சாதத்தைப் பிசைந்தான்.

"பதினஞ்சு ரூபாய்க்கு பார்க்கப்போய் நாளைக்கு காலேஜை விட்டு போகச் சொல்லிவிட்டா?"

"வீட்டைவிட்டு நான் போகச் சொல்லமாட்டேன்!"

"என்னடா பிடிவாதம் இது?"

அடுத்த கணம் தட்டு பறந்து ஒரு மூலையில் விழுந்தது. கோவைப் பழமாக சிவந்திருந்த கண்களில் நெருப்பு பறந்தது.

"என்ன! இந்த வீட்டுல நான் இருக்கணுமா, வேண்டாமா? நான் ஒண்ணும் பணத்தை எங்கேர்ந்தும் திருடிண்டு வரலை. நீ கேக்கறப்போ எல்லாம் எடுத்து குடுக்க! அவனவன் படிக்கறதுக்காக சைக்கிள் ரிக்ஷா ஓட்டறான்."

"போறுண்டா! உன்னால குடுக்க முடிஞ்சா குடு! இல்லன்னா போயிண்டிரு! அதுக்காக அவ ஒண்ணும் டியூஷன் எடுக்க வேண்டாம். அவளுக்குப் படிக்கவே நேரமில்லையாம்!"

"ஆமா பெரிய கலெக்டருக்கு படிக்கறாப் பார்!"

"அதுகூட.. உன்னால முடியலையேடா! ஸ்கூலுக்குப் போகாம சுத்தினவன் தானே..."

பதில் ஏதும் சொல்லாமல் விர்ரென்று வெளியேறி விட்டான் சிந்து, இனி மத்தியானம் ஒரு மணிக்குத்தான் சாப்பிட வருவான். மீனா மெதுவாக தாயின் முன் வந்தாள்.

"அம்மா நீ எதுக்கு அவங்கிட்ட கத்தறே? அவன் குணந்தான் தெரியுமே? பாரு சாப்பிடாம போறான்?"

"போற வழியில உடுப்பி ஹோட்டல் இருக்கு. நீ சாப்பிட உட்காரு..."

மீனு சாப்பிட்டு விட்டு காலேஜிக்கு கிளம்பினாள்.

முதல் பீரியட் முடிந்ததற்கான, மணி அடித்தது. தியரி கிளாஸ் நடந்தது என்றுதான் பேர். மீனு ஒரு வார்த்தைகூட கவனிக்கவில்லை. அவள் எண்ணம் பூராவும் சிந்துவின் மீதே இருந்தது. ஏன் இந்த அண்ணா இப்படி இருக்கான்? யார் கூடவும் ஒட்டவே மாட்டேங்கறானே? என்னமோ லாட்ஜில் தங்கிண்டு சாப்பிட்டுப் பணம் கொடுக்கறா மாதிரி... அதிகாரத்துக்கு ஒண்ணும் கொறச்சலில்லை. ஆனா எத்தனையோ தடவை திட்டினாலும் பணத்தை டேபிள்ள வெச்சுட்டு போய்டுவானே? இன்னிக்கு மட்டும்...? ஆனாலும் இந்த அம்மா அவனை ரொம்பதான் காரமா பேசிட்டா..."

'ஏய்.. ஏய்ய்' - உலுக்கினாள் லலித். - சடாரென்று நினைவிற்கு மீண்டாள் மீனா.

"என்னடியம்மா!" ட்ரீமா? யாரோட? எங்கே? ஹோட்டலா பீச்சா? காப்பியா ஜூஸ் எப்படி...? கிண்டலாக அடுத்தடுத்து கேள்விகள் பிறந்தன. மீனா ஒன்றும் பதில் சொல்லவில்லை. அடுத்த இரண்டு மணிநேரம் பிராக்டிகல் கிளாஸஸ்... பின்பு சாப்பாட்டு இடைவேளை மௌனமாக பக்கத்திலிருந்த பிராக்டிகல் லாபிற்குள் நுழைந்தாள். அதிசயத்துடன் அவளை பார்த்த மற்ற தோழிகளும் ஆச்சரியக்குறியை சுமந்து கொண்டு பின் சென்றனர்.

ஒவ்வொரு டேபிளிலும் மைக்ராஸ்கோப். பக்கத்தில் இரண்டிரண்டு பெட்ரி டிஷ்கள். அட்டெண்டர் ஒவ்வொரு டிஷ்ஷிலும் தண்ணீரை ஊற்றிக் கொண்டிருந்தான். மௌனமாக ஒரு மைக்ராஸ்கோப்பின் முன் அமர்ந்தவள் பர்ஸிலிருந்து இரண்டு பிரஷ்களையும், நீடில், நியூபிளேடு எல்லாவற்றையும் எடுத்து வைத்துக் கொண்டாள். இன்னும் ஸ்பெஸிமன் போடவில்லை.

'இந்த அண்ணா ஏன் இப்...'

"மீனா வாட்ஸ் ராங் வித் யூ?" பக்கத்தில் நித்யா கிசுகிசுத்தாள்.

"நத்திங்"

டெமான்ஸ்ட்ரேட்டர் அன்றைய பிராக்டிகலை, பற்றி சுருக்கமாக கூற ஆரம்பித்தாள். சாதாரணமாக அவள் வந்தாலே லேசாக சிரிப்பை ஆரம்பித்து மற்றவர்களை விஷமத்தனமாக பார்த்து 'பிட் பேப்பரில்' செய்திகளைப் பரப்பவிடும் மீனா அன்று மௌனமாக இருந்தது எல்லாருக்கும் ஆச்சரியம் தான். "கேர்ல்ஸ்! டு டே வி ஆர் கோயிங் டு ஸி தி ஆனாமுலஸ் செகன்டரி குரோத் ஆஃப் பிக்னோனியா ஸ்டெம்" மேலும் என்னென்னமோ சொல்லிக் கொண்டு போனாள்.

"நீங்க செக்ஷன் எடுக்க ஆரம்பிக்கலாம்" - சொல்லி விட்டு நகர்ந்தாள் டெமான்ஸ்ட்ரேட்டர்.

அட்டெண்டர் போட்டு விட்டுப் போயிருந்த சிறு பிக்னோனியா தண்டை கையிலெடுத்து தின் ஸெக்ஷன் எடுக்கத் தொடங்கினாள். எப்படி பணம் கட்டுவது? நாளைக்கு லாஸ்ட் டே... அடுத்த ஞாயிறு போகணும். கம்பல்சரி எஜூகேஷனல் எக்ஸ்கர்ஷன்! விலகிக் கொள்ளவும் முடியாது. யோசனையின் போதே கைகள் தாமாக தண்ணீரில் விழுந்திருந்த எஸக்ஷன்களில் இரண்டு மூன்று தின் எஸக்ஷன்களை எடுத்து வாட்ச் கிளாஸில் போட்டு ஒரு துளி ஸாஃப்ரினையும் விட்டு ஸ்ட்ரெயின் பண்ணத் தொடங்கின. பிறகு அந்த நினைவே இல்லாதவள் போல் மைக்ராஸ்கோப்பை அட்ஜஸ்ட் பண்ணத் தொடங்கினாள்.

“டோண்ட் ஸ்ட்ரெயின் இட் டூ மச் மீனா!” மேடம் அவளிடம் கூறிவிட்டு அடுத்த டேபிளுக்கு நகர்ந்தாள். மீனா அவசரமாக ஊறப்போட்ட ஸ்டெம் செக்ஷனை எடுத்து நீரில் போட்டு கிளீன் பண்ணி கிளாஸ் ஸ்லைடில் வைத்து கிளிசரின் போட்டு கவர் ஸ்லிப்பால் மூடி மைக்ராஸ்கோப்பில் வைத்து அட்ஜஸ்ட் செய்ய ஆரம்பித்தாள். பளீரென்று லைட் ரோஸ் கலரில் பெரிதாக தெரிந்தது ஸெக்ஷன், ஆனால் அடுத்த நிமிடமே லென்ஸில்... ஸெக்ஷன் தெரியவில்லை. சிந்துவின் முகம்தான் பயங்கரமாகத் தெரிந்தது. “அண்ணா! ப்ளீஸ்! இந்த தடவை எப்படியாவது பணம் குடுத்துடேன். அடுத்த தடவையிலிருந்து நீ சொல்றா மாதிரி ஏதாவது டியூஷன் எடுத்து சொல்லிக் கொடுத்துச் சம்பாதிச்சுக்கறேன்...”

பிராக்டிகல் மேடம் எக்ஸ்பிளெயின் பண்ணிவிட்டு டையகிராம் வரையச் சொல்லிவிட்டு உட்கார்ந்தாள்.

“லலிதாவிடம் கடன் கேட்போமா? சேச்சே தப்பாக நினைத்துக் கொண்டால்...? என்ன நினைத்துக்கொள்ளப் போறா... ம்ஹூம் அவ ஒரு ஓட்ட வாய்! எல்லார்கிட்டேயும் போய் பதினைஞ்சு ரூபாய்க்குகூட மீனா வீட்டில் வக்கில்லைங்கற மாதிரி எல்லார்கிட்டேயும் அளப்பா...”

“மீனா! வாட் ஆர் யூ டூயிங் தேர் வித் அவுட் டிரா தி செக்ஷன்?”

சட்டென்று விழித்துக் கொண்டவள் தன்னைத்தானே திட்டிக்கொண்டு மைக்ராஸ்கோப்பை பார்த்து ரெக்கார்ட் ஷீட்டில் வரைய ஆரம்பித்தாள். அந்த நேரத்தில் சிந்துவை, பதினைந்து ரூபாயை, எஸ்கர்ஷன் போகப் போகும் பூண்டியை, பிளாண்ட் கலெக்ஷனை எல்லாவற்றையும் மறந்தாள்.

“லுக் ஹியர் கேர்ல்ஸ்” கணீரென்ற குரல் கேட்டதும் எல்லாரும் தலை நிமிர்ந்தனர். “ரூபி, பத்மா, கௌசி, கீதா, ப்ரியா! வாட் அபௌட் யுவர் எக்ஸ்கர்ஷன் மணி? உங்க அஞ்சு பேரைத்தவிர எல்லாரும் கொடுத்தாயிச்சு... டுமாரோ இஸ் தி

லாஸ்ட் டே...! கண்டிப்பாக கொண்டு வந்து விடுங்கள்." மிஸஸ் மணி கூறியதைக் கேட்டு ஆச்சரியத்தில் சிலிர்த்து நிமிர்ந்தாள் மீனா. 'வாட் அபௌட் மை நேம்?' கேட்டு விடுவோமா? சீச்சீ இத்தனை பேருக்கெதிரிலா? வேண்டாம். பகல் இடைவேளையில் அவங்க ரூமில் தனியாக கேட்கலாம் மணியை என்று நினைத்துக் கொண்டாள்.

'எப்படி விட்டுப் போயிற்று என் பெயர்?' உள் மனம் இந்தக் கேள்வியையே அவளுக்குள் எதிரொலித்தபோது அதற்குப் பதிலளிக்க முடியாமல் திகைத்துப் போனாள் மீனா.

***

அத்தியாயம்

2

“அம்மா ஒரு பத்து ரூபாய் பணம் கொடு!” குட்டி யானைபோல் தன் எதிரில் வந்து நின்று, கேட்ட பெண்ணை, ‘எதற்கு என்பது போல்’ பார்த்தாள் சாரதாம்பாள். இடுப்பு பணத்தை அவிழ்ப்பது என்பது அவளைப் பொறுத்தவரை ரொம்ப அபூர்வம் தான்.

“ஒரு அழகுக் குறிப்புப் புத்தகம் வந்திருக்கு! வாங்கணும்” நாணமாக பார்ப்பதாக நினைத்துக் கொண்டு ஓணான் போல தாயைப் பார்த்தாள் சுந்தரி. படக்கென்று எழுந்து நின்று இடுப்பிலிருந்த பணத்தை எடுத்துக் கொடுத்தாள் சாரதாம்பாள். அம்மாவிடம் எதைச் சொன்னால் பணம் பெயரும் என்பது சுந்தரிக்கு தண்ணீர் பட்டபாடு. பாவம் சாரதா! எப்படியாவது தன் பெண் அழகாக மாறி அவளை எவனாவது அப்படியே கொத்திக் கொண்டு போய்விட மாட்டானா என்று ஏங்கினாள். என்ன செய்வது! அழகுக்கும் சுந்தரிக்கும் உள்ள தூரம் நாளாக நாளாக அதிகமாகத்தான் ஆகிறதே தவிர அவள் ஏக்கம் தீர்ந்தபாடில்லை!

ரூபாயை வாங்கிக் கொண்டவள் வேர்வை ஆறாக வடியும் முகத்தை அழுத்தி துடைத்து, மேற்கொண்டு பவுடரை அப்பி வெளியேறினாள் சுந்தரி.

தெரு வழியாக ஓர் அழகி போனால் ‘என்ன அழகு!’ என்று பார்க்கும் கண்கள், அதே தெரு வழியாக ஒரு அசிங்கமான

பெண் போகும் போதும் அபூர்வமாக எதையோ பார்ப்பது போல் பார்க்கின்றன! அழகாக இருப்பது வேறு. அழகாக இருப்பதாக காட்டிக்கொண்டு மற்றவர்களைக் கவர நினைத்து செய்யும் சேஷ்டைகள் இருக்கிறதே சிரிப்பைத்தான் வரவழைக்கும். முதல் பார்வையில் ஆசையும் ஆர்வமும் கொப்புளிக்கும். இரண்டாவதைப் பார்க்கும் போது அருவறுப்பு தோன்றும். சுந்தரியை அன்று பார்த்த கண்கள் இரண்டாவது ரகமாகத்தான் இருந்தன என்பதை சொல்லத் தேவையில்லை!

வேர்வையிலேயே பவுடரை அப்பிக் கொண்டிருந்ததால் வெளிக் காற்று பட்டதும் முகம் கழுத்து எல்லா இடங்களிலும் திட்டு திட்டாக பவுடர் படிந்து பயங்கரமாக இருந்தது.

அருவறுப்புடன் பார்க்கும் கண்களை தப்பர்த்தம் செய்து கொண்டு அவள் வெட்டி வெட்டி நடந்தது இன்னும் வேடிக்கையாக இருந்தது! நேராக அந்த அழகு குறிப்பு புத்தக விளம்பரம் செய்திருந்த கடைக்குள் நுழைந்து, அந்த புத்தகத்தை வாங்கிக் கொண்டவள் பொறுமையின்றி அங்கேயே பிரித்துப் படிக்க ஆரம்பித்தாள்! ம்ஹூம்! அதில் பாதிக்கு மேல் நாட்டு முறைகள். பெயர்கள்கூட வாயில் சரியாக நுழையவில்லை. இதைப் பின்பற்றுவதென்றால்...?

எக்கச்சக்கமாக செலவழியுமே என்று யோசித்தாள். எப்படியாவது அழகாகி விட வேண்டும் என்ற ஆர்வம் அதிகரிக்கவே - புத்தகத்தை மூடி வெளியில் எடுத்துக் கொண்டு வந்தவள் கண்களில் அப்போதுதான் அந்தக் கடையைத் தாண்டிக் கொண்டு சென்ற அனு தென்பட்டாள். கண்கள் பொறாமையில் சுருங்கியது பொட்டிழந்தவளுக்கு இருக்கிற அழகைப் பார்! என்று வாய் மெதுவாக முணுமுணுத்தது. ஆனாலும் அனு மீது வைத்த பார்வையை அவளால் எடுக்க முடியவில்லை....

சுந்தரி தன்னை. பார்ப்பதை கவனிக்காமலேயே சென்று கொண்டிருந்தாள் அனு. கணவன் இறந்த புதிதில் அனு உடனே விதவை வேடம் ஏற்கவில்லை. கணவனுக்குப் பின் வந்தது தாலி

மட்டும் தானே? அது வேண்டுமானால் தேவையில்லை! 'எதற்காக பூவையும் பொட்டையும் விட வேண்டும்?' என்று சின்னதாக பொட்டு மட்டும் வைத்துக் கொண்டாள். கழுத்தில் மெல்லிய சங்கிலியும் அணிந்து கொண்டாள். ஆனால் அவையிரண்டும் அவளைத் திருமணமாகாதவளாகவே மற்றவர்களுக்கு காட்டிக் கொடுத்ததை அவள் ஆரம்பத்தில் உணரவில்லை.

ஆபீஸில் சேலம் பிராஞ்சிலிருந்து திடீரென்று ரமேஷ் என்பவன் டிரான்ஸ்பரில் வந்தான். முதலில் அனுவை இப்படி ஒரு அழகா என்று அதிசயமாக பார்க்கத் தொடங்கினான். பின் அது ஆர்வமாகி ஆசையாகி, காதலாகியது!

ஒரு நாள் இரண்டு மூன்று பேரோடு வீட்டிற்கு கூட வந்தான். அவளுக்கு ஒன்றும் புரியவில்லை. வந்தது அவனுடைய அக்காவாம். ரமேஷ் அனுவை கல்யாணம் பண்ணிக்கொள்ள ஆசைப்பட்டதையும், அது விஷயமாகப் பேச வந்திருப்பதாயும் சொன்னபோது துடித்துப் போய் தன் தவறை உணர்ந்தாள்!

"ஒரு நிமிடம்!" என்று கூறி உள்ளே சென்று, சிறிது நேரம் கழித்து நெற்றிப் பொட்டைக் கலைத்துவிட்டு, தூய வெண்ணிற ஆடையில் வெளிவந்தாள் கூடத்தில் ஒரு அசாதாரண மௌனம் நிலவியது.

"இதுதான் நான் ஏற்க வேண்டிய உண்மையான கோலம்! என்னுடைய முற்போக்கு சிந்தையால் இதுநாள் வரைக்கும் நான் போட்டுண்ட வேஷத்தை இன்னிக்கு மாத்திண்டாச்சு. பெரியவங்க எதையும் காரண காரியத்தோட சம்பிரதாயமா வெச்சிருக்காங்கறதை இன்னிக்கு நான் புரிஞ்சுண்டேன். என்ன மிஸ்டர் ரமேஷ்! இன்னமுமா என்னைக் கல்யாணம் பண்ணிக்க நீங்க ஆசைப்படறீங்க?"

ரமேஷ் எதுவும் பதில் சொல்லவில்லை. விதவையைத் திருமணம் செய்துகொள்ளும் அளவுக்கு இன்னும் முன்னேறவில்லை.

அவன் விரும்பியது புது மலரைத்தான். அனு புது மலரல்ல. வாடவில்லையானாலும் பறிக்கப்பட்ட மலர் என்ற உண்மை அவனுக்கு கசந்தது. ஒன்றும் பேசாமல் வெளியேறினான். அடுத்த ஓரிரு மாதத்தில் அவன் வேறு ஏதோ ஊருக்கு மாற்றல் வாங்கிக் கொண்டு போய் விட்டான். ஆனால் அன்றிலிருந்து அனு விதவைக் கோலத்தை விரும்பி ஏற்றாள். – தன் பாதுகாப்புக்காக!

"ஹலோ மிஸஸ் பாஸ்கர்...!" குரல் கேட்டு சட்டென்று திரும்பியவள், பார்வையில் யாரிவன் என்ற குழப்பம் ஏற்பட்டது.

"டோண்ட் யூ நோ மீ மிஸஸ் பாஸ்கர்? ஐ ஆம் விசு! பாஸ்கர் பெஸ்ட் ஃபிரண்டு. மேரேஜ்ல அவன் கூடவே இருந்தேனே?"

சடாரென்று அவளுக்கு நினைவு வந்தது. 'எஸ்! அவனேதான் அப்போது ஒல்லியாக இருந்தான். இப்போது நல்ல பர்சனாலிட்டி வந்திருக்கிறது. கம்பீரமாக இருந்தான். கல்யாணத்தன்று யாரை சரியாகப் பார்த்தோம்? வெட்கம் தானே பிடுங்கித்தின்றது? இருந்தாலும் விசு கூடவே இருந்து அங்கும் இங்கும் அலைந்து வேலை செய்ததால் ஒரு சில முறைகள் பார்க்க நேரிட்டது.'

புரிந்து கொண்டதற்கடையாளமாக புன்னகை ஒன்றை விடையாக அளித்தாள் அனு.

"ஓ! தேங்க்யூ வெரி மச்!" என்றவன் குரல் சட்டென்று தாழ்ந்தது. "ஆனால் அவனோட இந்த முடிவைத்தான் என்னால் டைஜஸ்ட் பண்ண முடியவில்லை..."

அனு மௌனமாக இருந்தாள். மனம் ஒருகணம் அந்த நாளை... அவன் கூழாக திரும்பியதை, தான் கதறியதை, எல்லாரும் பரிதாபமாகப் பார்த்ததை இன்னும் எதையெதையோ நினைத்துக்கொண்டது. நெஞ்சை ஏதோ. அடைத்தது.

"ஓ! சாரி மிஸஸ் அனு! உங்களை கஷ்டப்படுத்திட்டேன்னு நெனக்கறேன். விஷயமே லேட்டா தெரிஞ்சுது. நான் டேபிள் டென்னிஸ் ஃபைனல்ஸுக்காக பிரான்ஸ் போயிருந்தேன். ஒரு மாசம் கழிச்சு ஊருக்கு வந்தப்புறம் தான் எனக்கு விஷயம்

தெரியும். உடனே உங்க வீட்டுக்கு ஓடி வந்தேன். ஆனா அதுக்குள்ள நீங்க வீட்டை மாத்திட்டு போய்ட்டதா சொன்னாங்க. என்ன பண்றதுன்னு தெரியாம முழிச்சேன். மனசாலயே உங்களுக்கு அநுதாபம் சொல்லத்தான் என்னால் முடிஞ்சுது" குரல் கரகரக்க கூறி முடித்தான் விசு.

மனம் கனத்து வழிய பேசாமல் நின்றிருந்தாள் அனு.

"எங்கே ஆபீஸுக்கு தானே? வாங்களேன் என் கார்லேயே டிராப் பண்றேன்!"

"நோ! தேங்க்ஸ்! இப்போ பஸ் வந்துடும்" அவசரமாக மறுத்தாள்.

"நோ! நான் அந்தப் பக்கமாக போறதுனாலதான் உங்களை கூப்பிடறேன்! டோண்ட் மிஸ்டேக் மி!" - மென்மையாக அவன் கூறியபோது மறுக்க முடியாமல் அவனுடன் நடந்தாள் அனு. இத்தனையையும் கொள்ளி போன்ற கண்களுடன் பார்த்துக் கொண்டிருந்த சுந்தரி, பற்களை நறநறவென்று கடித்துக் கொண்டே வீட்டை நோக்கி நடக்க ஆரம்பித்தாள்.

ரவியிடமிருந்து பணம் வந்து இரண்டு மாசமாகியிருந்தது. கையில் செலவுக்கு இருந்த பணம் இன்னும் இரண்டு நாட்களுக்குத்தான் தேறும். ஒரு வாரமாக வடாம் இடமுடியாதபடி மூட்டம் போட்டிருந்தது. "திடீரென்று இந்த பிள்ளைக்கு ஏதோ புஸ்தகமெல்லாம் வாங்கணுமாமே! என்ன பண்றது? ம்ம்... நல்ல பிள்ளையை பெத்தேன்! இதுக்கு பேசாமல் பெரண்டைய வெச்சு கட்டிண்டிருக்கலாம்!" ஆற்றாமையில் பரிதவித்துக் கொண்டிருந்தாள் முத்துப் பாட்டி.

எப்போதும் அனுதான் பணம் கடன் கொடுப்பாள். நேற்று அனுவிடமும் கேட்டுப் பார்த்தாள். மாசக்கடைசி அவளிடமும் பணமில்லை. 'திங்கட்கிழமைதான் இனி பாங்கிலிருந்து எடுக்க முடியும். அதுவரை பொறுத்துண்டா திங்கட்கிழமை பாங்கிலிருந்து எடுத்துத் தரேனே' என்று கூறினாள்.

முரளியோ அன்றைக்கு புஸ்தகமில்லாமல் போனால் கிளாஸுக்குள்ளேயே விடமாட்டா பாட்டின்னு அழறான், மாடியில் மங்களத்திடம் கேட்கப் போனாள் காலையில். பட்டென்று எரிந்து விழுந்தான் சிந்து. பாட்டிக்கு ரோசம் ஜாஸ்தி. பாதிப் படியிலேயே இறங்கி வந்து விட்டாள். எப்படியோ பேரனை சமாதானப்படுத்தி ஸ்கூலுக்கு அனுப்பிவிட்டு மௌனமாக கண்ணீர் விட்டு அழுதாள். பிள்ளைப் பாசமே துளிக்கூட இல்லாமல் டில்லியில் சந்தோஷமாக இருந்த பெற்றோர்களை சபித்தாள். அதைத் தவிர வேறென்ன செய்ய முடியும் அவளால்? பாவம் முரளி! டீச்சரிடம் அடி வாங்கறானோ என்னமோ! நினைக்க வேதனையாயிருந்தது பாட்டிக்கு.

மணி மூன்றாயிருந்தது, இன்னும் ஒரு மணியில் முரளி வந்து விடுவான். அரிசி மாவு கொஞ்சம் இருந்தது. அதை மோரில் கரைத்து மோர்க்களியாக கிண்ட ஆரம்பித்தாள். முரளிக்கு ரொம்பவும் பிடித்த டிபன் அது. பதினைந்து நிமிடத்தில் அடுப்பை அணைத்து அதை இறக்கி வைத்து விட்டு அப்பளத்திற்கு பணம் பாக்கி வைத்திருந்த இரண்டு மூன்று பேரிடம் கேட்டுப் பார்க்கலாம் என்று நினைத்து வீட்டைப் பூட்டிக்கொண்டு வெளியில் வந்தாள்.

கதிர்வேல் ஆட்டோ மொபைல்ஸின் முன் ஒரு காருக்கு அடியில் படுத்தபடி ஏதோ பகுதியை ரிப்பேர் செய்து கொண்டிருந்தான் சிந்து. பசி வயிற்றை கிள்ளியது. 'காலையில் சாப்பிடாமல் தட்டை தூக்கி எறிந்திருக்க வேண்டாம்' என்று நினைத்துக் கொண்டான். அரை மணி நேரத்திற்குள் அந்த ஒரு காரை மட்டும் ரிப்பேர் செய்துவிட்டு ஹோட்டலுக்குப் போகலாம் என்று நினைத்து மடமடவென்று இயங்க ஆரம்பித்தான். 'எனக்கு ஏன் இப்படி கோபம் வருகிறது?' அவனுக்கே புரியவில்லை. மனம் எதையெதையோ நினைத்தது. சின்ன வயசிலிருந்தே, எதற்கெடுத்தாலும் பிடிவாதம், முரண்டு, கோபம் அப்படியே பழகிவிட்டான். பெரியவனான பிறகு அதெல்லாம் தவறு என்று உணர்ந்தும் மற்ற குணங்களை மாற்றிக் கொண்டாலும்

சட்டென்று தன்னையறியாமலேயே கிளம்பும் அந்தக் கோபத்தை அடக்க முடியவில்லை. அதை மாற்றிக் கொண்டாலும் என்ன சிந்து எப்படி அடங்கிட்டான் என்று ஆச்சரியமாகப் பார்க்கும் அந்த வித்தியாசமான பார்வைகளை ஏற்றுக்கொள்ள அவனால் முடியவில்லை!

இனி கோபத்தை அடக்க வேண்டும் என்று எத்தனையோ முறை நினைத்தாகி விட்டது. அடங்கின பாடுதான் இல்லை, பாவம் மீனு! ரொம்ப வேதனைப்பட்டிருப்பா அவமேல இருந்த கோபம் அடங்கறதுக்குள்ளே பாட்டிகிட்ட வேற காலையில் எரிந்து விழுந்தேன். காலையில் கோபமாக மாடிப்படி இறங்கும்போது தான் அவள் மெதுவாக மாடி ஏறிக் கொண்டிருந்தாள்.

"என்ன? எங்க இப்படி?" ஏகத்தாளமாக கேட்டான்.

"ஒண்ணுமில்லைப்பா" - பாட்டி தயங்கினாள்.

"புரியறதே! இப்படி தடுமாறும் போதே புரியறதே! எப்பவும் இப்படி கடன் கேட்க வெட்கமால்ல? பிள்ளைக்கு எழுதி கேக்கறது. அதுக்கு மட்டும் ரோஷமாயிருக்காம், இப்படி கடன் கேட்க மட்டும் இல்லையாம்! பெரிய ஆபீஸர் பிள்ளையை வெச்சுண்டு இனிமே இப்படி வீடு வீடா ஏறாமல் மொதல்ல பிள்ளைக்கு லெட்டர் எழுதுங்கோ. பெத்த தாயை பார்த்துக்க துப்பில்லை. இவனுக்கெல்லாம் எதுக்கு பெண்டாட்டி? பிள்ளை?" விஷமாக வந்த வார்த்தைகளில் மனம் கருக கீழே இறங்கிப் போனாள் பாட்டி.

பாட்டி பாக்கி பணம் கேட்கப்போன இரண்டு இடங்களிலும் முதல் தேதி தருவதாக சொல்லியதால் சோர்ந்து போய் திரும்பினாள். அப்போது தான் வீடு திரும்பியிருந்த முரளி கிருஷ்ணன், பாட்டியை காணாமல் வீட்டுக்கு முன்னால் உட்கார்ந்திருந்தான்.

"முரளி எப்படா வந்தே?" - கேட்டுக் கொண்டே பூட்டைத் திறந்தாள்.

“பாட்டி உனக்கொரு விஷயம் தெரியுமா பாட்டி?” மூச்சிறைக்க கூறினான் முரளி.

“என்னடா கண்ணா அது? மொதல்ல கை கால் அலம்பிட்டு வா. – மோர்க்களி பண்ணியிருக்கேன், சாப்பிட்டுட்டு சொல்லுடா...”

“ஊஹூம்! மொதல்ல சொல்றேன் கேளு. கார்த்தால நீ ரூபாய் இல்லைன்னு சொன்னையா?”

“ஆமா!”

“நான் அழுதுண்டே போனேனோ?”

“ஸ்கூலுக்கு போற வழியில ஒரு பையன் வந்து பத்து ரூபா நோட்டை குடுத்து வேணுங்கற நோட்டும் புஸ்தகமும் வாங்கிக்கோன்னான்!”

“என்னது?”

“ஆமாம் பாட்டி! நான்கூட மொதல்ல தெரியாதவங்க குடுத்தா வாங்கிக்கப்படாதுன்னு வேண்டாம்னேன். அதுக்கு அந்தப் பையன் ‘எல்லாம் தெரியுண்டா! உங்க பாட்டிதான் குடுத்தனுப்பிச்சாங்கன்னு’ சொல்லி குடுத்துட்டு போய்ட்டான்.”

“என்னடாது! ஆச்சரியமா இருக்கு. நான் ரூபா ஏதும் குடுத்தனுப்பலையே! அது சரி அந்தப் பையன் யாருன்னு தெரியுமா?”

“எனக்கென்ன தெரியும்! பார்த்ததேயில்லை.” பாட்டிக்கு மூளை குழம்பியது. அத்தனையிலும் மனசுக்குள் ஏதோ ஒரு நிம்மதி பரவியதை மட்டும் உணர்ந்து கொண்டாள். யாரோ அந்தப் பையன். நன்னாயிருக்கட்டும் என்று நினைத்துக் கொண்டாள். அதுசரி முரளிக்கு நோட்டு வாங்கணும்னு அவனுக்கு எப்படி தெரியும்?

“பாட்டி டிபன் கொடேன்!” அந்தப் பிஞ்சு மனத்திற்கு பாட்டியின் குழப்பம் புரியவில்லை. எப்படியோ டீச்சரிடம் அடி வாங்காமல் பிழைத்தோமே, என்று தான் நினைத்தது. பாட்டி, மோர்க்களியை தட்டில் போட்டுக் கொடுத்தாள்,

மறுநாள் காலை. விடிந்ததும் யார் முகத்தில் விழித்தாளோ கல்யாணி... அனுவின் தாய், எழுந்ததுமே சாரதாம்பாளின் போர்க்கணைகளுக்கு இலக்கானாள். தூரத்து உறவினர்கள் வீட்டு கல்யாணத்திற்கு போக வேண்டும் என்று சற்று முன்னதாகவே எழுந்தவள், புதுத் தண்ணியில் குளிக்கலாம் என்று பம்பை அடித்துப் பார்த்தாள். அவள் அதிர்ஷ்டம் தண்ணீர் சட்டென்று வந்துவிட்டது. குளிப்பதற்கு அடித்துக் கொண்டவள் அப்படியே உள்ளுக்கும் தண்ணீர் அடித்துக் கொண்டாள். அவ்வளவுதான் சட்டென்று தண்ணீர் நின்றது. அது அடிக்கடி ஏற்படுவது சகஜம்தான். பத்து நிமிடம் போனால் மறுபடியும் வந்து விடும். அப்போதுதான் எழுந்து வந்த சாரதாம்பாள் தண்ணீர் நின்றுவிட்டதை உணர்ந்தாளோ இல்லையோ ருத்ரதாண்டவம் ஆட ஆரம்பித்தாள்!

"எப்படி நாங்க அடிக்கறதுக்கு முன்னால நீங்க பம்ப்பை தொடலாம்?" என்று உடம்பெல்லாம் ஆடக் குதித்தாள். கல்யாணி நடுங்கி விட்டாள். விழித்த வேளையே சரியில்லே இந்த பிடாரி வாயில் விழுந்தேனே! தன்னையே நொந்து கொண்டாள். மாடியிலிருந்தவர்கள் எட்டிப் பார்க்கத் தொடங்கினர். சிந்து அப்போதுதான் குளிக்கப் போனவன் அப்படியே நின்று வேடிக்கை பார்க்க ஆரம்பித்தான்.

அனு உள்ளே ஏதோ காரியமாக இருந்தாள். பொறுத்துப் பொறுத்து பார்த்தவள் கடைசியில் புயலாக வெளியில் வந்தாள்.

"ஏன் மாமி? இன்னும் பத்து நிமிஷம் போனால் தானே தண்ணி வந்துடுமே! இந்த மாதிரி அடிக்கடி நின்னு வரது சகஜம் தானே? எத்தனை நாளைக்கு நீங்க அடிச்சுண்டதுக்கப்புறம் தண்ணி எடுக்கறது? நாங்க என்ன இப்படியா பேயாட்டம் கத்தறோம்? குடியிருக்கோங்கறதுக்காக நாங்க என்ன உங்களுக்கு அடிமைன்னு நெனச்சுண்டேளா? அப்படியிருக்க நாங்க ஒண்ணும் சும்மா குடியிருக்கலை! மாசம் பொறந்ததும் அதான் சொலையா நீட்றோமே!" - படபடவென்று பொரிந்து

கொட்டினாளோ இல்லையோ அம்மன் கோயில் பூசாரி மாதிரி பொங்கி எழுந்தாள் சாரதாம்பாள்.

"அடி அறுத்தவளுக்கு இருக்கற வாயப்பாருடீ... யாரிட்ட நீ பேசறே? நான் யார் தெரியுமாடீ...?"

"வாய மூடுங்கோ! நானாவது ஆம்படையான் செத்துப் போனதனால இப்படியானேன். நீங்க? உங்க ஆம்படையானை நீங்களாவே அடிச்சு விரட்டினேள். ஆமா எனக்கும் உங்களுக்கும் இப்பென்ன வித்தியாசம்? நெத்தில வேணும்னா எட்டணா அகலத்துக்கு பொட்டு வெச்சிண்டுருக்கேள். மத்தபடி என்ன வித்யாசம்? ஆம்படையான் இருக்கானா போனானான்னு தெரியாது. நீங்க நித்ய சுமங்கலி!"

"என்னடீ சொன்ன?" பாய்ந்து அவளை அடிக்க வந்தாள் சாரதா. கல்யாணி சட்டென்று அனுவை வீட்டுக்குள் இழுத்துக் கொண்டாள்.

"அடியே வாயாடி! முதல்ல வீட்டை காலி பண்ணுடீ.. என் வீட்டில இருந்துண்டே என்ன பேச்சு பேசற!" ம்ம்ம் புஸ் புஸ் என்று மூச்சு வாங்கியது அவளுக்கு. என்ன பேச்சு பேசிட்டா? உண்மை சுட்டதோ?

அனு மறுபடியும் வெளியில் வந்தாள் "போகத்தான் போறோம்... நாளைக்கே கூட காலி பண்றோம் அட்வான்ஸ் பணம் அறுநூறு ரூபாயை எண்ணி வையுங்கோ" மறுபடியும் உள்ளே போகத் திரும்பினவள் மெதுவாக "ரெண்ட் கண்ட்ரோல் ஆபீஸர் பொண்ணு கிரிஜா என் கிளாஸ்மேட் தான். நான் சொன்னா எதுவும் கேப்பா! பாத்துக்கறேன் ஒரு கை!" சொல்லிவிட்டு ஓரக்கண்ணால் சாரதாம்பாளை பார்த்தாள். குப்பென்று அவள் முகம் வெளிறியது மாடியிலிருந்து பார்த்துக் கொண்டிருந்த சிந்து சிரிப்பை அடக்க முடியாமல் பக்கென்று சிரித்து விட்டான். சட்டென்று மேலே நிமிர்ந்து பார்த்த அனு திகைத்தாள். சிந்துவை அவன் எதிர்பார்க்கவில்லை. முதன் முதலாக நேருக்கு நேர் அனுவைப் பார்த்த சிந்து பிரமித்துப் போய் விட்டான். இப்படி

ஒரு அழகா! அதற்கு இப்படி ஒரு கோலமா? அவன் மனம் கசிந்தது.

எல்லாரும் வேடிக்கை பார்க்கும்படியாகி விட்டதே! நாம் இப்படியெல்லாம் பேசியிருக்க வேண்டாமோ! சிந்துவை பார்க்கும் சந்தர்ப்பம் அவளுக்கு இதுவரை கிட்டியதில்லை. ஒரே வீட்டில் இருக்கிறார்கள் என்றுதான் பேர். அப்படியே சந்தர்ப்பம் வந்தபோதும் தூரத்திலிருந்தோ முதுகையோதான் பார்த்திருக்கிறாள். சரியான முரடன் என்று கல்யாணி அடிக்கடி சொல்லியிருக்கிறாள். பார்த்தால் முரடன் மாதிரி தெரியலையே. அந்த தீர்க்கமான கண்களும், உதடுகளில் அழுந்தி சிறிதே வெளியிடப்பட்ட புன்னகையும், இவனா முரடன்? யோசித்துக் கொண்டே உள்ளே போய்விட்டாள். சண்டை ஓயவே பாத்ரூமுக்குள் நுழைந்தான் சிந்து. மனம் அனுவையே வட்டமிட்டது. அந்தப் பிடாரியை நன்னா அடக்கினாள்.

சாரதாம்பா பயந்துதான் போய்ட்டா. சும்மாவா! 'வீட்டை ரெண்ட் கண்ட்ரோல் பண்ணினா மாடியையும் கீழையும் சேர்த்தே மொத்தம் நூறு ரூபாய்க்கு போட்டாலும் போட்டு விடுவான். அப்புறம் அவள் அதிகாரமெல்லாம் பிடிசாம்பல்! அதான் பயந்து போய்ட்டாள்.' அவனையறியாமல் மனம் அனுவிடம் மறுபடியும் தாவியபோது மனமெங்கும் ஏதோ குளிர்ச்சி பரவியது.

***

அத்தியாயம்

3

அன்று...

ஞாயிற்றுக்கிழமை. பகல் நேரம் வேலையெல்லாம் முடிந்து சற்று கண்ணயரும் தருணம். மங்களம் அடுக்களை வாசற்படியில் தலை வைத்துப் படுத்துக் கொண்டிருந்தாள். சுபத்ரா ஆபீஸ் ஃபைல்களில் மூழ்கி இருந்தாள். ஜெயம் ஒரு சிநேகிதியை பார்ப்பதற்காக வெளியே போயிருந்தாள். திடீரென்று மங்களம் “ஏண்டி சுபா! இந்தப் பொண்ணுக்கு கடைசில ஏதுடி பணம்? கேட்டால் சிநேகிதி கொடுத்தாள்னு சொல்றா!”

சுபத்ராவுக்கு எரிச்சல் வந்தது. சட்டென்று தாயின் பேச்சில் கவனம் திரும்பியதால் பார்த்துக் கொண்டிருந்த கணக்கில் தவறு ஏற்படவே வெடுக்கென்று முகத்தை திருப்பினாள். “எப்படியோ உங்கிட்ட கேக்கலையோன்னோ? ஆளை விடு!” மங்களம் வாயை மூடிக் கொண்டாள். சிறிது நேரம்தான், பிறகு மறுபடியும்!

“தெரியுமாடி! நம்ப சேஷய்யர் பேத்திக்கு கல்யாணமாம்! பாத்திரமெல்லாம் வாங்கித்தாங்கோ மாமின்னு அந்தப் பொண்ணு பத்மா ரொம்ப ஆசையா கேட்டுதுடி...”

“ஏன் அவாகிட்ட பணமில்லையாமா?”

“ஏழு தலைமுறைக்கு பணம் காணும். அவளுக்கென்னடி! கூடமாட வந்து நல்லதா செலக்ட் பண்ணுங்கோன்னு கூப்பிட்டுது.

அப்புறம் நேத்திக்கு நானும் முத்துப் பாட்டியும் போய்தான் சீர் முறுக்கெல்லாம் சுத்தினோம்."

"முத்துப் பாட்டியை தூக்கிண்டா போனே?"

"ஏன்? நடந்துதான் வந்தா!"

"இல்லை! நேத்திக்கு பாட்டிக்கு கால் சுளுக்கிண்டிருக்கு. பர்னால் தடவினா சரியாகுமான்னு முரளி வந்து கேட்டான்" கிண்டலாக கூறினாள் சுபத்ரா.

"அதெல்லாம் சரியா போச்சு. அப்பப்பா என்னமா புடவை வாங்கிண்டு இருக்கா தெரியுமா?"

"யாரு? பாட்டியா?"

"சீ! அவாடி! கல்யாணத்துக்கு" என்று கூறிய மங்களம் சிறிதே சந்தேகத்துடன் "ஆமா என்ன நீ! எதுக்கெடுத்தாலும் குதர்க்கமா கேள்வி கேக்கறே?"

"பின்னே என்னவாம்? ரொம்ப முக்கியமான பைலை பார்த்துண்டிருக்கேன்! நீ என்னடான்னா வம்பளக்க ஆரம்பிக்கறே!"

"என்ன பெரிய பைல்? ஆபீஸ்ல பார்க்கறது போறாதாக்கும்! என்னமோ ஒரு நாள் வீட்ல இருக்கே... ஏதோ பேசினா. சரி சரி போயேன். அதயே கட்டிண்டு அழு!" மங்களம் திரும்பிப் படுத்துக் கொண்டாள்.

சிறிது நேரம் நகர்ந்தது. "நீ யானும் அந்தப் பொண்ணுக்கு பதினஞ்சு ரூபா கொடுத்துருக்கலாம். மூணு பேர் சம்பாதிக்கறேள்னு பேர். அது பிரண்டுகிட்ட பிச்சை எடுத்துப் போக வேண்டியிருக்கு."

"எனக்கு மட்டும் எங்கேயானும் விளையறதா? உங்கிட்டதான் கொடுக்கறேன் சம்பளத்தையெல்லாம்!"

"சம்பளத்தையெல்லாம்னு சொல்லாதே! பாதி சம்பளத்தைன்னு சொல்லு!"

“ஆமா! பின்ன மூணு பொண்ணு வரிசையா பெத்துண்டிருக்கிறே! லட்ச ரூபாய் சேத்தா வெச்சிருக்கே? நான் சேத்து வச்சாதான் எனக்கு விடியும்!” ஆற்றாமையின் குரல்.

மங்களத்துக்கு துணுக்கென்றது. ‘என்ன பேச்சு பேசிட்டா பாரு! நாளைக்கு இவ பெத்துக்காம இருப்பாளா? இவகிட்ட போய் பேசினேன் பாரு...’

சிறிது நேரம் நகர்ந்தது.

“அம்மா!” சுபத்ரா கூப்பிட்டாள்.

“அம்ம்மா!”

“என்ன?”

“மணி ரெண்டாறது. காப்பி வேணும்!”

“அடுப்பு இருக்கு. தீப்பெட்டி இருக்கு. பால் டிக்காஷன் எல்லாம் இருக்கு!”

“அது எனக்குத் தெரியாதாக்கும்?”

“பின்ன என்ன வேணும்?”

“கலந்து தாயேன்!”

“நீயே கலந்துக்கோ! அப்படியே எனக்கு ஒரு டம்ளர் கொண்டு வா!”

எரிச்சலாக வந்தது சுபத்ராவுக்கு. வெகுநேரமாக அக்கௌண்ட்ஸ் பார்த்துக் கொண்டிருந்ததால் லேசாக தலைவலி. இந்த அம்மா வேற பழி வாங்கறா! எழுந்திருக்க மனமில்லாமல் அப்படியே டேபிளின் மீது தலையை சாய்த்து கண்ணை மூடிக்கொண்டாள். சில நிமிடங்கள் சென்றன.

டக்கென்ற ஏதோ சத்தம் கேட்கவே திடுக்கிட்டு கண் விழித்தவள் கண்களில் டேபிளில் வைக்கப்பட்டிருந்த டம்ளர் தென்பட்டது. சுடச்சுட காப்பி!

"என்னம்மா நீ கலந்துட்டியா? நான் கலக்கலாம்னு நெனச்சேனே?" தான் சொல்வது அப்பட்டமான சமாதானம் என்பது அவளுக்கே தெரியும். சிறிது நேரம் அவளை பார்த்த மங்களம், ஞாயிற்றுக்கிழமை ஒரு நாள் தான் வீட்ல இருக்கேன். அன்னிக்குக்கூட கலந்து தரக்கூடாதா? அப்படின்னு நீ கேக்கறதுக்கு முன்னாடி நானே கலந்தாச்சு! ஆறிடப் போறது. மொதல்ல அத குடி!" சொல்லிக் கொண்டே மறுபடியும் அடுக்களைக்குள் நுழைந்தாள் மங்களம்.

குற்ற உணர்ச்சியில் தவித்தாள் சுபத்ரா. பாவம் அம்மா! வாரம் பூரா நமக்காக உழைக்கறா. ஞாயிறுகூட அவளுக்கு உதவி பண்ண எனக்குத் தோணலையே! காப்பி இனிக்கவில்லை. தாயிடம் இடக்காக பேசியதெல்லாம் உறுத்தியது. அவளை எப்படியாவது சமாதானப்படுத்தணும். என்ன செய்யலாம்? ரொம்ப நாளா 'ஸ்பன் சில்க்' வேணும்னு சொல்லிண்டிருந்தாளே, ஒண்ணு எடுத்துக் கொடுத்துடலாம். எண்பது ரூபாதான் ஆகப்போறது. நாளைக்கு பாங்க்லேர்ந்து எடுத்து வாங்கிடலாம். "எல்லாம் இந்த பைலால் வந்த வினை!" ஆத்திரத்துடன் அதை மூடி வைத்துவிட்டு டிபனாவது கூடமாட செய்யலாம் என்ற முடிவுடன் தாயைப் பின்தொடர்ந்தாள்.

காலேஜ் பஸ், மாணவியருடன் பூண்டியை நெருங்கிக் கொண்டிருந்தது. மாணவிகள் பாட்டும் சிரிப்புமாக அமர்க்களப்படுத்திக் கொண்டிருந்தனர். அதில் பட்டும் படாமலும் ஒரு ஓரமாய் அமர்ந்து கொண்டிருந்த மீனாவின் சிந்தனை மட்டும் எங்கோ இருந்தது. போனவாரம் இதே நேரத்தில் ரூபாயில்லாமல் தவித்த தவிப்பென்ன? இப்படி எக்ஸ்கர்ஷன் வருவோம் என்று நினைக்கக் கூடவில்லையே. இத்தனைக்கும் காரணமான அவன்! யாரந்த அவன்? நினைக்க நினைக்க ஆச்சரியமாயிருந்தது. அதேசமயம் ஸ்டாப் ரூமில் மிஸஸ் மணியை தேடிக் கொண்டு போனது ஞாபகம் வந்தது.

தயங்கி தயங்கி ஸ்டாப் ரூமிற்குள் நுழைந்தாள். எல்லோரும் ஓய்வாக ஏதேதோ பேசிக் கொண்டிருந்தனர். மிஸஸ் மணி ஒரு

மூலையில் ரெகார்ட் ஷீட்ஸ்களை பார்த்துக் கொண்டிருந்தாள். மெதுவாக அவள் பின்னால் வந்து நின்றாள் மீனா. வாய் அடைத்துக் கொண்டது. மிஸஸ் மணி ரொம்ப ஸ்டிரிக்ட். ஆனால் நல்லவள்தான். எப்படிக் கேட்டது?

“எக்ஸ்கியுஸ்மி மேடம்?”

மிஸஸ் மணி திரும்பினாள், பார்வையிலேயே என்ன என்றாள். “வந்து மேடம்!” திக்கித் திணறி தன் சந்தேகத்தைக் கேட்டாள். மிஸஸ் மணி ஒரு நிமிடம் யோசித்தாள். பிறகு பணம் கொடுத்தவர்களின் லிஸ்ட்டை எடுத்து பார்த்தாள். சந்தேகத்திற்கு துளிக்கூட இடமில்லை! கிளியராக மீனாவின் பெயருக்கெதிரில் ‘15 ரூபாய் கொடுத்தாச்சு’ ஆங்கிலத்தில் எழுதியிருந்தது.

“நீ எதுக்கும் மிஸ் மைதிலியைப் போய்க் கேள்! அவள்தான் பணமெல்லாம் கலெக்ட் பண்ணினாள். ஒருவேளை அவளுக்குத் தெரிந்திருக்கும்.” மீனா, மிஸ் மைதிலியைத் தேடினாள், ஊஹூம் காணவில்லை! எங்கு போனாளோ ஏமாற்றத்துடன் ஸ்டாப் ரூமிலிருந்து பிராக்டிகல் ரூமிற்கு நுழைந்தபோது தான் கவனித்தாள். என்ன ஆச்சரியம்! அங்கு மிஸ் மைதிலி தனியாக செகண்ட் இயர் மாணவிகளின் பிராக்டிகலுக்காக ஏற்பாடு பண்ணிக் கொண்டிருந்தாள். மடமடவென்று அருகில் சென்றாள். மிஸ் மைதிலியும் சின்ன வயசுதான். போன வருடம் தான் எம். எஸ்ஸி. முடித்து விட்டு டெமான்ஸ்டிரேட்டராக வந்திருப்பதால் இன்னும் கல்லூரி மாணவியின் மணம் அவளை விட்டுப் போகவில்லை. மாணவிகளுக்குச் சரியாக அரட்டை அடித்தும் பழகுவாள்! பொதுவாக பாட்டனி ஸ்டூடண்ட்ஸ் எல்லாருக்கும் அவளைப் பிடிக்கும்.

“மேடம்!” என்று அழைத்துக் கொண்டே அவளருகில் போய் எல்லாவற்றையும் கூறி யார் மேடம் எனக்காகப் பணம் கொடுத்தது?” என்று கேட்டாள்.

மிஸ் மைதிலி ஒரு நிமிடம் யோசித்தாள், “எஸ்! நீ கேட்டப்புறம்தான் எனக்கும் ஞாபகம் வரது. லாஸ்ட் தார்ஸ்டே

மார்னிங் நான் அட்டெண்டென்சில் பைனல் பண்ணிண்டிருக்கும் போது ஒரு பையன் வந்து உன் பேரைச் சொல்லி, உனக்கு பூண்டிக்கு போறதுக்கு பதினைந்து ரூபாய் கொடுத்தான். நீ யாருப்பா மீனாவோட தம்பியான்னு கேட்டேன். ஆமான்னான். நீ மறந்து வெச்சுட்டு வந்துட்டியாம், கொடுத்துட்டுப் போறதுக்காக வந்தானாம். உன்னைக் காணலையாம். எங்கிட்ட தந்துவிட்டுப் போனான். உங்கிட்டயே கேக்கணும்னு நெனச்சேன். மறந்தே போயிடுத்து. அவன் இதைப்பத்தி உன்கிட்ட சொல்லலையா?"

"இல்லை மேடம்! எனக்கு தம்பியே கிடையாது!"

"என்னது?" – திகைத்தாள்.

"எஸ் மேடம்! எனக்கே கன்ஃபியூசா இருக்கு. யாரந்த பையன்? எனக்கு எதுக்கு அவன் பணம் கொடுக்கணும்? மேடம்! அவன் எப்படி இருந்தான் மேடம்?"

"சின்னப் பையன் தான்! எனக்கே சரியா ஞாபகமில்லை."

"நீ எதுக்கும் வீட்டுல உங்கம்மாகிட்ட கேட்டுப் பாரு. அவங்களே யார்கிட்டயானும் கொடுத்தனுப்பிச்சு இருக்கலாம்!"

"சரி மேடம்! நான் கேக்கறேன்!" என்று கூறிவிட்டு குழப்பத்துடன் நகர்ந்தாள். நினைத்துப் பார்த்தபோது அவளுக்கு அதிசயமாக இருந்தது. சினிமா மாதிரியான்னு இருக்கு! தனக்குள்ளேயே சிரித்துக் கொண்டாள் மீனா.

"ஏய் மீன்! மறுபடியும் ட்ரீமா! எழுந்திருடி! பூண்டி வந்தாச்சு" எல்லாரும் உலுக்கவே அடித்துப்புரண்டு எழுந்தாள். எல்லாரும் பஸ்ஸை விட்டு இறங்கினர். பூண்டி ஏரியை கடக்க பாலம் போடப்பட்டிருந்தது. அதை பஸ்ஸிலேயே கடந்துவிடலாம் என்று மிஸஸ் மணி கூறியபோது எல்லாரும் பிடிவாதமாக மறுத்துவிட்டு ஜாலியாக நடக்க ஆரம்பித்தனர். அம்மாடி எவ்வளவு ஆழம்! விழுந்தா எலும்புக்கூட கிடைக்காது! எல்லாரும் பாலத்திலிருந்து எட்டிப் பார்த்து ஆச்சரியப்பட்டனர். – இன்னும் தண்ணீர் திறந்து விடவில்லை போலிருக்கிறது. ஏரியின் நடுவிலிருந்த சிறுவர்கள்

சதுர மேடைகளில் தாவித் தாவி விளையாடிக் கொண்டிருந்தனர். மேலிருந்து பார்ப்பதற்கு சுண்டைக்காய் மாதிரி தெரிந்தனர்.

“கமான் கேர்ல்ஸ்! மொதல்ல பிளாண்ட் கலெக்ஷன்! அப்புறம் வேடிக்கைகளை பார்க்கலாம்!”

எல்லாரும் நடக்க ஆரம்பித்தனர். சிறிது தூரம் போனதும் சின்ன பாதை பிரிந்து சென்றது. இரு மருங்கிலும் புதராக செடி கொடிகள்! மிஸஸ் மணி ஒவ்வொரு செடியாக காட்டிக் கொடுக்க எல்லோரும் கையோடு கொண்டு வந்திருந்த பெரிய பிளாஸ்டிக் பைகளில் கலெக்ட் பண்ணிக் கொண்டனர்.

“லுக் ஹியர் கேர்ள்ஸ். இந்த கிராஸஸ்க்கு நடுவில் நிறைய எரியோகாலான் ஸ்பிஷிஸ் இருக்கு பாருங்க. ஹெட் இன்ஃப்ளாரஸன்ஸ். ரொம்ப கேர்ஃபுல்லா கலெக்ட் பண்ணணும். வெரி ஸ்மால் பிளாண்ட். அதோ அந்தப் பக்கம் கைனான்டிராப்ஸிஸ் பிளாண்ட்ஸ் இருக்கு. கப்பா ரிடேசி ஃபேமிலி!”

எல்லாரும் அவள் கூறிய செடிகளை கலெக்ட் பண்ணத் தொடங்கினர். மீனாவும் இரண்டு மூன்று பசுமையான கைனான்டிராப்ஸிஸ் செடிகளைப் பிடுங்கி பையில் வைக்கும்போது அவளுக்கு சிரிப்பு வந்தது! பாவம் அம்மா! அவ பணம் கொடுத்தனுப்பிச்சிருந்தா உடனே சாயங்காலம் கேட்டிருப்பாளே! பணத்தைக் கொண்டு வந்து கொடுத்தானான்னு? ஸோ அவள் கொடுக்கலைங்கறது தெளிவாயிடுத்து. நானும் சொல்லலை. காலையில் கிளம்பற மட்டும் அவகிட்ட சொல்லலை. ஏதுடி பணம்னு சந்தேகமா கேட்டா எவனோ கொடுத்தான்னு சொல்ல முடியுமா? அவ்வளவுதான் பூண்டி அரோகரா? வருஷக் கடைசில ஹெர்பேரியம் மார்க்கும் பூஜ்யம். அம்பது ஷீட்ஸ் வைக்கலைன்னா எக்ஸாமே அண்டெண்ட் பண்ண விடமாட்டாளே! எனக்கே குழப்பம்! அவளையும் எதுக்கு குழப்பணும்? இல்லாத கதை எல்லாம் கட்டி ஆர்ப்பாட்டம் பண்ணுவா. அதைவிட... நினைக்க நினைக்க சிரிப்பு வந்தது.

“எங்கேடி காலங்கார்த்தாலே கிளம்பறே?”

"காலங்கார்த்தாலே இல்ல! மணி எட்டாறது."

"சரி எட்டு மணி! அதுவும் ஞாயித்திக்கிழமை எங்க கிளம்பிட்டே?"

"பூண்டிக்கு!"

"என்னது!"

"ஆமாம் பூண்டிக்குத்தான்! பிளாண்ட் கலெக்ஷனுக்கு போறோம்."

"நான்தான் பணம் கொடுக்கலையே?"

"ஆமா கொடுக்கலை!"

"பின்ன? தர்மத்துக்கு அழைச்சுண்டு போறாளா!"

"இல்லை!"

"பின்னே ஏது பணம்?"

"ம்ம்! எங்க காலேஜ் வாசல்ல துண்டை விரிச்சுண்டு உக்காந்தேன் எக்ஸ்கர்ஷனுக்கு பணமில்லைன்னு! அய்யோ பாவம் கூட படிச்சவளாச்சேன்னு எல்லாரும் பரிதாபப்பட்டுண்டு அஞ்சம் பத்தும் போட்டா. இருபது ரூபா நாப்பத்தஞ்சு பைசா சேர்ந்தது. பதினஞ்சு ரூபாயை பூண்டிக்கு கொடுத்துட்டு மிச்சம் பணத்துல நாலு ரூபாயை ரொம்ப நேரமா எங்கூட உக்காந்து பிச்சை எடுத்துண்டு இருந்த ஒருத்திக்கு நான் தர்மம் போட்டேன்!"

"பிச்சை எடுத்து தானம் வேறயாக்கும்! சரி, மிச்சம் ஒரு ரூபா நாப்பத்தஞ்சு பைசா இருக்குமே அதை என்ன பண்ணினே?"

"ஒண்ணு நாப்பதுக்கு கேண்டின்ல முழுங்கினேன்! அஞ்சு பைசாக்கு வரவழில குச்சி ஐஸ் வாங்கி சாப்பிட்டுண்டே வந்தேன்!"

மங்களம் எரித்து விடுவதுபோல் பார்த்தாள். "உனக்கு கிண்டலா இருக்கா?"

"பின்ன என்னம்மா? நீ பதினஞ்சு ரூபா கொடுக்கலங்கறதுக்காக நான் பூண்டிக்கு போகாம இருந்தா மூணு வருஷம் படிப்பும்

வேஸ்ட் ஆகும். அதனால என் பிரண்ட்ஸ் எல்லாரும் சேர்ந்து போட்டு என்னை அழைச்சுண்டு போறா, அவர்களுக்கு மெதுவா திருப்பி கொடுக்கணும். சரி எனக்கு டிபனாவது ஏதாவது கட்டித்தரீயா?"

"ஏன் அதையும் பிரண்ட்ஸ்கிட்டயே வாங்கிக்கறதுக்கு என்ன?"

"தருவாளே! உன்னால முடியாதுன்னா சொல்லு! அவர்கள்கிட்டயே வாங்கிக்கறேன்!"

"தரேன்! டிபன் இல்லை! ஒரு நசுங்கின அலுமினிய தட்டு இருக்கு. அதைத் தரேன்! வாங்கிக்க சௌகரியமா இருக்கும்!"

பக்கென்று சிரித்து விட்டாள் மீனா, அம்மாவுக்கும் நல்லா கிண்டல் பண்ணத் தெரிஞ்சிருக்கு. கடைசியில் அவசரம் அவசரமா எலுமிச்சபழம் சாதமும் ஊறுகாயும் கட்டிக் கொடுத்தாள். பாவம் என்ன இருந்தாலும் பெத்த மனசு கேக்குமா? நினைவுகளின் சுழற்சியில் பொம்மையாக இயங்கிக் கொண்டிருந்தாள் அவள். ஒரு வழியாக முக்கால்வாசி பேமிலிக்கு பிளாண்ட் கலெக்ட் பண்ணியாகி விட்டது ஒரு பிளாஸ்டிக் பை நிறைந்து விட்டது. அடுத்ததை சாப்பாட்டுக்கு பிறகு நிரப்பிக்கொள்ள வேண்டும்.

"கேர்ள்ஸ்! சாப்பிட்டதும் கலெக்ட் பண்ணிக்கலாம். யூ கேன் டேக் யுவர் லன்ச்!" மிஸ் மைதிலி கூறிவிட்டு மிஸஸ் மணியுடன் சாப்பிட நகர்ந்தாள்.

அப்பாடா என்று ஆயாசமாக ஆங்காங்கு உட்கார்ந்து மாணவியர் டிபன் மூட்டைகளை பிரித்தனர். எல்லாரும்.

மறுநாள் காலை. சுபத்ரா பேங்க் பாஸ்புக்கை எடுத்து பைக்குள் வைத்துக் கொண்டாள். பிறகு ஏதோ நினைத்துக் கொண்டவளாக மறுபடியும் அதை எடுத்தாள். பிரித்தாள். ஐயாயிரத்து இருபது ரூபாய் ஸேவிங்ஸில் இருந்தது. 'எண்பது ரூபாய் புடவைக்கு ஏழெட்டு ரூபாய் பிளவுஸுக்கு தையல் கூலி மூணு ரூபாய். மொத்தம் தொண்ணூறு ரூபாய் திடீரென்று இந்தச் செலவு

அவசியம் தானா? நேற்றைய விஷயத்தையெல்லாம் அம்மாவே மறந்தாச்சு. காலையில்கூட சகஜமாதான் இருந்தாள். அடிக்கடி எனக்கும் அவளுக்கும் தகராறு வரும்போகும். ஒவ்வொரு தடவையும் புடவை எடுத்து கொடுக்க முடியுமா? தொண்ணூறு ரூபாய் குறையும்! அதைச் சேர்க்கறதுக்கு இன்னும் ரெண்டு மாசமாகும். இப்ப என்ன அம்மா புடவை கேட்டாளா? நானாதான் நெனச்சுண்டேன்!' பாஸ் புக்கை மறுபடியும் பெட்டியில் வைத்து மூடிவிட்டுக் கிளம்பினாள்.

மாடி இறங்கியவள் நேராக அனுவின் போர்ஷனுக்குள் நுழைந்து "என்ன அனு? போகலாமா" என்றாள்.

"இதோ வந்துட்டேன் சுபா" அவசர அவசரமாக கிளம்பினாள் அனு. இருவரும் ஒரே பஸ்ஸில் போக வேண்டும். ஒருவருக்கொருவர் பேச்சுத்துணை. சில நாட்கள் சுபத்ரா சீக்கிரம் போய் விடுவாள். அப்பொதெல்லாம் அனுவுக்கு போரடிக்கும். இரண்டு பேரும் பஸ் ஸ்டாண்டுக்கு வந்தனர்.

அதே நேரத்தில் மயிலாப்பூர் வடக்கு மாடவீதியில் ஒரு பெரிய பங்களாவின் மாடி அறையில், விசு ஒரு கடிதத்தை வைத்துக் கொண்டு புலம்பிக் கொண்டிருந்தான்.

***

அத்தியாயம்

4

இரவு எட்டு மணி. கதிர்வேல் ஆட்டோமொபைல்ஸின் வேலை நேரம் முடிந்தது. சாமான்களை உள்ளே வைத்து விட்டு கணக்கு புத்தகத்தையும் அன்று வந்திருந்த சில செக்குகளையும் ரூபாய்களையும் எடுத்துக் கொண்டு கடையைப் பூட்டி, சாவியை பையில் போட்டுக் கொண்டான்.

கணக்குகளை முதலாளி கதிர்வேலிடம் காட்டி, பணத்தையும் செக்குகளையும் கொடுத்து விட்டு சிந்து வீட்டிற்கு போக வேண்டியது தான். சைக்கிளில் ஏறியும் உட்கார்ந்தான்.

கதிர்வேலன் பெரிய பணக்காரர். அவருக்கு இந்த ஒர்க் ஷாப்பின் வருமானம் ஒரு துளிக்கு சமானம். அது! அவருக்கு தேவையே! இல்லை. இருந்தாலும் கஷ்டப்பட்டுக் கொண்டிருக்கும் போது கை தூக்கிவிட்ட தாயல்லவா அது! அந்த விசுவாசத்திற்காகத் தான் அதை இன்னும் மூடாமலிருந்தார். மேலும் அது நல்ல லாபத்தில் தான் நடந்து கொண்டிருந்தது. மாதம் ஐயாயிரத்திற்கு குறையாமல் லாபம் கிடைத்துக் கொண்டிருந்தது. அந்தப் பகுதியில் எந்த ஒர்க் ஷாப்பிலும் இவ்வளவு லாபம் கிடைக்கவில்லை, அதற்கு காரணம் சிந்து! அவனது அயராத உழைப்பு, நேர்மை எல்லாம்தான். கதிர்வேலன் சைக்கிள் ரிப்பேர் கடையாகத்தான் ஆரம்பித்தார். நாளடைவில் கொஞ்சம் லாபம் வந்ததும் ஆட்டோமொபைல்ஸ் துறையின் பயிற்சி பெற்று

கதிர்வேல் சைக்கிள் ரிப்பேர் ஷாப்பை மாற்றி 'கதிர்வேல் ஆட்டோமொபைல்ஸ்' என்று மாற்றினார்.

அவர் கைராசியோ அல்லது அதிர்ஷ்டமோ தொழிலில் நல்ல லாபம் கிடைத்தது. கூடவே இரண்டு மூன்று பேரை வேலைக்கு வைத்துக்கொண்டார். பிறகு சிறிது சிறிதாக முன்னேறி ஸ்பேர் பார்ட்ஸ் தயாரிக்கும் சின்ன தொழிற்சாலையை ஆரம்பித்தார். தொட்டதெல்லாம் பொன்னாயிற்று! சின்ன தொழிற்சாலை பெரிய பாக்டரியாக வளர்ந்து ஆயிரம் பேருக்கு மேல் உணவளித்தது. பணம் கொழித்தது. ஊட்டியிலும் கொடைக்கானலிலும் டீ எஸ்டேட்டுகளாகவும், பங்களாக்களாகவும் பணம் மாறின.

கல்யாணம் பண்ணிக் கொண்டார். ஒரு ஆண் குழந்தை பிறந்தது. கிருஷ்ண பக்தையான அவர் மனைவி யசோதா அதற்கு கிருஷ்ணன் என்றே பெயரிட்டாள். குழந்தை அமோகமாக வளர்ந்தது. படிப்பில் சூரப்புலி. வளர்ந்து பெரியவனானதும் "இஞ்சினீரிங் படிடா எனக்கு உபயோகமா இருக்கும்" என்றார் கதிர்வேல்.

"இல்லை! டாக்டருக்குதான் படிப்பேன்!" என்றான் மகன். தாய் அவன் கட்சி. எனவே கதிர்வேல் அரைகுறை மனத்துடன் சம்மதித்தார். பையன் படித்து முடித்தான். எஃப்.ஆர்.ஸி.எஸ். படிப்பிற்காக லண்டன் போக வேண்டும் என்று பிடிவாதம் பிடித்தான்.

"எதற்கு அங்கெல்லாம் போகவேண்டும். பேசாமல் பிராக்டீஸை இங்கே தொடங்கு" என்றார். அவன் மசியவில்லை இரண்டாவது முறையும் அவன் பிடிவாதமே வென்றது!

லண்டன் போய்ச் சேர்ந்தான். முதல் ஆறு மாதத்திற்கு ஒழுங்காக லெட்டர் வந்து கொண்டிருந்தது. பிறகு மாதத்திற்கு ஒரு முறை என்று குறைந்து எப்பொழுதாவது என்று போட ஆரம்பித்தான். படிப்பின் காலம் முடிந்து பட்டம் வாங்கியும் திரும்பி வரவில்லை! கதிர்வேல் தவித்துப்போய் கேபிள் மேல் கேபிளாக அடித்தார். கடைசியில் நீண்ட கடிதம் வந்தது

அவனிடம் இருந்து. 'லண்டன் டாக்டர்கள் அவன் திறமையை மெச்சி அங்கேயே உத்தியோகத்தை ஏற்குமாறு கேட்கிறார்களாம். அந்த ஊரும் சூழ்நிலைகளும் பிடித்து போய் விட்டதால் அங்கேயே தங்கி விடுகிறேன். எப்பொழுதாவது முடிந்தால் ஒரு முறை லீவில் வந்து பார்க்கிறேன்' என்று எழுதியிருந்தான். அந்த நாட்டு குடியுரிமைகூட பெற்று விட்டானாம். தந்தை இந்தியன்! மகன் பிரிட்டிஷ்காரனாகி விட்டான்!

பெற்றவர்கள் மேல் சிறிதுகூட இரக்கமில்லாமல் தன் மகன் இப்படிச் செய்வான் என்று அவர் எதிர்பார்க்கவில்லை. யசோதைக்கு இந்தச் செய்தி இடி விழுந்தது போலிருந்தது. உயிரோடு மகனைப் பறிகொடுத்து விட்டோமே என்று கதறி அழுவதைத் தவிர அவர்களால் வேறென்ன செய்ய முடியும்? இந்தச் சமயத்தில் பாக்டரி, ஒர்க்ஷாப் இரண்டையும் முன்புபோல் கவனிக்க முடியாமல் திண்டாடிப் போய் ஒர்க்ஷாப்பை மூடிவிடலாம் என்று உத்தேசித்திருக்கும் போதுதான், ஒரு நாள் சிந்து அவரிடம் வேலை கேட்டுச் சென்றான், முதல் பார்வையிலேயே அவனைப் பிடித்துவிட்டது அவருக்கு. கிருஷ்ணன் வயது தான் அவனுக்கும் இருக்கும். கண்களில் சிறிது முரட்டுத்தனம் தெரிந்தாலும் அடக்கமாகப் பேசினான்.

பாக்டரியில் தான் அவன் வேலை கேட்கிறான் என்று நினைத்தவருக்கு அவன் ஒர்க்ஷாப்பில் வேலை கேட்டதும் ஆச்சரியமாயிருந்தது. சிந்து தன் டிப்ளமா சர்டிபிகேட்டுகளை காட்டினான். திருப்தியாயிருந்தது. அதைவிடச் சந்தோஷம் தாயைப்போலக் கவனித்து வந்த ஒர்க்ஷாப்பை மூடாதபடி திறம்பட நடத்த ஒருவன் கிடைத்தானே என்றுதான்.

மறுநாளிலிருந்தே ஒர்க்ஷாப்பின் நிர்வாகம் முழுவதும் சிந்துவின் கைக்கு மாறியது. நாளாக ஆக அவன் நேர்மையும் திறமையும் பணிவும் அவரைச் சொல்ல முடியாத வியப்பிலாழ்த்தின. அவனுடைய 'ரிஸர்வ்டு டைப்' அவருக்கு ரொம்பப் பிடித்திருந்தது. வீட்டில் அவனுடைய முரட்டுத் தனம் அவருக்கு தெரியாது!

எது தவறினாலும் தவறும் தினம் கடை மூடியதும் அன்றைய கணக்குகளை கதிர்வேலனிடம் ஒப்படைப்பது மட்டும் தவறாது! கதிர்வேலன் எத்தகேயோ முறை சொல்லியிருக்கிறார். வாரம் ஒரு முறை காட்டினால் போதுமே என்று. ஆனால் அவன் சம்மதிக்கவில்லை! அன்றன்றைக்கே காட்டினால் தான் பொறுப்பு கழிந்து நிம்மதியாக தூங்க முடியும் என்றான். அவனுடைய இந்த குணங்களைக் கண்டு அவன் மேல் அவருக்கு இருந்த சாதாரண அன்பு பாசமாக மாறியது. ஒரே மகனை உயிரோடு லண்டனுக்கு தாரை வார்த்துக் கொடுத்த துக்கத்தை சிந்துவைப் பார்த்து மறக்கத் தொடங்கினார்.

காம்புவுண்டு கேட் திறக்கப்பட்டதால் எழுந்த கிரீச் சென்ற ஒலியில் தோட்டத்தில் சாவகாசமாக வானத்தைப் பார்த்தபடி அமர்ந்து சிகரெட் புகையை ஊதிக்கொண்டிருந்த கதிர்வேல் திரும்பிப் பார்த்தார். 'மணி எட்டேகால்! வருவது சிந்துவாகத்தான் இருக்க வேண்டும்' என்று நினைத்தார். அந்த நினைப்பு உறுதியானதும் அவர் இதழ்களில் இள நகை படிந்தது. சிந்து கேட்டை மூடினான்.

மறுபடியும் கிரீச்! தோட்டக்காரனை எண்ணெய் போடச் சொல்லவேண்டும் என்று நினைத்துக் கொண்டார்

"வாப்பா!" என்றைக்குமில்லாமல் அவர் தோட்டத்தில் அமர்ந்திருந்தது அவனுக்கு ஆச்சரியமாயிருந்தது. அதைப் புரிந்து கொண்டவர் போல, "மனசு சரியால்ல... அதான் இந்த நேரத்துல இங்க உக்காந்திருக்கேன்."

சட்டென்று நிமிர்ந்து பார்த்தான் அவன். நான் நினைத்தது எப்படிப் புரிந்தது என்கிற மாதிரி பார்வை.

"கணக்கை பார்க்கிறீர்களா?"

"ஆனாலும் நீ ரொம்ப கல் நெஞ்சுக்காரன் சிந்து!"

அவன் புரியாமல் பார்த்தான்.

"கணக்கை தினமும் தான் காண்பிக்கிறாய்!"

"எனக்கு இந்த வரும்படி ஒரு பொருட்டில்லை!"

"பாக்டரியிலேயே லட்ச லட்சமா கொழிக்கிறது. இருந்தாலும் உனக்காக தினமும் கணக்கைப் பார்க்கறேன். ஏன்னா நீ ராத்திரி நிம்மதியா தூங்கணுமே அதனால!"

அவன் மனம் என்னமோ போலிருந்தது. நாம் என்ன தப்பு செய்தோம் என்று இவர் இப்படி எல்லாம் பேசறார். நான் நிம்மதியா தூங்கறதுக்காகவா இவர் தினமும் கணக்கு பார்க்கிறார்? என்கிட்ட இவ்வளவு அன்பா! என்று நினைத்தான். "உங்க அன்புக்கு கொஞ்சமும் குறைவில்லாமல்தான் நானும் நடந்துக்கறேன்னு நினைக்கிறேன்" என்றான்.

"எங்கே மனசுல கையை வெச்சு சொல்லு...?"

அவன் குழம்பினான். "என்னிக்குமில்லாம தோட்டத்துல உட்கார்ந்திருக்கேன்னு நீ மனசுல நெனச்சிருப்ப! ஏன்னு கேக்கலை?"

"அது உங்க விருப்பமா இருக்கலாம்!"

"ஆனா நான், நீ கேட்பன்னு எதிர்ப்பார்த்தேன்."

"மன்னிக்கணும்! உங்க சொந்த விஷயங்கள்ல தலையிட எனக்கு என்ன உரிமை இருக்கு?"

அவருக்கு அவன் பதில் என்னமோ போலாகி விட்டது.

"உரிமையில கேக்க வேண்டாம். இத்தனை நாள் பழகின பாசத்துலே கேட்கலாம் இல்லையா? மனசு சரியா இல்லேன்னு வேற நான் சொன்னேன். அப்போதாவது நீ ஏன், எதுக்குன்னு கேப்பேன்னு என் மனசு எதிர்பார்த்தது!"

சிந்து தலைகுனிந்து நின்றிருந்தான். எனக்கு ஏன் அப்படி கேட்க வேண்டும் என்று தோன்றாமல் போயிற்று? அவன் மனம் குறுகுறுத்தது.

"ஆல் ரைட்!" நான் உன்னை மன்னிக்கறேன். உனக்காகத்தான் நான் இன்னும் சாப்டாம உக்கார்ந்திருக்கேன்."

நிமிர்ந்தான். கண்களில் ஆச்சரியம்!

"ஆச்சர்யப்படாதே! நீ இன்னிக்கு என்கூட சாப்பிடறே!" அவர் எழுந்து கொண்டார்.

இதோடா வம்பா போச்சு! "வந்து...!" தயங்கினான் அவன்.

"நோ வந்து! நோ போயி! நான் சொன்னா சொன்னது தான்" அவர் வீட்டை நோக்கி நடக்கத் தொடங்கினார் தயங்கியபடி பின்தொடர்ந்தான்.

உள்ளே டைனிங் டேபிளில் எல்லாம் ரெடியாக எடுத்து வைக்கப்பட்டிருந்தது. இரண்டு வெள்ளித்தட்டு! இரண்டு டம்ளர்களில் நீர்... அப்படியானால்...? இது முன்கூட்டியே செய்த ஏற்பாடுதானா? அவன் திகைத்துப் போய் நின்று விட்டான். 'யசோ!' என்று குரல் கொடுத்தார் கதிர்வேல் "இங்கே இருக்கேன்!" குரலுடன் அவளும் சமயலறையிலிருந்து வந்தாள்.

"வா சிந்து! உனக்காகத்தான் இன்னும் இவர் சாப்பிடாம உக்காந்துண்டிருக்கார். ஏன்னு கேக்கறியா? இன்னிக்கு கிருஷ்ணனோட பிறந்த நாள். அந்த தறுதலைக்கு பிறந்த நாள் ஒரு கேடான்னு இவர் நேத்திக்கு தாம் தூம்னு குதிச்சார். நான் ஒரு பாயசமாவது வெச்சு நைவேத்தியம் பண்ணலாம்னேன். இவர் கூடாது வெறும் வத்த குழம்பும், சுட்ட அப்பளமும்தான் பண்ணனும்னார். சரின்னு அதேமாதிரி சமைச்சேன். கடசிலே இவர் என்ன பண்ணியிருக்கார் தெரியுமா? எனக்கு தெரியாம கார்த்தால கோவிலுக்குப் போய் அர்ச்சனை பண்ணிண்டு வந்திருக்கார். ஏன் எங்கிட்ட சொன்னா நானும் வரமாட்டேனா? சாயங்காலம் டிரைவர் சொல்லித்தான் எனக்குத் தெரியும். சும்மா விடுவேனா நான்? உடனே அவருக்குத் தெரியாம ராத்திரிக்கு பாயசம் வெச்சு சமைச்சேன். அந்த தறுதலை லண்டன்ல எந்த ஹோட்டல்லே விழுந்து கிடக்கோ?" மளக்கென்று அவள் கண்களிலிருந்து கண்ணீர் வழிந்தது.

குரல் விம்ம கண்ணீரை துடைத்துக் கொண்டவள் "கிருஷ்ணனுக்குப் பதிலா நீ இன்னிக்கு இவர்கூட சாப்பிடு! இவர்

மனசு கொஞ்சம் குளிரட்டும்." மடமடவென்று மனதின் ஏக்கங்களை வார்த்தையில் வடித்து விட்டு பரிமாறத் தொடங்கினாள்.

சூழ்நிலையின் இறுக்கம் அவன் தொண்டையை அடைத்தது. எப்பேர்ப்பட்ட தம்பதி! "கிருஷ்ணா! இந்த அன்பை அனுபவிக்கத் தெரியாமல் லண்டன்ல போய் இயந்திரமோட இயந்திரமா வாழ ஆரம்பிச்சிருக்கயே. உனக்கு கொடுத்து வெச்சது அவ்வளவுதான்" திடீரென்று சிந்துவுக்கு எங்கிருந்துதான் அவ்வளவு கலகலப்பு வந்ததோ! அவரோடு சிரித்துப் பேச ஆரம்பித்து. சூழ்நிலையையே சிறிது நேரத்தில் மாற்றி விட்டான்! சாப்பாட்டை வாய்க்கு வாய் புகழ்ந்தான். அவனுடைய அந்த சந்தோஷப் பேச்சில் அந்த தம்பதி லண்டன் கிருஷ்ணனை மறந்து விட்டு சிந்தாமணியையே புதல்வனாக்கி மகிழ ஆரம்பித்தனர்.

எல்லாம் முடிந்து அவன் வீடு திரும்பும்போது மணி பதினொன்றாகி விட்டது. ஒன்பது மணிக்குள் வீட்டுக் கதவு அடைக்கப்பட்டிருக்கும். மெதுவாக தட்டினால்கூட முணுக்கென்று விழித்துக் கொண்டு விடுவாள் சாரதாம்பாள்.

"ராத்திரியெல்லாம் தூங்கவே மாட்டாளோ? பிசாசு மாதிரி விழிச்சுண்டே இருப்பாளோ என்னமோ! கதவைத் தட்டினால் கண்டிப்பா அவள் தான் திறப்பா! பேயாட்டம் ஆடுவாள். கையில் வேப்பிலைகூட இல்லை! மாடிக்கு ஒரு காலிங் பெல் வைக்கக் கூடாது. கடங்காரி! ராட்சசி! பூதகி!" சபித்துக் கொண்டே நடந்தான். திடீரென்று முன்பின் பார்க்காத கிருஷ்ணனின் நினைவு வந்து அவனையறியாமல் கோபமும் வந்தது. 'பெத்தவங்களை இப்படி கலங்க வெக்கறீயே அறிவிருக்காடா மடையா! என்னைக்காவது லண்டன் போனா அவனுக்கு நல்ல புத்தி சொல்லி அப்பா, அம்மாகூட சேத்து வெக்கணும். பாவம் நல்லவங்க...!' மடக்கென்று யாரோ மண்டையில் அடித்தாற்போல் இருந்தது. எங்கோ திருவல்லிக்கேணி மூலையில் ஒரு கடையில் மெக்கானிக்காக அழுக்குச் சட்டையும் பேண்ட்டும் போட்டுண்டு காருக்கடியில் ஸ்பேனரும் கையுமா படுத்துண்டு நாள் கூலி...

இல்லை மாதக் கூலி வாங்கற நான் லண்டனுக்குப் போறதாவது? எப்படி இப்படி தோன்றியது எனக்கு? சிரிப்பு வந்தது அவனுக்கு கூடவே 'ஏன் நாம் பெரிய மனுஷனா ஆக மாட்டோமா என்ன??' நிச்சயம் இல்லை என்று உள் மனம் கூறியது. ஒரு. லாட்டரி! ஒரு குதிரை! ஊஹூம் நிச்சயம் அந்த வழிக்கெல்லாம் தன்னால் போக முடியாது என்று தோன்றியது, தான் பெரிய பணக்காரனாகணும் அதுவும் உடனே என்றால் ஒரு வழிதான் இருக்கு. ஆதிசங்கரர் கதையில் படித்திருக்கிறேன். கூரையை பிச்சுண்டு தங்க நெல்லிக்கா கொட்டறதா... அந்த மாதி? கொட்டினாத்தான் உண்டு, ஒரு நெல்லிக்கா நிச்சயம் ரெண்டு சவரன் தேறும். ரெண்டாயிரத்துக்கு குறையாது. 'மனமே! கனவு காணாதே!' தன் தலையில் தட்டிக் கொண்டான்.

திருவல்லிக்கேணி ஹை ரோடின் சந்தடி அடங்கி அழகாயிருந்தது. அம்மம்மா! பகல்ல இந்த தெருவில இப்படி கை கால் வீசி நடக்க முடியுமா...! பிளாட்பாரவாசிகள் சுகமாக குறட்டை விட்டுத் தூங்கிக் கொண்டிருந்தனர். தினமும் ராத்திரி போலீஸ்காரன் வந்து எழுப்புவான்.

போற மாதிரி போக்கு காட்டிட்டு மறுபடியும் அதே இடம்! அதே படுக்கை! அதே குறட்டை! இன்னிக்கு நம் ஜாகையும் கூட பிளாட்பாரம் தான்! கதவைத் தட்டினால் ஆவேசமா ருத்ர தாண்டவம் பார்க்கலாம்! சாரதா குண்டு உடம்பை வெச்சுண்டு ஆடறது அசிங்கமாயிருக்கும். வேண்டாம் அதுக்கு வாசல்லேயே படுத்துக்கலாம். இப்படியெல்லாம் நினைத்துக் கொண்டே வீட்டை அடைந்தான். எதிர்பார்த்தபடியே வீடு தாளிடப்பட்டிருந்தது. ரொம்ப நேரம் கழித்து ஒருக்கால் அம்மா நாம்ப வரலையேன்னு கவலைப்பட்டுண்டு திறந்தால் உள்ளே போகலாம். வாசற்படியில் உட்கார்ந்தான். தூக்கம் கண்ணைச் சுற்றியது.

அனு புரண்டு புரண்டு படுத்தாள். என்ன முயற்சி செய்தும் அவளால் தூங்க முடியவில்லை. மனமெல்லாம் வலித்தது. பாஸ்கர் இப்படி ஒரு ஏற்பாட்டை செய்துவிட்டுப் போயிருப்பான்

என்று கனவிலும் அவளால் நினைக்க முடியவில்லை. அவளும் எத்தனையோ பெண்களைப் போல் தான் கனவுகளுடனும் ஆசைகளுடனும் திருமணத்தை எதிர்பார்த்து காத்திருந்தாள். அது போலவே கண்ணுக்கு லட்சணமான கம்பீரமான பாஸ்கரை அடைந்தாள். தாம்பத்யத்தில் இன்னும் பல வருஷங்களுக்கு நிறைவு தரும் சுகத்தை அளித்திருந்தான். இருந்தாலும் அது எனக்குப் போதுமா என்று அவள் மனம் அழுதது. திருமணமான ஆறு மாதங்களில் ஒருமுறைகூட எதற்கும் முகம் சுளித்ததில்லை. யாருக்குமே கிடைக்க முடியாத வாழ்வை அடைந்திருக்கிறோம் என்று பூரித்தாள். அதுதான் யாருக்குமே அந்த வயதில் கிடைக்காத கோலத்தை விதி அவளுக்கு அளித்தது! வாழ்வின் யதார்த்தங்களால் அதையும் சகஜமாக ஏற்றுக்கொண்டாலும் ஒவ்வொரு நாளும் மனம் படும்பாடு அவளுக்குத்தானே தெரியும்!

தன்னை ஒத்த தோழிகள் சிலருக்கு இன்னமும் திருமணமே நடக்காத நிலையில் இருபத்தொரு வயதைக்கூட கடக்காத நிலையில் தனக்கு மட்டும் ஏன் இந்த கொடுமை என்று மனம் குமுறினாள்! என்ன பாவம் செய்தேன் நான்? இருபது வயதுக்குள் மூன்று வாழ்க்கை வாழ்ந்து விட்டேன். நினைக்க நினைக்க அவள் மனம் நெருப்பில் வாட்டி எடுத்தது போல் துடித்தது. பாஸ்கர் இன்னும் கொஞ்சம் வருஷம் கழித்து போயிருக்கக்கூடாதா? அதுக்குள்ள ரமேஷ் பெரியவனாயிடுவான். எனக்கும் வயசாயிடும்; வாழ்க்கையின் ஆசைகள் அஸ்தமிக்கிற அளவுக்கு? தான் நினைப்பது பைத்தியக்காரத்தனம் என்று நன்றாகத் தெரிந்தது அவளுக்கு. நாற்பது வயசில் பாஸ்கர் போயிருந்தால் அய்யோ அறுபதில் போயிருக்கக் கூடாதா என்றுதான் நினைக்கத் தோன்றும். எந்தப் பெண் மாங்கல்யத்தை இழக்க முன் வருவாள்? அவள் முதலில் போயிருக்கலாம். என்ன செய்வது? அவள் ஆயுள் கெட்டி! ஆனால், அவன் அவளுக்கு கட்டளை அல்லவா இட்டிருக்கிறான்!

லொக் லொக் என்று யாரோ இருமுவது கேட்டது. அத்துடன் வாசற்கதவில் யாரோ அடிக்கடி சாய்வது போன்ற ஓசையும்

கேட்கவே சட்டென்று கண்ணைத் துடைத்துக் கொண்டு எழுந்தாள். பிச்சைக்காரன் எவனாவது வாசலில் படுத்துக் கொண்டிருக்கிறானா? ஆனால், பிச்சைக்காரன்கூட சாரதாம்பா வீட்டு வாசலில் அதுவும் கதவை உராய்ந்து கொண்டு படுக்க மாட்டான் என்று தோன்றியது! மணியைப் பார்த்தாள். மணி ரெண்டரை.

கல்யாணி ஆழ்ந்த தூக்கத்தில் இருந்தாள். மெதுவாக எழுந்து வாசற்பக்கமாக வந்தாள். வலைக் கதவின் வழியாகப் பார்த்தபோது திடுக்கிட்டாள். சிந்துதான் கதவின் மேல் சாய்ந்தபடி தூங்கிக் கொண்டிருந்தான்! அடப்பாவமே! இவன் ஏன் இப்படி உட்காந்திருக்கான்? கதவைத் தட்டுவதற்கு பயந்து கொண்டு வாசலிலேயே இரவைக் கழிக்கும் அவனைப் பார்க்க அவளுக்கு பரிதாபமாக இருந்தது. வாசற்கதவை பூட்டி சாவியை அங்கேயே மாடத்தில் தான் வைப்பாள் சாரதா. சாவியை எடுத்து மெதுவாக பூட்டைத் திறந்து தாளை விலக்கி, கதவைத் திறந்தாள்.

தூங்கிக் கொண்டிருந்த சிந்துவும் கதவோடு சேர்ந்து உட்பக்கமாக விழவே திடுக்கிட்டு எழுந்தான். வெள்ளை உடையில் தேவதையாக நின்றிருந்தாள் அனு. கன்னங்களில் கண்ணீர்க்கரை! ரேழி விளக்கில் மங்கலாக தெரிந்தது. ஒரு நிமிடம் அவள் முகத்தை உற்றுப் பார்த்தான்.

மறு நிமிடம் தலைகுனிந்தபடி “ரொம்ப தேங்க்ஸ்” என்று கூறிவிட்டு மாடிப்படி ஏற ஆரம்பித்தான். மறுபடியும் கதவைப் பூட்டிவிட்டு வந்து படுத்தாள்!

ஏன், அவனுக்கு இன்னைக்கு லேட்! முகத்தை உற்றுப் பார்த்தானே! ஒருவேளை அழுதது தெரிந்திருக்குமோ? என் கண்கள் காட்டிக் கொடுத்திருக்குமோ? ஓர் இளம் விதவை இரவில் அழுதால் என்ன அர்த்தத்தை அவன் புரிந்து கொள்வான்? நினைக்கவே சங்கடமாயிருந்தது. முரடன் என்று எல்லாரும் சொல்றாளே! இவனா முரடன்? சாரதாவுக்கு ஈடு கொடுக்க முடியாமல் தானே கதவைத் தட்டாமல் கோழையாக

வாசலிலேயே படுத்து தூங்கியிருக்கிறான்? ஒருவேளை இரவில் எதற்கு சண்டை என்று நினைத்திருப்பானோ? சட்டென்று அவளுக்கு இரண்டு நாள் முன்பு தான் சாரதாவிடம் சண்டை போட்டது நினைவிற்கு வந்ததும் சிரிப்பு வந்தது. ஆனால் சிரிக்க முடியாமல் மனது கனமாயிருந்தது. எத்தனை முறை சிந்தனையைத் திருப்பினாலும் இறுதியில் இது சிந்துவிடமே வந்து நின்றது! அவன்தான் எவ்வளவு மென்மையாக கூறினான்! தான் ஒன்றும் பழங்கால கொள்கைகளில் ஊறினவள் அல்ல என்றாலும் இந்த விஷயத்தில் மட்டும் சட்டென்று பிடி கொடுக்க முடியவில்லை! பாஸ்கரே அவளுக்கு அனுமதி அளித்திருந்தாலும்... அவள் மனம் வலித்தது...

மாடியில் யாரோ பேசிக்கொள்வது மெதுவாக கேட்டது. சிந்துவை ஏன் லேட் என்று மங்களம் கேட்கிறாள் போலிருக்கிறது. சிந்து! ஓ! அவன்தான் எவ்வளவு புதிராக இருக்கிறான். முரடனா நல்லவனா? யார்கிட்டேயும் ஒட்டாமல் ஒதுங்கியே இருக்கானே? யாரையும் நிமிர்ந்து பார்த்து கலகலப்பா பேசறதுகூட இல்லையே? தானுண்டு தன் வேலையுண்டுன்னு இருக்... ச்சீ அவன் எப்படி இருந்தால் எனக்கென்ன? ஆனால், நினைக்காமல் இருக்க முடியவில்லை. ஆஜானுபாகுவாக வளர்ந்திருந்த அந்த உடம்பும், எத்தனை முறை தள்ளிவிட்டாலும் முன் நெற்றியில் கற்றையாக விழும் முடிக்கற்றைகளும், மா நிற உடம்பும், தீர்க்கமான மறுமுறை சந்திக்க முடியாத கண்களும்... தூங்கு மனமே தூங்கு! ஒரு ஆணைப்பற்றி நினைக்காதே! மறுபடியும் அவளுக்கு கண் கலங்கியது.

ஓ! பாஸ்கர் நீங்கள் திரும்பி வந்து விடுங்கள்! ஐ வாண்ட் யூ! சலனப்படற என் மனசை அடக்க முடியலையே பாஸ்கர்! நானும் பெண்தான். உணர்ச்சிகள் சாகாத, சாகடிக்க முடியாத பெண்தான்! மரக்கட்டையில்லை. இந்த உலகத்தில் என்னால தனியா வாழ முடியலையே பாஸ்கர்! அனு குமுறினாள். இத்தனை நாள் இல்லாமல் இன்று மட்டும் ஏன் இப்படி மனம் தடுமாறுகிறது? காரணம் பாஸ்கர்! அவன் எழுதியிருந்த கடிதம்! அதுவா

காரணம்? இத்தனை நாள் மனசு கட்டுப்பாடோடிருந்ததே? சிந்தித்து சிந்தித்து மண்டையெல்லாம் வலித்தது அவளுக்கு. தூங்க முயன்றும் முடியாமல் தோல்வி கண்டாள். எங்கோ சேவல் கூவியது. மணியைப் பார்த்தாள். அதிகாலை நான்கு!

***

அத்தியாயம்

5

மூன்று வருடங்களுக்கு முன்னால் வடக்கு மாட வீதியில் உள்ள ஒரு பங்களாவின் மொட்டை மாடியில் பொழுதுபோக்காக சென்று வேடிக்கைப் பார்த்துக் கொண்டிருந்தான் விசுவம். திடீரென்று அவன் கண்களை கட்டி இழுத்து நிறுத்தியது ஓர் அழகு. அரூர் தேர் போல அவள் அழகாக நடந்து போய்க் கொண்டிருந்தாள். எளிய உடை, நீண்டு தொங்கிய ஒற்றைப் பின்னல் அவள் நடைக்கு ஏற்ப மெல்ல அசைந்தாடியது அழகாயிருந்தது! கையில் பூக்கூடையுடன் கோயிலை நோக்கிச் செல்லும் அவளை, விசு வைத்த விழி எடுக்காமல் பார்த்தான். அவள் முகத்தைப் பார்க்க முயற்சி செய்வதற்குள் அவள் அந்த வீட்டைக் கடந்து சென்று விட்டாள். ‘அவள் பின்னால் சென்று பார்த்தால் என்ன’ என்று தோன்றியது! அவன் நாஸ்திகனல்ல! இருந்தாலும் பக்கத்திலேயே இருக்கும் கோவிலுக்கு போகும் அளவுக்கு பொறுமையும் இருந்ததில்லை. வீட்டிலிருந்தவாக்கில் பார்த்தாலே தெரியும் கோபுரத்தை பார்த்துக் கன்னத்தில் போட்டுக் கொள்வதோடு சரி.

‘இன்று போய் வந்தால் என்ன’ என்று தோன்றியது. சீச்சீ... இப்படி ஒரு பெண்ணைப் பின்னால் போய்ப் பார்க்கணும்னு எனக்கு எப்படித் தோன்றியது? கோயிலுக்குப் போவதற்கு ஒரு சாக்கா? என் ஜென்டில்நெஸ் என்ன ஆகிறது என்று நினைத்தான். ‘எப்படியும்

அவள் இந்தப் பக்கம் வந்து தானே ஆகவேண்டும்? அப்போது பார்த்துக் கொள்ளலாம்!' என்று இருந்து விட்டான். அதற்குள் டெலிஃபோன் வந்திருப்பதாக வேலைக்காரன் சொல்லவே கீழே போனான். ஃபோன் பேசி மாடிக்கு வர நினைக்கும் போதே அடுத்தடுத்து இரண்டு மூன்று ஃபோன் கால்கள். 'ச்சே' என்று ஆகிவிட்டது. அங்கேயே சலித்துப் போய் உட்கார்ந்தான்...!

மறுநாளிலிருந்து பங்களா வாசலில் இருந்த அந்த லைப்ரரி ரூமில் உட்கார்ந்து 'புத்தகம் படிக்கிறேன் பேர் வழி' என்று அவளை எதிர்பார்த்துக் காத்திருந்தான்! அவன் பார்ப்பது அவளுக்குத் தெரிந்து விடக்கூடாது என்று சர்வ ஜாக்கிரதையாக இருந்தான். விசுவிற்கு நிறைய கொள்கைகள் உண்டு. ஒரு ஆண் ஒரு பெண்ணை காதலுடன் பார்க்கவே கூடாது என்பது ஒன்று. சரி அப்படியே காதல் வந்தாலும், தன் வீக்னஸை அந்தப் பெண் அறிந்து விடாமல், கம்பீரத்தில் அடியோடு மயங்கி 'ஐயோ இவன் காதலுக்கு நாம் ஆளாக மாட்டோமா' என்று ஒரு பெண் நினைத்து ஏங்க வேண்டுமே தவிர, அவனாக முதலில் போய் அசடு வழியக் கூடாது?

இதுநாள்வரை அவன் கொள்கைகளுக்கு எந்த ஆபத்தும் ஏற்பட்டதில்லை. அவன் ஒரு டென்னிஸ் வீரர். அந்த திறமையிலும் அவன் ஆண்மையிலும் மனதை பறிகொடுத்த எத்தனையோ பெண்களை அவன் ஏறெடுத்துக் கூடப் பார்த்ததில்லை. ஆனால் இன்று தன் முதல் பாயிண்டே விழுந்து விட்டது பற்றி அவனுக்கு வருத்தம் தான்! ஆனால் பரிகாரம் தான் இருக்கிறதே! எந்தக் காரணத்தைக் கொண்டும் தன் கம்பீரத்தை, பலவீனத்தை கோட்டை விடக்கூடாது என்று நினைத்துக் கொண்டான்!

அன்று முழுவதும் அவள் வரவில்லை. அடுத்த நாளும் அதற்கடுத்த நாள் என்று ஒரு வாரம் கழிந்தது. அடுத்த வெள்ளிக்கிழமை வந்தது. அன்று அவன் ஆவல் வீண் போகவில்லை! அவள் வந்தாள்! அதே நடை! அதே அடக்கம், அழகு. பின்னலின் அசைவு பளிச்சென்று மின்னல் ஒன்று

கண்ணைப் பறித்தது. அந்த முகத்தில் வீசிய தேஜஸ், எப்போதோ ஒரு முறை கோவிலில் பார்க்கும் கற்பகாம்பிகையின் நினைவு வந்தது. பங்களாவை அவள் கடக்கும்போது பங்களா வாசலில் போட்டிருந்த விளக்கு, அவள் மூக்குத்தியில் பட்டு பளீரென்று பிரதிபலித்தது. விசு, அந்த அழகில் மனம் சிலிர்த்தான். வாழ்நாளில் முதன்முதலாக ஒரு பெண்ணைப் பார்த்து ஏங்கத்தொடங்கியிருந்த தன் மனதை நினைத்துக் கொண்டான். சிரிப்பு வந்தது...!

அவன் பண்பாடுள்ளவன். சினிமா காதலனல்ல. அச்சு - பிச்சு என்று பேசி டூயட் பாடுவதற்கு! அப்போதே அவன் முடிவிற்கு வந்தான் அவளைப் பற்றிய விவரங்களை மட்டும் ரகசியமாக அறிய வேண்டும். தன் வீட்டில் தனக்குத் திருமணப் பேச்சு எழும்போது அம்மாவிடம் 'விஷயத்தைச் சொல்லி ஜாதகம் பார்த்து முறைப்படி அவளைத் திருமணம் புரிந்துகொள்ள வேண்டும்' என்று உறுதி செய்து கொண்டான். தன் மணம் காதல் திருமணம் என்பது தனக்கு மட்டுமே தெரிந்த உண்மையாக இருக்கவேண்டும். அவளுக்குக் கூடத் தெரியக்கூடாது என்று விரும்பினான்.

ஆனால் அந்தப் பெண், ஒரு ஆடவன் மனதில் சலனத்தை ஏற்படுத்தியதை உணராமல் போய்க் கொண்டிருந்தாள்...!

ஒரு வெள்ளிக்கிழமை அவள் கோயிலிலிருந்து திரும்பி வரும்போது ஒரு மணி நேரத்துக்கு தன் பெரிய மனிதத் தன்மையை மூட்டை கட்டி விட்டு அவனறியாமல் அவளை பின்தொடர்ந்தான்.

அவள் அதிக நேரம் அவனை அலைக்கழிக்கவில்லை. நேராகத் திரும்பி பலாத் தோப்புக்குள் ஒரு வீட்டில் நுழைந்தாள். வீட்டைப் பார்த்துக் கொண்டான். அதற்குள் யாரோ அவளைப் பெயர் சொல்லி அழைத்து, ஏதோ கேட்கவே, பெயரையும் தெரிந்து கொண்டான்! அது போதும்! அவள் அந்த வீட்டை விட்டுப் போகாதவரை கவலையில்லை!

நேரம் வரும்போது பார்த்துக் கொள்ளலாம் என்று வீடு திரும்பினான். பிறகு காதலை சற்று மறந்துவிட்டு டென்னிஸில்

முழு கவனத்தையும் திருப்பினான். ஊர் ஊராக சுற்றத்தான் நேரம் சரியாயிருந்தது. மாதத்தில் நாலு நாள் மெட்ராஸில் இருந்தால் அதிகம்! அப்போது அவள் அங்கேயே இருக்கிறாளா என்று இன்னும் 'செக்' பண்ணிக் கொண்டான். அவள் இருந்தாள்! அவனுக்கும் நம்பிக்கை வளர்ந்தது. அவள் எனக்காகவே பிறந்திருக்கிறாள் போலும் என்று பூரித்தான்.

ஒரு வருடம் ஓடி மறைந்தது. அவன் தன் காதலை யாரிடமும் கூறவில்லை மனதின் ஆழத்தில் புதைத்து, தான் மட்டும் உணர்ந்து அனுபவித்தான். வீட்டில் அவன் கல்யாணத்தைப் பற்றி பேச்சும் எழவில்லை. தானாக எப்படிக் கேட்பது? அசிங்கம் என்று பேசாமல் இருந்தான். தீவிரமாக அதைப் பற்றி சிந்திக்க நேரமும் இல்லை. போட்டி, வெற்றி, பரிசு, புகழ் என்று அதிலேயே அமுங்கி போய்க் கொண்டிருந்தான். மேலும் ஆறு மாதம் ஓடியது. ஒருநாள் ரெஸ்ட் கிடைத்தது. மெட்ராஸில் இருந்தான். ஒரு வியாழன்! திடீரென்று அவன் நண்பன் பாஸ்கர் அவனைப் பார்க்க வந்தான்.

"ஹலோ பாஸ்கர்! கமான்! கமான்! நானே உன்னைப் பார்க்க வரணும்னு நெனச்சுண்டிருந்தேன்!"

"டேய்! இப்படி ஊர் சுத்திண்டே இருக்கீயே. எப்படா கல்யாணம்?"

"பக்கத்து இலைக்குப் பாயசம் விடச் சொல்ற கதையால்ல இருக்கு! இப்பொ உனக்குதான் கல்யாணம் வேணுங்கற மாதிரி பேசறீயே! என்ன விஷயம்? கமான் டெல் மி!"

"கன்கிராட்ஸ்!"

"நோ! டோன்ட் ஸே கன்கிராட்ஸ் பிஃபோர் மேரேஜ்? இன்னும் பெண்ணே பார்க்கலை!"

"பார்க்கப் போறதா தீர்மானம் பண்ணிட்டயில்லையா?"

"எஸ்!"

"அதுக்குத்தான் கன்கிராட்ஸ்."

"தேங்க்ஸ்! அது விஷயமாத்தான் உங்கிட்ட பேச வந்தேன்!"

"எதுக்கு? பெண்ணை நான் பார்க்கணுமா?"

"ஆமாம்! பட் நாட் ஃபார் யூ! ஃபார் மி! நாளைக்கு நீயும் என் கூட வரே! வந்து பெண்ணைப் பார்த்து சஜஷன்ஸ் சொல்றே! ஓகே!"

"என்னடா இது! பண்ணிக்கப் போறவன் நீ! நான் எதுக்குடா? எனக்கென்ன சஜஷன்ஸ் சொல்லத் தெரியும்?"

"பார்த்தாயா! விட்டேத்தியா பேசறயே? காலேஜ்ல படிக்கும் போது நாம பேசிண்டதெல்லாம் மறந்துட்டியா? உன்னைப்பத்தி எனக்குத்தான் நன்னாத் தெரியும். ஸோ உனக்கேத்த பெண்ணா செலக்ட் பண்ண என்னால்தான் முடியும்னு எங்கிட்ட சொன்னதை?"

"ஓகே! ஓகே! வரேன்" சட்டென்று அவனை இடைமறித்தான் விசு. "பொண்ணு யாரு, எந்த ஊர்?"

"இதே ஊர் தான். பேர் அனுராதா. எங்கத்தை மச்சினருக்கு தூரத்து சொந்தமாம். அத்தைதான் இதை ஏற்பாடு பண்றா. இன்னொரு விஷயம் என்ன தெரியுமா? எனக்கு ஜாதகம் கிடையாது..."

"ஏன் பொறந்த தேதி நேரத்தை வெச்சி கணிக்கிறது தானே?"

"அந்த பர்டிகுலரே முழுசா கிடைக்கலை. டேட்டும் நட்சத்திரமும் தான் தெரியும். நேரம்?"

"அப்ப பூக்கட்டி போட்டு பார்த்தேளா?"

"அதுவும் இல்லை. பொண்ணோட அப்பா பூக்கட்டி கூட பார்க்க வேண்டாம்னு சொல்லிட்டாராம்."

"அதிசயம்! ஏனாம்?"

"பொண்ணுகிட்ட என் போட்டோவைக் காட்டினாராம். அவளுக்கு ரொம்ப பிடிச்சு போச்சுன்னு அவ முகமே சொல்லியிருக்குது."

"மனசுக்கு பிடிச்சாச்சுன்னா மத்த சம்பிரதாயம் எல்லாம் தேவையே இல்லை. ஒருக்கால் கெட்ட பூ கிடைச்சதுனா என் பொண் வருத்தப்படுவா. அதை என்னால தாங்க முடியாது. ஒத்தையா ரெட்டையா பார்க்கற மாதிரி அந்த விஷயமே வேண்டாம்னுட்டாராம்."

"பெரிய புரட்சிக்காரர் போலிருக்கு! ஆமா உங்க வீட்ல எப்படி சம்மதிச்சா? நீங்க பூக்கட்டிப் போட்டு பார்க்கலையா? அல்லது உங்க வீட்ல அதே கதைதானா?" கண்ணடித்தான் விசு.

"சேச்சே! நான் அவளைப் பார்த்ததே இல்லை. எங்க வீட்டைப் பத்தி உனக்குத் தெரியாதா? எனக்கு எப்படியாவது கல்யாணம் ஆனால் சரின்னு அவசரப்படறா! ஒரு விதத்தில் சதி பண்றான்னுகூடச் சொல்லலாம்!" -சட்டென்று அவன் குரல் கம்மியது.

"வாட் டூ யு ஸே?" புருவத்தை நெறித்துப் பார்த்தான் விசுவம்.

"உனக்குத்தான் தெரியுமே என் குறை! எனக்கென்னவோ ஒரே இன்ஃபிரியாரிடி காம்ப்ளெக்ஸ். எங்க வீட்ல யாரும் என் குறையை வெளில தெரியாமல் கல்யாணத்தை சட்டுனு முடிச்சுடணும்னு பார்க்கறாங்க. நல்ல சம்பந்தம் விட்டுப் போயிடுமாம். பெண் நன்றாகயிருப்பாள்னு அத்தை சொன்னா! விசு! நான் கல்யாணம் பண்ணிக்கிடலாமாடா? அதில் எந்த தப்பும் இல்லையே! சரியோ, தப்போ நான் என்ன சினிமா ஹீரோவா? நியாயத்துக்குப் போராடி, எதிர்த்த எல்லாரையும் அடக்க? எங்க வீட்டு சூழ்நிலையில் நான் அவர்கள் சொல்றபடி கேட்டுத்தான் ஆகணும். இல்லைன்னா எங்கம்மா கண்ணீர் விட ஆரம்பிச்சிருவா" அழாத குறையாக கூறி முடித்தான் பாஸ்கர்.

விசுவின் மனம் சங்கடப்பட்டது. "ரிலாக்ஸ் பாஸ்கர்! உன் குறை ஒண்ணும் பெரிசில்லை. நீயா எதை எதையோ நெனச்சுண்டு குழப்பிக்கிறே! மேலும் அதுக்கு இப்போ எவ்வளவோ டிரீட்மெண்ட் இருக்கு."

“போன வாரம்கூட ஒரு புக்கில டெய்லி ஐநூறு கிராம் பச்சை திராட்சை சாப்பிட்டா வலிப்பு வராதுன்னு போட்டிருந்தான்!”

“சாப்பிடறீயா?”

“விடுவேனா... டெய்லி ரெண்டு வேளை முழுங்கறேன்.”

“பின்னே என்ன? எதுக்குப் பயப்படற! அது சரி இப்பொல்லாம் உனக்கு ஒண்ணும் அடிக்கடி வரதில்லையே!”

“இல்லை! கடைசியா ஃபிட்ஸ் வந்து ஏழெட்டு மாசம் ஆச்சுடா...”

“அப்புறம் என்னடா கவலை. ஜமாய். கடவுளை வேண்டிக்கோ! அப்படி வந்ததானால் கல்யாணத்துக்கு அப்புறமாதான் வர ஆரம்பிச்சிருக்குன்னு ஒரு போடு போடேன்! கையில் எப்பவும் இரும்பு வெச்சுக்கோ! எதுக்கு இவ்வளவெல்லாம். உனக்கு இனிமே வரவே போறதில்லை பாரு. கல்யாணம் வேண்டாம்ன்னு தடுக்கற அளவுக்கு இது ஒண்ணும் பெரிய நோயில்லை. தைரியமா இரு!” அவனைத் தட்டிக் கொடுத்தான் விசு.

அந்த அன்பான வார்த்தைகளில் தன் மனச்சங்கடத்தை கொஞ்சம் குறைத்துக் கொண்டு விடை பெற்றான் பாஸ்கர்.

அவன் போன பிறகுதான் மறுநாள் சங்கடப்பட்டான். நாளை அவளை பார்க்க முடியாது! இன்னும் எத்தனையோ வெள்ளிக்கிழமைகள் வரப்போகின்றன என்று தன்னைத் தேற்றிக் கொண்டான்.

சொன்னபடி கரெக்டா ஐந்தரை மணிக்கெல்லாம் பாஸ்கர் வந்து விட்டான்.

பிள்ளை வீட்டார் தாயார் உள்பட முன்னால் சென்றனர்.

விசு ரெடியாக இருந்தான். இருவரும் நடந்தனர். ஏதேதோ பேசிக்கொண்டே நடந்தவர்கள் மயிலை பலாத் தோப்பிற்குள் நுழைந்தனர். சட்டென்று விசுவிற்கு அவள் அழகு முகம் நினைவிற்கு வந்தது. அவளும் இதே தெருவில் தானே

இருக்கிறாள். அவனுக்குச் சிரிப்பு வந்தது. இன்னும் கொஞ்ச நாள் கழிச்சு இதே பாஸ்கர் இதே தெருவில் மறுபடியும் பெண் பார்க்க வருவான்! பட் நாட் ஃபார் ஹிம்! ஃபார் மி!"

"டேய் இந்த வீடுதான்!" நடந்து கொண்டிருந்தவனை இழுத்து நிறுத்தினான் பாஸ்கர்.

அதே வீடு! அவனுக்கு இன்னும் சிரிப்பு வந்தது. பழிகாரா! அதே வீட்டிலேயே நீயும் பொண்ணு பார்த்து இருக்கீயா? நானும் இதே... விசுவின் மனம் சந்தோஷத்தில் லேசாகியது. "பரவாயில்லை. எனக்கும் இந்த வருஷமே கல்யாணம் ஆயிட்டால் ரெண்டு பேரும் தலை தீபாவளிக்கு இங்கே சேர்ந்தே வந்து பட்டாசு கொளுத்தலாம்!"

"மாப்பிள்ளை வந்தாச்சு! இரண்டு மூன்று வாண்டுகள் சொல்லிக் கொண்டே உள்ளே ஓடின. லேசாக முதுகில் குத்திச் சிரித்தான் விசு. அவனும் சிரித்தான். இரண்டு மூன்று பெரியவர்கள் வரவேற்றனர். விசு அவள் எங்காவது நிற்கிறாளா என்று தேடினான். ஊஹூம் காணோம். ஒருவேளை அந்த பொண்ணோட இருக்காளோ என்னமோ! டேய் பாஸ்! உன் ஷண்டகன் நான் தாண்டா!" மனதுக்குள் உரையாடல்.

"கல்யாணி! பொண்ணைக் கூட்டிண்டு வா!" அவர் சொல்லியதும், அந்த அம்மாள் உள்ளே சென்றாள். கல்யாணப் பெண்ணோடு கூட வரப்போகும் தன்னவளையும் தரிசிக்கத் தயாரானான் விசு.

அவள் வந்தாள் சித்திரப்பாவையாக! அடுத்த நிமிடம் விசுவின் மண்டையில் இடி இடித்தது...! மின்னல் மின்னியது... தலை சுற்றுவது போலிருந்தது. தன்னைக் கஷ்டப்பட்டு நிதானப்படுத்திக் கொண்டான். அம்மன் சிலை போல் அழகாக வந்து நமஸ்காரம் பண்ணிவிட்டு ஓரக் கண்ணால் ஒரு வினாடியில் பாஸ்கரைப் பார்த்துவிட்டு திரும்பிக் கொண்டாள். அவள் பார்வையில் திருப்தி படர்ந்திருந்ததைக் கவனித்தான் விசு.

அவன் மனம் அலறியது! நேற்று பாஸ்கரை தான் தேற்றியதையெல்லாம் மறந்தான். 'பெண்ணே! உனக்கு வேண்டாம் இந்த பாஸ்கர்! இவன் உனக்கு ஏற்றவனல்ல! ஒரு நாளில்லாவிட்டால் ஒரு நாள் இவனுக்கு பிட்ஸ் வரும். ஒரு வியாதிக்காரனின் மனைவியாக உன்னை என்னால் நினைத்துப் பார்க்க முடியவில்லை. நீ எனக்கு மனைவியாகாவிட்டாலும் பரவாயில்லை. இவன் வேண்டாம் உனக்கு.'

'சீ! நீயும் ஒரு மனுஷனா? நேத்திக்கு பேசினதெல்லாம் மறந்து போச்சா? வேறொரு பெண்ணாக இருந்தால் இவன் வியாதி உனக்கு பெரிதாகத் தெரியாது! நீயும் எல்லாருடனும் சேர்ந்து மறைக்கப் பார்ப்பாய் அப்படித்தானே! இந்தப் பெண்ணின் மீது மட்டும் என்ன அனுதாபம்? அவள் உன் உள்ளங்கவர்ந்த காதலி! இந்தக் கல்யாணத்தை நிறுத்த உன்னால் முடியும். பாஸ்கரிடம் நீயே வேண்டாம் என்று சொல்லுவாய்... அவனும் சரி என்பான். பிறகு சந்தர்ப்பம் கிடைக்கும் போது நீ அவளைக் கல்யாணம் செய்து கொள்வாய்! அப்படித்தானே?' மனம் அடித்துக் கொண்டது.

விசு சிந்தித்தான். அந்தப் பெண்ணை அவன் விரும்பியது உண்மைதான். அதற்காக அவள் கிடைக்காவிட்டால் ஆயுள் முழுக்க பிரம்மச்சாரியாக இருப்பேன் என்று சினிமா வசனம் பேச மாட்டான்! வேறு ஒரு நல்ல பெண்ணைப் பார்த்து கண்டிப்பாக கல்யாணம் செய்து கொள்ளத்தான் போகிறான். அதில் சிறிது சிறிதாக முயற்சி செய்து திருப்தியும் அடைவான். அதிர்ஷ்டமிருந்தால் இவளைவிட அழகும் குணமும் உள்ள பெண்ணே கிடைக்கலாம்.

இப்படி நினைத்துப் பார்த்தபோது பாஸ்கருக்கு எதிரியாக மாற நினைத்து வெட்கப்பட்டான்! பாவம்... பாஸ்கர் அப்படி என்ன பெரிய வியாதி அது? அந்தப் பெண்ணுக்கு அதிர்ஷ்டம் இருந்தால் கல்யாணத்துக்கு பிறகு அடியோடு அந்த வலிப்பு வராமலே போகலாம் அல்லவா? அது எப்படியும் எக்காரணத்தைக் கொண்டும் திருமணத்திற்குத் தடையாக இருக்காது. அப்படியே வந்தாலும் பத்து அல்லது பதினைஞ்சு நிமிஷம். கையில் அயர்ன்

வெச்சுண்டிருப்பான். ஸோ கஷ்டமில்லை. கல்யாணத்துக்கு முன்னால் வந்து தொலைக்காம இருந்தா சரி!

கல்யாணத்துக்கு அப்புறம் பதி பக்தி அதிகம் இருக்குமே தவிர 'ஏமாத்திட்டாளேன்னு' விட்டுவிட்டு ஓடத்தோணாது. அதுவும் இவள் அப்படி இருக்கமாட்டாள். நாளாவட்டத்தில் எல்லாம் சரியாகப் போய்விடும். இதுக்கு குறுக்கே நிற்க நான் யார்.

அவளுக்கு அவன்தான்னு ஆண்டவன் முடிச்சு போட்டிருந்தா, என்னால் என்ன பண்ணிடமுடியும்? அந்த நிமிடமே அவளை மறப்பதற்கான முயற்சிகளில் தன்னை ஈடுபடுத்திக்கொள்ளத் தொடங்கினான். தன் காதலை மனதில் அடித்தளத்தில் போட்டு புதைத்தான். இருந்தும் மீறி அந்த நினைவு வரத்தான் செய்தது. நினைக்காமலே இருந்து விட தெய்வமா என்ன? சராசரி மனிதன் தானே?

"டேய் என்னடா?" பாஸ்கர் மெதுவாக கிசுகிசுத்தான். விசு கற்பனையிலிருந்து மீண்டான். முகத்தில் தெளிவு பிறந்தது.

"உனக்கு ஏத்தவதாண்டா! நடத்து ராஜா!" கிண்டலான சிரிப்புடன் கூறினான். பாஸ்கருக்கு ஏக சந்தோஷம். இரு தரப்பிலும் பேச்சு வார்த்தைகள் திருப்தியாய் நடந்து முடிந்தது. அவர்கள் திருமணமும் அடுத்த மாதமே நடந்தது.

கல்யாணத்தில் விஸ்வம் ஓடியாடி வேலை செய்தான். பிரபல டென்னிஸ் பிளேயர் அந்த திருமணத்திற்கு வந்திருக்கிறான் என்ற செய்தி நிமிஷமாக பரவியது. எக்கச்சக்கமான கூட்டம் சேர்ந்துவிடவே ஒன்றும் முடியாமல் ஒரு அறையில் முடங்கி விட்டான். கூட்டம் சிறிது கலைந்ததும் அறையை விட்டு வெளியில் வந்தான். முகூர்த்தம் முடிந்திருந்தது. பாஸ்கரின் கையைப் பிடித்து குலுக்கினான். அழகு தேவதையாக அருகே நின்றிருந்தாள். மனம் வலித்தது. இந்த நேரத்தில் அவள் அருகே நிற்க வேண்டியவன் நானல்லவா? நீ தீர்மானம் பண்ணிவிட்டால் மட்டும் போதுமா! மனம் இடித்து காட்டியது.

அன்று இரவு அவன் சிந்தித்துப் பார்த்தான். என்னதான் சௌஜன்யமாக இருந்து விட்டாலும் ஒரு சின்ன வேதனை மனசில் தோன்றியிருப்பதை அவனால் உணராமல் இருக்க முடியவில்லை. சாதாரண காதலர்களிலிருந்து மாறுபட்டு வித்யாசமானவனாக இருக்க வேண்டும் என்ற கொள்கையே அவனுக்கு விரோதியாகி விட்டது! பெரிய தவறு செய்து விட்டான்! கல்யாணப் பேச்சு தன் வீட்டில் எழும்போது அவளைப்பற்றிச் சொல்லிக் கொள்ளலாம் என்று நினைத்தானே தவிர, அவள் வீட்டில் அதுவரை பார்க்காமல் இருப்பார்களா என்று ஏன் நினைக்கத் தோன்றவில்லை! அவளுக்கென்ன ஜோஸ்யமா தெரியும்? 'நான் ஏன் இப்படிப்பட்ட முட்டாளாயிட்டேன்?' தன்னையே நொந்து கொண்டான். அவனுடைய முட்டாள் தனம் அவனுக்கு ஏமாற்றத்தை கொடுத்து விட்டது. வாழ்க்கையில் ஏற்படும் எத்தனையோ சின்னச் சின்ன ஏமாற்றங்களில் இது கொஞ்சம் பெரிய ஏமாற்றமே தவிர, அப்படி ஒன்றும் அவன் வாழ்க்கையையே அடித்துச் செல்லும் ஏமாற்றமல்ல. சிந்தனையின் ஓட்டத்தில் எப்போது தூங்கினானோ... அது அவனுக்கே தெரியாது.

கல்யாணமாகிய பின் பாஸ்கர் விசுவை நிறைய முறை சந்தித்திருக்கிறான். அப்போதெல்லாம் அனுவையும் அவள் குணத்தையும் புகழ்ந்து தன் அதிர்ஷ்டத்தையும் ஒரேயடியாய் மெச்சிக்கொள்வான். புன்சிரிப்புடன் கேட்டுக் கொண்டிருப்பான் விசு. மேலும் ஒரு மாதம் சென்றது.

திடீரென்று ஒரு நாள் பாஸ்கர் அவனைத் தேடிக் கொண்டு வந்தான். பேயறைந்தவன் மாதிரி இருந்தான். முகமெல்லாம் சிவந்திருந்தது. நாலு நாள் ஜுரத்தில் விழுந்து எழுந்தவன் மாதிரி உடலெல்லாம் இளைத்து விட்டிருந்தது. "பாஸ்கர் என்னடா நடந்தது?" பரபரப்புடன் கேட்டான்.

அவன் பதில் சொல்லாமல் அவனைப் பார்த்தான். கண்கள் குளமாகியிருந்தது.

***

அத்தியாயம்

6

“என்னடா ஆச்சு? ஏன் இப்படி இருக்கே?” விசு மெதுவாக கேட்டான்.

“நத்திங்!” மறைக்க நினைத்தாலும் அதைச் சொல்வதற்காகத்தானே அங்கு வந்திருந்தான்!

சில நிமிடங்கள் மௌனமாகக் கழிந்தன. பிறகு அவனே “விசு! நேத்திக்கு எனக்கு மறுபடியும் அது வந்துடுத்துடா! இனிமே வரவே வராதுன்னு நினைச்சு சந்தோஷப்பட்டதெல்லாம் தப்பு” சொல்லும்போதே அவன் குரல் உடைந்தது.

விசு திடுக்கிட்டான். கல்யாணமாகி மூன்று மாதங்கள் தான் ஆகியிருந்தன. “அனுவுக்குத் தெரியுமா?”

“தெரியாது! எங்கம்மாவைப் பார்க்கறதுக்காகப் போயிருந்தேன். அம்மாவுக்கு உடம்பு முடியலை. வாந்தி வாந்தியா எடுத்துண்டிருந்தாங்க. அதனால அம்மாவைக் கொஞ்ச நாள் எங்க கூட வந்து இருக்கச் சொல்லலாம்னு நான் மட்டும் தனியாப் போனேன். நல்ல காலம் எங்க வீட்லயே வந்தது! அதனால அம்மாவே சட்டுனு, கவனிச்சுண்டா. என்னை பழையபடிக்கு கொண்டு வந்தாங்க...”

“டோண்ட் ஒர்ரி? அப்புறம் எதுக்கு கவலைப்படறே?”

“நோ விசு! என் மனசெல்லாம் குத்தறதுடா! அவளைப் பார்க்கும் போதெல்லாம் தப்பு பண்ணிட்டோமேன்னு

தோண்றது! அவள் அழகுக்கும் குணத்துக்கும் நான் கணவனா இருக்க ஏற்றவனில்லைடா! தினம், தினம் எப்போ வந்து தொலைக்குமோன்னு செத்துப் பொழச்சுண்டு இரும்பைத் தேடற எனக்கு எதுக்குடா கல்யாணம்? அதுவும் தங்க விக்ரகம் மாதிரி அனுவா எனக்கு கிடைக்கணும்?" பாஸ்கர் குமுறி, குமுறி அழத் தொடங்கினான்.

ஆறுதல் சொல்லத் தெரியாமல் தவித்தான் விசு. "விசு! எனக்கென்னமோ பயம்மாயிருக்குடா. என் உள் மனசு ஏதோ விபரீதம் வரப்போறதுன்னு சொல்லிண்டே இருக்கு. நாங்க ரெண்டு பேரும் பிரிஞ்சுடுவோம்னு தோண்றதுடா. அவ என்னை விட்டுப் பிரியப் போறாளோ... நான் அவளை விட்டுப் பிரியப் போறேனோ தெரியலை...!" கண் கலங்கினான்.

"டோண்ட் பி ஸில்லி! முட்டாள்தனமா பேசாதே!" விசு கடிந்து கொண்டான். "இப்போ என்ன ஆயிடுத்துன்னு கண்ணால ஜலம் விடறே? என்னமோ கேன்சரையோ கூமரோகத்தையோ வெச்சுண்டு மறச்சு கல்யாணம் பண்ணிண்டா மாதிரி உருகறே?"

"அப்படி இருந்திருந்தால் பரவாயில்லையா! ஒரு வழியா கல்யாணமே இல்லைன்னு நிம்மதியா இருக்கலாமே! இந்த ரெண்டுங்கெட்டான் வியாதியை வெச்சுண்டு ரெண்டுங்கெட்டான் வாழ்க்கை வாழறதைவிட அது தேவலையடா! மனசுல யாரையும் ஏமாத்திட்டோம்னு உறுத்தலே இருக்காது!"

விசு எவ்வளவோ சமாதானங்கள் சொல்லியும் அவன் மனசு ஆறவில்லை, அவனாக அடங்கட்டும் என்று பேசாமலிருந்து விட்டான் விசு.

"விசு! எனக்கு ஒரு ஹெல்ப் பண்றியா?"

"வித் ப்ளஷர்! வாட் கேன் ஐ டு ஃபார் யூ?"

"நான் சொல்றதை நன்னா கேளு. நடுவே பேசாதே!"

"ஒருக்கால் வாழ்க்கையில் அனு என்னைப் பிரியும்படியா ஆச்சுன்னா... தயங்கினான். தொடர்ந்து 'நான் பேசி

முடிச்சுடறேன்.' அப்படி ஆச்சுன்னா அனுவோட நிலைமை என்ன தெரியுமா? இப்படி முறைக்காதேடா! எனக்கும் தான் கஷ்டமாயிருக்கு! உண்மை சுடத்தான் செய்யும்! நாம எதையும் எதிர்த்து சமாளிக்கணும்..."

"நீ சொல்றது உண்மை இல்லேடா மடையா! பத்து நிமிஷம் வந்து பாடுபடுத்திட்டுப் போகப்போற வியாதியாலே நீ சாகப்போறேன்னு சொல்றது முட்டாள்தனம்!"

"பத்து நிமிஷம்னு நீ சொல்ற! அந்த பத்து நிமிஷம் நான் எந்த இடத்தில் எந்த நிலைமையில் இருக்கேனோ? கவனிக்க ஆளில்லாம இருக்கலாம்! அல்லது அபாயமான இடத்துல இருந்தால்? சின்ன வியாதி தான். ஆனா அதுவே எனக்கு எமனாவும் இருக்கலாம் இல்லையா?"

"யூ நோ விசு? பாம்பு கடிச்சு பொழச்சவனும் இருக்கான். செத்தவனும் உண்டு. நெருப்புன்னா நாக்கு வெந்துடாது. அப்படி ஏதாவது ஆயிடுத்துன்னா என்றுதான் நான் சொல்றேனே தவிர ஆகிடும்னு சொல்லலையே. சாவு எப்ப வரும்னு எவனுக்கும் தெரியாது. திடீரென்று அல்பாயுசில செத்து வெச்சா அய்யோ அனுவுக்கு ஒரு ஏற்பாடும் பண்ணாம செத்துட்டோமேன்னு என் ஆத்மா சாந்தி அடையாமத் துடிக்கும். அந்தக் கஷ்டம் வரக்கூடாதுன்னுதான் நான் முதல்லேயே உங்கிட்ட பேசறதுக்கு வந்திருக்கேன், என்ன இப்போ கேக்கறீயா?" மெலிந்த குரல்.

"ஊம்!"

"அனு அப்படி மொட்டை மரமா ஆயிட்டான்னா அவளை மறுபடியும் நீதான் செழிக்க வைக்கணும்!"

சட்டென்று திகைப்புடன் நிமிர்ந்து அவனைப் பார்த்தான் விசு.

"என்னடா பார்க்கறே? நான் அனுபவிச்சப்புறம் அவளை வேறு யாருமே ஏறெடுத்துக்கூட பார்க்கக் கூடாதுன்னு சொல்ற

அளவுக்கு என் மனசு கல்லில்லை. எப்படியோ என் அனுவோட நெற்றியில் குங்குமம் கலையக் கூடாது!"

"பாஸ்கர்! இதெல்லாம் என்ன பேச்சுடா? நடக்கற காரியமா? அனுகிட்ட போய் சொல்லிப்பார் அவ..."

"அரிவாளை எடுத்துண்டு வெட்ட வருவான்னு தெரிஞ்சு நான் சொல்லலை!"

"சுத்த இடியட்! நீ சொல்றபடியெல்லாம் நடக்கவும் போறதில்லை. நீ சாகவும் போறதில்லை. நூறு வயசு மட்டும் அமோகமா வாழப் போறே! அப்போ நீயே இன்னிக்கு சொன்னதெல்லாம் நெனைச்சுண்டு எவ்வளவோ பைத்தியக்காரத்தனம் நமக்குன்னு ரெண்டு கையையும் கொட்டிண்டு சிரிப்பே! பேரக் குழந்தை தாத்தா நமக்குத் தான் விளையாட்டு காட்டாறாராக்கும்னு நெனச்சுண்டு அதுவும் கை தட்டும்! போடா ஃபூல்!"

"அப்படியெல்லாம் நடக்கணும்னு தாண்டா எனக்கும் ஆசை! என்னமோ எதுக்கும் உங்கிட்ட சொல்லணும்னு தோணித்து! பின்னால உதவும்னு இன்ஷ்யூரன்ஸ் பாலிஸி எடுக்கலையா? அந்த மாதிரி தான்! ஒருக்கால் உண்மையாகவே நான் போய்ட்டேன்னா நீ அப்போ நெனச்சு அய்யோ அந்த முட்டாள் அன்னிக்கே சொன்னானே நாம்ப கிண்டல் பண்ணினோமேன்னு வருத்தப்படுவே?"

படக்கென்று அவன் வாயைப் பொத்திய விசு, "அப்படியாச்சுன்னா உன் ஆசையை நிறைவேத்த வேண்டியது என் பொறுப்பு! நீ இடத்தை காலி பண்ணுப்பா. விட்டால் புலம்பிண்டே இருப்பே" விசு அவனை ஆறுதல் கூறி அனுப்பினான்.

அதற்குப் பிறகு ஒரு மாதம் கழித்து டென்னிஸ் போட்டிகளுக்காக இந்தியாவின் பல இடங்களுக்கும், பிறகு வெளிநாடுகளுக்கும் சென்றவன் மூன்று மாதங்களுக்குப் பிறகு தான் ஊர் திரும்பினான். அங்கே அவனுக்காக சீல் வைக்கப்பட்ட பர்ஸனல் லெட்டர் ஒன்று காத்திருந்தது அவன் வெளிநாடு

சென்ற இரண்டு நாளில் வந்ததாம் அம்மா பத்திரப்படுத்தி வைத்து அவனிடம் கொடுத்தாள். கடிதத்தைப் பிரித்துப் படித்தான். அவனுக்குச் சிரிப்பதா அழுவதா என்று புரியவில்லை. "இந்த முட்டாள் ரொம்ப சீரியஸாவே போறான்! அர்த்தமில்லாத விஷயத்தை பெரிசு பண்றான். இவனை கண்டிக்க வேண்டும்" என்று நினைத்துக் கொண்டான். கடிதத்தை மடித்து பீரோவில் வைத்தவன் குளித்து சாப்பிட்டு ரெஸ்ட் எடுத்துக் கொண்டு மாலையானதும் பாஸ்கரின் வீட்டை நோக்கி காரில் சென்றான்.

அங்கே,

வீடு பூட்டிக் கிடந்தது! காரிலிருந்தபடியே யோசித்தான். வெளியே போயிருப்பார்களோ! நாளைக்கு வரலாமா? இப்படி யோசித்துக் கொண்டிருக்கும் போதே ஒரு பையன் வந்து காரை தொட்டுப் பார்த்தவன் "யார் வேணும்?" என்றான் கீச்சுக் குரலில்.

இந்த வீட்டுல இருப்பாங்களே அவங்கெல்லாம் வெளில போயிருக்காங்களாப்பா?"

"அவங்களெல்லாம் வேற வீடு போய்ட்டாங்களே" அதற்குள் அவன் தோழன் வந்துவிடவே அந்த பொடியன் பறந்தான்.

"என்னது? வீடு மாத்திட்டாளா?" திகைப்பாயிருந்தது அவனுக்கு. காரை விட்டு இறங்கினான். அதற்குள் பக்கத்து வீடு அடுத்த வீட்டிலிருந்தெல்லாம் தலைகள் தெரிந்தன. ஒரு முடிவுடன் பக்கத்து வீட்டிலிருந்து எட்டிப் பார்த்த ஒரு அம்மாளிடம் கேட்டான். அவள் ஒரு நிமிடம் தயங்கினாற் போலிருந்து விட்டு, "நீங்க யாரு? அவங்க சொந்தக்காராளா?" என்றாள்.

விவரிக்க நேரமில்லை. "ஆமாம்!" என்றான்.

"அப்படின்னா உங்களுக்கு விஷயம் தெரியாதா?"

"இல்லை! நான் ஊரிலில்லை!"

"அந்த பிள்ளையாண்டானுக்கு திடீர்னு ஆக்ஸிடெண்ட் ஆயிடுத்து. என்னென்னமோ சொல்றா. வலிப்பு வந்து

நடுத்தெருவில் விழுந்துட்டானாம். அப்படியே லாரி அரைச்சுண்டு போயிடுத்தாம். பாவம் அந்தப் பொண்ணு சின்ன வயசு. வீட்டை காலி பண்ணிண்டு போயிடுத்து...”

நின்ற தரை பிளப்பது போலிருந்தது அவனுக்கு. மண்டையில் மின்சாரம் பாய்ந்தாற்போல் செயலற்று நின்றான். அந்த முட்டாள் அன்னிக்கே சொன்னானே! நாம கிண்டல் பண்ணினோமேன்னு வருத்தப்பட்டு... பாவி! அன்னிக்கு உன் வாயை அடைச்சேனே! தலை சுற்றுவது போலிருந்தது. கண்ணில் குளம் கட்டிக் கொண்டது. நடு ரோட்டில் அழக்கூடாதே என்று பார்வையை சுழற்றி வெளிவர இருந்த கண்ணீரை கர்ச்சிப்பினால் உள்ளுக்குள்ளேயே அமுக்கி விட்டான். மறுபடியும், அந்த அம்மாளிடம்,

“இப்போ அவங்க எங்கே போயிருக்காங்கன்னு தெரியுமா?”

“தெரியாது!” அதற்குமேல் நின்னு ஒரு ஆம்பளைகிட்ட பேசினா தப்புங்கற மாதிரி இழுத்து போர்த்திக் கொண்டு உள்ளே சென்றுவிட்டாள்...

அன்றிலிருந்து அவன் அனுவைத் தேடாத இடம் பாக்கியில்லை. அப்படியிருக்கும் போதுதான். ஒருநாள் ஏதேச்சையாக அவளைச் சந்தித்தான். முதல் சந்திப்பிலேயே எப்படி விஷயங்களை அவளிடம் கூறுவது? சாதாரணமாகப் பேசினான். அதற்குப் பிறகு நாலைந்து நாள் வேலை சரியாக இருந்ததால் அவளைப் பார்க்க முடியவில்லை. ஆனால் நடு நடுவில் பாஸ்கரின் கடிதத்தை வைத்துக் கொண்டு புலம்பினான். ‘பாவி! இப்படி ஒரு சத்தியத்தை வாங்கிண்டியே! என்னால் காப்பாத்த முடியுமா? அனு சம்மதிப்பாளா?’ மறுநாள் தன்னைத்தானே தெளிவு படுத்திக்கொண்டு அவளுடைய ஆபீசுக்குப் போன் செய்து அவளை கூப்பிடச் சொன்னான். அவள் வரத் தாமதித்த இரு நிமிடங்களும் இரு யுகங்களாக கழிந்த பின்,

“ஹலோ! அனு ஹியர்!”

“ஐ ஆம் விசு!”

“எனக்கு உங்ககிட்ட ஒரு முக்கியமான விஷயம் பற்றிப் பேசணும் அனு!”

“உங்களுக்கும் எனக்கும் அப்படி என்ன முக்கியமான விஷயம்?”

“அதைச் சொல்லுவதற்காகத்தான் என் வீட்டிற்கு அழைக்கிறேன்!”

“சாரி, என்னால் வர முடியாது! முடிந்தால் போனிலேயே சொல்லுங்கள்?”

அவனுக்கு என்னவோ போலாகி விட்டது. “தப்பாக. நினைக்க வேண்டாம் அனு? பாஸ்கரோட விருப்பம் ஒன்று கடித ரூபத்தில் எங்கிட்ட இருக்கு! அவனுடைய விருப்பத்தை பூர்த்தி செய்யக் கடமைப்பட்டவன் நான். அதனால தான் அந்த கடிதத்தை நீங்க படிக்கணுங்கறதுக்காகத்தான் உங்களை என் வீட்டிற்கு வரச் சொல்றேன்!”

சட்டென்று அவள் உடலில் ஓர் இன்ப அதிர்ச்சி “பாஸ்கரோட விருப்பமா! கடித ரூபத்திலா? என்னவாக இருக்கும்? ஏன் எனக்கு எழுதாம விசுவுக்கு எழுதணும்?”

“என் அட்ரஸ் நார்த் மாடத் தெரு, மயிலாப்பூர். விருப்பமிருந்தால் என்னை வந்து சந்திக்கலாம். ஐ வோண்ட் கம்ப்பெல்” டக்கென்று ரிஸீவரை வைத்தான்.

மறுமுனையில் அனு தவித்தாள்!

விசுவிடம் கடினமாக பேசி விட்டோமே? சே! என்ன மனுஷி நான்! தராதரம் தெரியாம அவன்கிட்டே போய் எரிஞ்சு விழுந்தேன். என்ன நெனைச்சிருப்பான் என்னை பத்தி? என் பாஸ்கரோட ஆசை என்னவாக இருக்கும்? என்ன எழுதியிருப்பார் லெட்டரில்? ‘இவ்வளவு தூரம் சொல்லியும் நான் போகாமலிருந்தால் என்ன நினைத்துக் கொள்வார் விசு? போக வேண்டும்!’ தீர்மானித்தவுடன் பர்மிஷன் போட்டு விட்டு ஆபீஸை விட்டு வெளியே வந்து மயிலாப்பூர் போகும் பஸ்ஸில்

அமர்ந்தாள். மனம் கடிதத்தைப் பற்றியே நினைத்து துடித்தது. 'என்னைவிட விசு உசத்தியா போயிட்டாரா? ஏன் எனக்கு எழுதலை?' மறுபடியும் குழப்பம்! மனதை அடக்க முயன்றாள்.

குளத்தங்கரையில் பஸ் நின்றது. இறங்கி நடந்தாள். 37, 86, 85, 84, 83. டக்கென்று நின்றாள். அதோ அந்த வீடுதான் பெரிய பங்களா! தயங்கி நின்றாள். அதற்குள் மாடியிலிருந்து அவளைக் கவனித்த விஸ்வம் கீழே இறங்கி வந்தான்.

"வாருங்கள் அனு! கண்டிப்பாக நீங்கள் வருவீர்கள் என்று நினைத்தேன்."

புன்னகை ஒன்றை விடையாக அளித்தவள் அவனுக்குப் பின் நடந்தாள்.

"வீட்டில் யாருமில்லையா?" சம்பிரதாயமாகக் கேட்டாள்.

"ஓ! அம்மா இருக்காங்களே! அவங்க ரூமில இருப்பாங்க" மாடி ஏறினான்.

"திஸ் இஸ் மை ரூம்!"

பெரிய ரூம். சுத்தமாக இருந்தது. பணக்காரக் களை சொட்டியது. மேஜையின் மேல் அவனும் பாஸ்கரும் சிரித்துக் கொண்டிருந்தனர். அவள் மனம் ஒரு கணம் வலித்தது.

"என்ன சாப்பிடறீங்க?"

"நோ! தேங்ஸ், நான் சீக்கிரம் போகணும்."

'என்னை சீக்கிரம் அனுப்பினால் தேவலை' என்பது போலிருந்தது அவள் கூறியது.

விசு இண்டர்காமில் காப்பிக்கு சொல்லிவிட்டு பீரோவை திறந்தான். 'என்ன நினைத்துக் கொள்வாள்? கைகள் நடுங்கியது. பாவி என் பேரையும் அல்லவா இழுத்து விட்டான்?' கடிதம் கை மாறியது.

அனு கடிதத்தைப் பிரிக்க ஆரம்பித்தாள். விஸ்வம் ஏதோ சாக்கில் அவளுக்கு தனிமையளித்து வெளியேறினான்.

நிதானமாக கடிதத்தைப் பிரிக்க ஆரம்பித்தவளுக்கு நிமிடங்கள் ஏற ஏற மண்டைக்குள் இடி இடித்து இரைச்சல் கேட்க ஆரம்பித்தது போல் இருந்தது. தடுமாறியவள் தன்னை கஷ்டப்பட்டு சமாளித்துக் கொண்டாள். கண்களில் நீர் வழிந்தோடியது.

டியர் விசு,

அன்று நாம் வாய் வார்த்தையாக பேசிக் கொண்டது, உனக்கு நினைவிருக்கும் என்று நினைக்கிறேன். என் இன்னர் தாட் (Inner thoughts) சொல்வது போல விபரீதம் நடந்து நான் போய் விட்டால் (!) வாய் வார்த்தைக்கு மதிப்பேது? என்று நீ பேசாமலிருந்து விடக்கூடாதே என்று உன் உதவிக்காக இந்த கடிதத்தை எழுதுகிறேன். இன்னொன்று அன்று உன்னிடம் முக்கியமான ஒன்றை நேருக்கு நேர் கேட்க எனக்கு வாய் வரவில்லை. இன்று நீ எதிரில் இல்லாததால் தைரியமாக கடிதம் மூலம் கேட்கிறேன்! தயவு செய்து என்னைத் தப்பாக நினைக்காமல் மேற்கொண்டு படி. அனுவுக்கு மறுவாழ்வு தேடிக் கொடு என்று உன்னிடம் சத்தியம் செய்து தரச் சொன்னேன் அன்று.

இன்று கேட்கிறேன் (மறுபடியும் சொல்கிறேன் தப்பாக நினைக்காதே! இது என் நப்பாசை) நீயே ஏன் அவளுக்கு மறு வாழ்வளிக்கக்கூடாது? என் மீது உனக்கு கோபம் வரலாம். என்னமோ உள் மனதில் ஏற்பட்ட ஆசையை வெளியிடாமல் இருப்பது தவறு என்பதால் நிறைவேறுமோ நிறைவேறாதோ இரண்டில் ஒன்று என்று கேட்டு விட்டேன். உன்னைப் பற்றி பள்ளிக் காலத்திலிருந்தே அறிந்தவன் நான்.

அந்த நட்பில் ஏற்பட்ட பாசத்தில் கேட்கிறேன் இப்படி. உனக்கு விருப்பமில்லாத பட்சத்தில் நான் உன்னை

வற்புறுத்தவில்லை. அதை நீ மறந்து விடு... வெறும் வெளிப் புகழ்ச்சிக்காக யாராவது, அவளைத் திருமணம் செய்து கொண்டு அவள் கஷ்டப்படுவதை என்னால் தாங்க முடியாது. அதனால்தான் உன்னிடம் அப்படி கேட்கிறேன். முடிந்தால் உனக்குப் பரிபூரண விருப்பமிருந்தால் (நான் கேட்பதற்காக நீ செய்ய வேண்டாம்!) அவளுக்கு நீயே வாழ்வு கொடு! இல்லையானால் உனக்கு நிகரான ஒருவனிடம் அவளை ஒப்படை. இன்னொன்று! இதில் முக்கியம் அனுவின் விருப்பமே! அவள் விருப்பப்படியே முடிவு செய். அவள் நன்றாக இருக்க வேண்டும்! அதுதான் என் ஆசை! அனு இதைக் கேட்டதும் சீறி விழுவாள். இந்த கடிதத்தைக் காட்டு. என் கட்டளை அது என்று சொல். இத்துடன் அனுவுக்கும் ஒரு கடிதம் வைத்திருக்கிறேன். விசு இதெல்லாம் உனக்குப் பைத்தியக்காரத்தனம் என்று தோணும். இல்லையப்பா! என் உள்ளுணர்ச்சியைப் பற்றி உனக்குத் தெரியாது. அதன் சக்தியும் புரியாது. அது சொன்னது என் வாழ்க்கையின் ஒவ்வொரு கட்டத்திலும் பலித்திருக்கிறது. உதாரணத்திற்கு ஒன்று சொல்கிறேன் கேள். காலேஜ் படிக்கும்போது நாம் இருவரும் டென்னிஸ் போட்டிக்காக ஒருமுறை ஹைதராபாத் போனோமே ஞாபகம் இருக்கிறதா? அன்று முழுவதும் என் மனம் விளையாட்டில் இல்லை. ஏதோ விபரீதம் நடக்கப் போகிறது என்று உள்ளுணர்ச்சி சொல்லிக் கொண்டே இருந்தது. அதேபோல் அப்பா இறந்து விட்டதாகத் தந்தி வந்தது. செலக்ஷனுக்காக நடந்த அந்த போட்டியில் தோற்றேன். என் வாழ்க்கையிலிருந்து விளையாட்டும் பிரிந்தது. பிறகு ஆர்வமே ஏற்படவில்லை, ஆரம்பத்திலிருந்தே நான் டென்னிஸ் நன்றாக விளையாடினாலும் என்னால் அதில் முன்னேற முடியாது என்று என் உள் மனம் சொல்லிக் கொண்டே இருந்தது. அதேபோல் குடும்பத்தில் அடுத்தடுத்து தொல்லைகள். போதாதற்கு ஃபிட்ஸ் வேறு வர ஆரம்பித்தது. இது போன்று இன்னும் எத்தனையோ

சம்பவங்கள். அத்தனையையும் விளக்க நேரமில்லை. அதேபோல் எனக்கு நல்ல சாவு இல்லை! கூடிய சீக்கிரம் நான் மரணத்தை சந்திக்கப் போகிறேன் என்றே என் மனம் சொல்லுகிறது. ஒருக்கால் மற்றவைகளைப் போல் இதுவும் பலித்துவிட்டால்? அதற்குத்தான் இந்த முன்னேற்பாடு.

கவலைப்படாதே! தேவை ஏற்பட்டால் இரண்டு கடிதங்களையும் பயன்படுத்திக் கொள்! இல்லையானால் நீ சொல்வது போல் என் நூறாவது வயதில் (உனக்கும் அப்போது நூறு வயதுதான்!) உன் பேரக் குழந்தையுடன் வந்து கடிதங்களை என்னிடம் கொடு. உன்னெதிரில் அப்போது நானே கிழித்தெறிகிறேன். இரண்டு பேரும் கை கொட்டிச் சிரிப்போம். (அதற்குள் கடிதமே மக்கிப் போய் கிழிந்திருக்கும்!)

நன்றி.

அன்புடன்,
பாஸ்கர்.

அனு கடிதத்தைப் படித்துவிட்டு சிலையாக இருந்தாள்.

***

அத்தியாயம்

7

உணர்ச்சிகளைப் பிரதிபலிக்க முடியாமல் கல்லாக உறைந்து போயிருந்தாள் அனு. மௌனமாக அடுத்த கடிதத்தைப் பிரித்தாள்.

என் அன்பிற்குரிய அனு!

இந்தக் கடிதத்தை நீ படிக்கக் கூடிய நேரமே வரக்கூடாதென்று வேண்டிக் கொண்டுதான் இந்தக் கடிதத்தை எழுதுகிறேன். அப்படி நீ படிக்க வேண்டி வந்தால் அது என் துரதிருஷ்டம் என்றுதான் சொல்வேன். அதற்காக நீ கலங்க வேண்டாம். என் அனு கலங்கக் கூடாதென்றுதான் இந்த ஏற்பாடே செய்கிறேன். உன்னை ஏமாற்றி திருமணம் புரிந்து கொண்ட பாவத்திற்குப் பிராயச்சித்தம் தேட நினைக்கிறேன். அந்த என் விருப்பம் பூர்த்தியடைந்தால் தான் என் மனம் நிம்மதியடையும். நான் இறந்துவிட்டால், அனு உனக்கு விருப்போ வெறுப்போ என் அன்புக் கட்டளைக்கு நீ அடிபணிந்து தான் ஆக வேண்டும்!

சிறிது காலம் உன் கணவனாக வாழ்ந்த என் மீது உண்மையாக மதிப்பு வைத்திருந்தால், என் விருப்புத்தை பூர்த்தி செய்.

ஒரு நல்ல தகுந்த பாதுகாப்பு தேவை! உனக்கும் தான்!

விசு நல்லவன். அவனைப்பற்றி நான் அறியாதது எதுவுமில்லை. நீயும் அவனைப் பற்றி அறிவாய். அவனையே நீ உனக்குத் துணையாக தேர்ந்தெடுத்தால் நான் மிகவும் சந்தோஷப்படுவேன். ஆனால் இது வற்புறுத்தலல்ல. விசு மீது உனக்கு விருப்பமில்லாவிட்டால் தைரியமாக அவனிடம் கூறி விடலாம். அவனே உனக்கு நல்லதொரு துணையை தேடித் தருவான். அப்படிச் செய்வதாக எனக்கு உறுதியளித்திருக்கிறான். வீண் பிடிவாதங்களையும் மூட நம்பிக்கைகளையும் விரட்டி விட்டு என் விருப்பப்படி நட! 'நான் மட்டும் உனக்கு கணவனாக ஆகாமலிருந்திருந்தால் நீ ஆரோக்கியமான ஒருவரை கல்யாணம் செய்து கொண்டு தீர்க்க சுமங்கலியாய் இருந்திருப்பாயோ என்னவோ?' என்று ஒவ்வொரு கணமும் குற்ற உணர்ச்சியில் துடிக்கிறேன். அப்படி என் உள் உணர்ச்சி பலித்துவிட்டால் உனக்குப் பெரிய கொடுமை இழைத்தவனாவேன். உனக்கு மறு வாழ்வு கிடைப்பதன் மூலம் என் பாவக்கறையை போக்கிக்கொள்ள எனக்கு உதவி செய். அனு! ஐ பெக் யூ. நீ படித்தவள். என் உணர்ச்சிகளைப் புரிந்து கொண்டிருப்பாய். எதிர்கால அமைதிக்கு வழி தேடு.

இப்படிக்கு உன்...
பாஸ்கர்.

உடலின் இரத்தமெல்லாம் சுண்டி விட்டது போல் உணர்விழந்து பேச்சிழந்து சிலை போல் அமர்ந்திருந்தாள் அனு. 'பாஸ்கர்! என்ன மனிதர் அவர்! மென்மையான மலர் போன்ற அந்த உள்ளத்தில் அப்படியொரு விபரீத ஆசையா? அதை என்னால் நிறைவேற்ற முடியுமா? முடியாது! கண்டிப்பாக, என்னால் முடியாது என்று கதற வேண்டும் போல் இருந்தது. பாஸ்கர் உங்களோட வாழ்ந்த அந்த ஆறு மாதத்திலேயே

பரிபூரணமா வாழ்ந்துட்டேனே பாஸ்கர்! எனக்கு என்ன குறை? நீங்க, என்ன தப்பு பண்ணினீங்க? 'ஒருத்தன் பெண்டாட்டியை இன்னொருத்தன் கட்டிக்க முடியாது' என்று உங்களுக்குத் தெரியாதா? அப்படியிருக்க உங்களுக்குத்தான் நான் மனைவின்னு ஆண்டவன் போட்ட முடிச்சை அவிழ்த்துவிட்டு நான் எப்படி உங்களைப் பண்ணிக்காம வேற ஒருத்தனுக்கு மனைவியாக முடியும்? இதில் நீங்க எப்படி தப்பு பண்ணியிருக்க முடியும்?' உணர்ச்சிகள் அவள் மனதில் கொந்தளித்துக் கொண்டிருக்கும் போது, விசுவின் குரல் கேட்டதும் திடுக்கிட்டாள்,

"உங்கள் நிலை எனக்குப் புரிகிறது அனு!" மேல் கொண்டு பேச முடியாமல் தவித்தான். அனு சட்டென்று கண்களை தாழ்த்திக் கொண்டாள். பாஸ்கரின் ஆசைகளை நிறைவேற்ற வேண்டுமென்றால் நாம் இவனையல்லவா மணக்க வேண்டி வரும்? அந்த நினைப்பு எழுந்த கணமே அவள் உடலெல்லாம் கூசியது. முன்போல் அவனை நேருக்கு நேர் பார்க்க முடியாமல் தடுமாறினாள்.

"நான்கூட பாஸ்கர்கிட்ட எவ்வளவோ எடுத்துச் சொன்னேன்! ஆனா அவன் இந்த விஷயத்தில் இவ்வளவு பிடிவாதமா இருந்தது எனக்கு ரொம்ப ஆச்சரியமா இருந்தது. ஆனால் அவன் காரணத்தோடதான் பிடிவாதம் பிடிச்சிருக்கான்! எப்பேர்ப்பட்ட மனிதன் அவன்! இருந்தாலும் போனாலும், மனைவி தனக்கு மட்டுமேன்னு நினைக்கற மனிதர்களுக்கு நடுவில் முன்கூட்டியே இப்படி ஒரு ஏற்பாட்டை செஞ்சுட்டு போயிருக்கற அவனைப் புகழறதா அல்லது உங்களுக்கு இப்படி ஒரு இக்கட்டான நிலையை கொடுத்ததற்காக அவனைத் திட்டறதான்னு தெரியல்லை..."

"நானும் அதையேதான் சொல்றேன்! எப்பேர்ப்பட்ட புருஷன்கூட நான் வாழ்ந்திருக்கேன்னு இப்போதான் எனக்குப் புரிகிறது. அந்த திருப்தியே இனி வாழ்நாள் பூராவிலும் எனக்கு சந்தோஷத்தை தரும். அப்படி இருக்க எதற்கு இந்த ஏற்பாட்டை செய்தார்?" அவள் கண்களில் திரண்டு வெளியேறிய நீர் அவள் உள்ளத்து நெகிழ்ச்சியைப் பிரதிபலித்தது.

“நல்லா யோசிச்சுப் பதில் சொல்லுங்க, அனு! அவனோட விருப்பத்தை பூர்த்தி செய்ய உங்களால் முடியுமா?”

சட்டென்று நிமிர்ந்து அவனைப் பார்த்தாள். ‘என்ன சொல்கிறார் இவர்? தன்னை மணக்க முடியுமா என்று மறைமுகமாக கேட்கிறாரா?’

“டோண்ட் மிஸ்டேக் மி! உங்கள் பார்வையின் சந்தேகம் எனக்கு புரிகிறது! அனு! என்னை மணக்க வேண்டும் என்று நான் சொல்லவில்லை! உங்கள் விருப்பம் தான் என் விருப்பமும். பாஸ்கரைப் போல் தான் நானும் ஆசைப்படுகிறேன். உங்களுடைய இந்த கோலம் மாற வேண்டும்! அது என்னால் என்றால் என்ன? வேறு யாரால் என்றால் தான் என்ன? உங்கள் விருப்பம் என்ன என்பதை சொல்லுங்கள்! அதன்படி கண்டிப்பாக செய்கிறேன்! ரியலி பிட்டி ஃபார் யூ. இருந்தாலும் அந்த நல்லவனின் ஆசையை நிறைவேற்றுங்கள் ப்ளீஸ்” அவன் மென்மையாக கூறியபொழுது அவளுக்கு அழுகை பொத்துக் கொண்டு வந்தது. உதட்டைக் கடித்து கஷ்டப்பட்டு அடக்கிக் கொண்டாள். தொண்டை வலித்தது! வார்த்தைகள் வரவில்லை.

“நீங்கள் நிதானமாக யோசித்து உங்கள் முடிவை, அது நல்ல முடிவாக இருக்கும்படி சொல்லுங்கள். பை தி பை. அப்படி என்னை மணக்க சம்மதமில்லை என்றாலும் நீங்கள் தைரியமாக சொல்லிவிடலாம். நோ ஃபார்மாலிட்டிஸ்! பாஸ்கரின் விருப்பம் என்ன தெரியுமா? உங்கள் விருப்பப்படி நான் செய்ய வேண்டும் என்பது தான்!” அவன் குரல் கரகரத்தது.

விசு எழுந்து கொண்டான். மனதில் ஆயிரம் சுமைகளோடும், போராட்டங்களோடும், கேள்விகளோடும் அவள் அந்த வீட்டை விட்டுக் கிளம்பினாள். அவள் விரும்பினால் இதே வீட்டில் அவன் மனைவியாக வரலாம்! முடியுமா தன்னால்?

வீடு வந்தும் அவள் மனம் நிலைகொள்ளவில்லை! இரவெல்லாம் தூங்கவிடாமல் செய்தது. அவன் கடிதம்! அந்த

அன்புக் கட்டளை! 'ஓ! பாஸ்கர் என்ன காரியம் செய்துவிட்டீர்கள்?' உருகித் தவித்தாள்.

✲ ✲ ✲

என்னமோ தெரியவில்லை அன்று சுந்தரிக்கு ஒரே பரபரப்பு.

காலையில் எழுந்த உடனேயே குளிக்கிறேன் பேர்வழி என்று பாத்ரூமிற்குள் போனவள் ஒரு மணி நேரமாகியும் வெளி வந்தபாடில்லை. அவளைச் சுற்றிலும் எட்டு தினுசு கிண்ணங்கள், ஒன்றில் கஸ்தூரி மஞ்சள், இன்னொன்றில் கடலை மாவு, பயத்த மாவு, யாரோ சொன்னார்கள் என்று எலுமிச்சை சாறையும் தக்காளி சாறையும் மற்றொரு கிண்ணத்தில் கலந்து வைத்துக் கொண்டிருந்தாள். ஒரு பாலாடையில் மஞ்சளும், பாலேடும் கலந்திருந்தது. ஒவ்வொன்றாக முகத்தில் தேய்த்துக் கொண்டு பதினைந்து பதினைந்து நிமிடமாக ஊறத் தொடங்கினாள்.

வெளியிலிருப்பவர்களுக்கெல்லாருக்கும் அன்று குளியல் அரோகரா! ஒன்றும் பேச முடியாது! சிவனே என்று குளிக்காமலே சமைக்கத் தொடங்கினாள் கல்யாணி. முத்துப் பாட்டிக்கோ கேட்கவே வேண்டாம். குளித்து ஜெபம் பண்ணிவிட்டுத்தான் சமைக்கவே ஆரம்பிப்பாள். இன்று? தவித்தாள். உள்ளுக்கும் வெளிக்கும் நடந்தாள். முரளிக்கு ஒன்பது மணிக்கு ஸ்கூல். எட்டரை மணிக்கே சாப்பிட்டு கிளம்பினால் தான் சரியாயிருக்கும். மறுபடியும் வெளியில் வந்தாள். ஊஹூம் இது இப்போதைக்கு வெளில வராது என்று உணர்ந்த பின் ஒரு பக்கெட் தண்ணீருடன் அடுக்களை தொட்டி முற்றத்திலேயே காக்காய் குளி குளித்தாள் அவசரமாக. அனு போர்ஷனில் அந்த வசதிகூட கிடையாது. வாசல் பக்கத்து போர்ஷனாயிருந்ததால் அடுக்களையில் குளித்தால் வழி நடையெல்லாம் தண்ணீர் ஓடும். பத்ரகாளி மாதிரி ஆட ஆரம்பிப்பாள் சாரதா. நேரம் ஆகிக்கொண்டே இருந்தது. ஆறரை மணிக்கு உள்ளே போன சுந்தரி! மணி 7-40 ஆகிவிட்டது எட்டரை மணி பஸ் பிடித்தால்தான் சரியாக இருக்கும். சீக்கிரம்

வரச்சொன்னால் வீம்புக்கு இன்னும் லேட்டாக்குவாள் சுந்தரி. எதற்கு வம்பு?

பொறுத்து பொறுத்துப் பார்த்த அனு, "இன்னிக்கு குளியல் கிடையாது. நான் மூஞ்சியாவது கழுவிண்டு கிளம்பறேன்" என்று கல்யாணியிடம் சலித்துக் கொண்டு சோப்புடன் வெளியில் வந்தாள்.

மாடி பாத்ரூமிலிருந்து அப்போதுதான் குளித்துவிட்டு வெளிவந்த சுபத்ரா அனுவை பார்த்துவிட்டாள். "என்ன அனு, இன்னும் குளிக்கலை? மணியாறதே?" அனு சைகையால் பாத்ரூமை காட்டி உதட்டை பிதுக்கினாள். சுபத்ரா மாடி பாத்ரூமை காட்டி அங்கு வந்து குளிக்கச் சொன்னாள். இதுவரை மாடிக்கு போகும் அவசியம் அவளுக்கு ஏற்படட்டதில்லை. அதற்கு நேரமும், இருந்ததில்லை. எப்பொழுதாவது மங்களம் அவர்கள் போர்ஷனுக்கு வருவாள். அல்லது கல்யாணி மாடிக்குப் போய் பேசிக் கொண்டிருப்பதோடு சரி, யோசித்தாள். அதற்குள் சுபத்ரா மறுமுறை அழைக்கவே தயங்கியபடி மாற்று உடைகளுடன் மாடிக்குப் போனாள். சுபத்ரா மாடிப்படிக்கே வந்து அழைத்தாள். "வா அனு! அப்பவே நீ வந்திருக்கலாம்! எனக்கு தெரியாது" என்றவள் ஒரு பிளாஸ்டிக் பக்கெட் தண்ணீரை பாத்ரூமிற்குள் வைத்துவிட்டு "போய்க் குளி அனு" என்று கூறி முடிப்பதற்கும், தலைபோகிற அவசரத்தில் டவலுடன் சிந்து வருவதற்கும் சரியாயிருந்தது. சோப்பும் கையுமாக அனு நிற்பதை பார்த்தவன் ஒரு கணம் திகைத்தான். செய்வதறியாமல் அனு நின்றுவிட்டாள். சுபத்ராவிற்கோ பயம்! தான் ஏதாவது சொல்லப்போக அவளெதிரில் அவன் வெடுக்கென்று முரட்டுத்தனமாக கத்திவிட்டால் என்ன செய்வது என்று யோசித்தாள். அதற்குள் அவனே ஒன்றும் பேசாமல் தலைகுனிந்தபடி உள்ளே போய் விட்டான். சுபத்ராவுக்கு ஆச்சர்யமான ஆச்சர்யம்.

"நீ வேணும்னா அவரை குளிக்கச் சொல்லு சுபா. நான் கீழே போய் முகத்தை அலம்பிக்கிறேன்."

“நோ நோ! நீ குளி அனு. அவனுக்கென்ன பத்து நிமிடம் லேட்டா போனாலும் கேக்கறதுக்கு ஆள் கிடையாது. அவனே முதலாளி! அவனே தொழிலாளி” சிரித்துக் கொண்டே உள்ளே போனாள்.

வேறு வழியின்றி உள்ளே நுழைந்து கதவை சாத்திக் கொண்டு குளிக்க ஆரம்பித்தாள் அனு. சிந்து தலைகுனிந்தபடி மௌனமாக திரும்பிச் சென்ற காட்சியே கண்ணுக்குள் நின்றது.

இவனையா எல்லாரும் முரடன்னு சொல்றா? அல்லது அவன் முரட்டுத்தனம் என்னைப் பார்த்து மட்டும் அடங்கிடறதா? ச்சீ அப்படி இருக்காது! நான் யாரு அவன் யாரு? அவன் எதுக்கு அடங்கணும்? சட்டென்று கண்ணில் விசு வந்து நின்றான்.

“என்னைக் கல்யாணம் பண்ணிக்க இஷ்டமில்லாவிட்டாலும் நீங்க தைரியமா சொல்லிடலாம்! நோ ஃபார்மாலிடிஸ்” மென்மையாக சிரித்தாள்.

கண்களை இறுக மூடிக் கொண்டாள். சூடான கண்ணீர் கன்னத்தில் வழிந்தோடியது. சட்! பாவம் அவனுக்கு மணியாயிடப் போறது. மடமடவென்று குளித்துவிட்டு உடைகளை மாற்றிக் கொண்டு ஈரத்துணிகளை பிழிந்து கையில் எடுத்துக் கொண்டு வெளியில் வந்தாள். சுபத்ரா சாப்பிட்ட தட்டுடன் வெளியில் வந்தாள். “ரொம்ப தேங்ஸ் சுபா. உனக்கு மணியாயிடும்! நீ போய்டு டோன்ட் வெய்ட் ஃபார் மி!” சொல்லி விட்டு நடந்தாள். வராண்டா அருகில் வந்தபோது அவளையும் அறியாமல் கண்கள் உள்ளே ஓடின. ஏதோ ஒரு டார்ச்லைட்டுடன் போராடிக் கொண்டிருந்த சிந்துவின் கண்களும் சட்டென்று அவளைச் சந்தித்தன. அந்தப் பளிங்கு முகம்! அவன் மனதை என்னமோ செய்தது. அந்த வட்ட முகத்தில் குங்குமம் மட்டும் இருந்தால்! ஓ! பாவம் இந்தப் பெண்ணிற்கு இந்த வயதில் இந்த சோதனை ஏற்பட்டிருக்க வேண்டாம்! அவளையறியாமல் அவன் உள் மனம் அவளுக்காக, அவளுக்கு விதி இழைத்த கொடுமைக்காக, மெல்லிய குரலில் ஓலமிட்டது. அவள் போன பிறகும் சுபத்ரா

வந்து குளிக்கச் சொல்லும் வரை அப்படியே பிரமை பிடித்தவன் போல் உட்கார்ந்திருந்தான்.

“என்னடா சிந்து குளிக்கலை இன்னும்?” மங்களம் வேறு கேட்டாள்.

“கீழே அந்த லங்கிணி குளிக்கப் போய்ட்டு வரவேயில்லையாம். என்னமோ அழகிப் போட்டிக்கு கிளம்பற மாதிரி தேச்சு தேச்சு குளிச்சு ஆகலை போலிருக்கு. அதான் அனுவை மாடில வந்து குளிக்கச் சொன்னேனா, அதான் இவனுக்கு இன்னிக்கு லேட்!” சுபத்ரா கூறி முடித்துவிட்டு அவன் தோளை பிடித்து உலுக்கியவுடன் சட்டென்று விழித்துக் கொண்டு பரபரக்க விழித்தான்.

“என்னடா ஆச்சு!”

“ம்! ஒண்ணுமில்லை!” சொல்லிக் கொண்டே பாத்ரூமிற்கு நடந்தான்.

தாயும் மகளும் என்ன ஆச்சு இவனுக்கு என்று ஒருவர் முகத்தை ஒருவர் பார்த்துக் கொண்டனர்.

கீழே அப்போது தான் சுந்தரியும் குளித்து முடித்து விட்டு உள்ளே வந்தவள் நேராக கண்ணாடி முன் போய் நின்று அப்படியும் இப்படியும் திரும்பி திரும்பி முகத்தை பார்த்துக் கொண்டாள். ஒரு மாற்றமும் இல்லை அந்த முகத்தில்! ஏமாற்றமாக இருந்தது. “ச்சீ எனக்கு அவசரம்! **அரச மரத்த சுத்திட்டு அடி வயத்துல கையை வெச்சுப் பாத்துண்டாளாம்** என்கிற மாதிரி ஒரு நாள்லையே அழகு வந்துடுமா” என்று தேற்றிக் கொண்டாள். போச்சு! தினமும் இவள் இப்படி குளிக்க ஆரம்பித்து விட்டால் மற்றவர் கதி? அதைப் பற்றி அவளுக்கென்ன கவலை! “ஏண்டி இத்தனை நேரமாவா குளிச்சுண்டிருந்தே?”

“நேத்திக்கு என் ஸ்கூல் பிரண்டு ஒருத்திய பார்த்தேம்மா. அவதான் இதெல்லாம் தேச்சுண்டு பதினைஞ்சு நிமிஷம் ஊறினப்புறம் குளிச்சா மூஞ்சி பளபளன்னு ஆயிடும்னு சொன்னா!”

சாரதா ஒன்றும் பதில் சொல்லவில்லை! எப்படியோ அழகானால் சரி! என்று போய் விட்டாள்.

சுந்தரி ஒரு அழகான புடவையை கட்டிக் கொண்டாள். குண்டு உடம்பிற்கு துளியும் பொருத்தமில்லாமலிருந்தது.

"எங்கடி போறே?"

"கோவிலுக்கு!" அவள் ஃப்ரெண்டு கூறியிருந்தாள். "குளித்து விட்டு நுனித்தலையை முடிஞ்சுண்டு கோவிலுக்கு போய் கண்ணை மூடிண்டு பக்தியோட நின்னா ஆண்கள் அப்படியே மயங்கிப் போய் விடலாம்! யாராவது ஒருவன் காதலிக்க ஆரம்பிச்சுடுவான்!"

"என்னது கோவிலுக்கா?" சாரதா அதிசயமாக கேட்டாள். ஒருக்கால் இந்த பொண்ணு மனசு நொந்து போய் கோவிலுக்குப் போறதோ! ஆனால் கேட்கவில்லை. அவளும் அன்று வரன் ஒன்று பார்ப்பதற்காக, வில்லிவாக்கம் வரையில் போவதாக இருந்தாள். "கோவில்லேர்ந்து வந்து சாப்பிடறயா?"

"சாமி கோச்சுக்க மாட்டார்! சாப்டுட்டே போறேன்." சாரதா பதில் ஏதும் சொல்லவில்லை. அவள் சாப்பிட்டதும் தானும் சாப்பிட ஆரம்பித்தாள்.

அதற்குள் சுந்தரி கண்ணாடி முன் உட்கார்ந்து அலங்கரித்துக் கொள்ள ஆரம்பித்தாள். லாக்டோகாலமினை குழைத்து முகத்தில் பூசினாள். கறுப்பு முகத்தில் பளிச் சென்று தெரிந்தது. அதற்குமேல் விக்கோடெர்மரிக்கையும் பூசிக் கொண்டாள்! ஆத்திரக்காரி! அழகு சொட்ட வேண்டும் என்று ஆசைப்பட்டாள். ஏதாவது ஒன்று போதாது? ஆனால் இரண்டும் சேர்ந்து திரிதிரியாக வர ஆரம்பித்தது. ஒரு வழியாக சரிசெய்து விட்டு பவுடரை பூசிக் கொண்டு நடு நெற்றியில் சற்று பெரியதாகவே சிகப்புச் சாந்தை இட்டுக் கொண்டாள். (பெரிய பொட்டு தான் மங்களகரமாக இருக்கும் - பிரண்டு வார்த்தை!) அதன் மேல் விபூதி! சுண்டு விரல் பட்டையாகவே விழுந்து பளிச்சென்று தெரிந்தது.

திருப்தியுடன் நுனித் தலையை முடிய ஆரம்பித்தாள். ஏது நுனி முடி? இருப்பதே அரையடி! கஷ்டப்பட்டு முடிந்தாள்! கழுத்தில் முடிச்சு இடித்தது. அடக்கமாக புடவையை போர்த்திக் கொண்டு ஒரு முறை கண்ணாடியில் பார்த்தாள். திருப்தியாக இருந்தது! வீட்டை விட்டு வெளியே வந்தவள் கால்கள் பார்த்தசாரதி கோவிலை நோக்கி நடக்கத் தொடங்கின.

✲ ✲ ✲

“என்ன அனு! திரும்பி வந்துட்டே! ஆபீஸ் போகலையா?”

“இல்லைம்மா! தலையை வலிக்கிறது! ஒருநாள் போகலைன்னா குடியா முழுகிடும்? அதான். திரும்பி வந்துட்டேன்.”

“சரி பேசாம படுத்துக்கோ! மாத்தரை ஏதானும் வேணுமா?”

“வேண்டாம்!”

“சரி! நான் கோவிலுக்குப் போயிட்டு வரேன். கதவை உள்ள தாளிட்டு படுத்துக்கோ!”

“வேண்டாம்மா. நீ பூட்டிண்டு போய்க்கோ! நான் ஆபீசுக்கு போன் பண்ணி லீவு சொல்லிவிட்டு வரேன்.” செருப்பை மறுபடியும் மாட்டிக் கொண்டு வெளியேறினாள்.

“நல்ல பொண்ணு! வர வழியிலேயே பண்ணிட்டு வரப்படாதோ” கல்யாணி கதவைப் பூட்டிக் கொண்டு பேரனுடன் கோவிலுக்குக் கிளம்பினாள்.

***

அத்தியாயம் 8

ஒவ்வொரு கடையிலும் ஏகப்பட்ட கூட்டம். நிம்மதியாக டெலிஃபோன் பண்ண முடியாது. அனு ஒவ்வொரு கடையாக கடந்து கொண்டே வந்தவள் இரண்டு மூன்று தெருக்களைத் தாண்டி வந்து விட்டாள். அந்த இரைச்சல் மிகுந்த சூழ்நிலையிலும் அமைதியாக அதிகம் ஆளில்லாமல் ஒரு ஒர்க்ஷாப் இருந்தது. கதிர்வேல் ஆட்டோமொபைல்ஸ். அவசரமாக அங்கு சென்றாள். நல்ல காலம் டெலிஃபோன் இருந்தது! கடையில் ஒரு பையன் இருந்தான். அவனிடம் சொல்லி விட்டு டெலிஃபோனை எடுக்கப் போனாள். பூட்டியிருந்தது.

"தம்பி லாக் பண்ணியிருக்கே! சாவி இல்லையா?"

அப்போது தான் அந்தப் பையனுக்கு, உறைத்தது. அசடு வழிந்தான். "சாவி அண்ணங்கிட்ட இருக்குதுங்க. இதோ இப்போ வந்துடுவார்! அப்பவே போய்ட்டாருங்க. உட்காருங்க!"

"பரவாயில்லைப்பா! இது உங்கண்ணன் கடையா?" அனு சிரித்துக் கொண்டே கேட்டாள்.

"இல்லீங்க! நாங்க அண்ணேன்னு அவரைக் கூப்பிடுவோம்."

"ஓஹோ! சீக்கிரம் வந்துடுவாரா?"

"வந்துடுவாங்க."

அனு மணியைப் பார்த்தாள். வேறு கடைக்குப் போனாலும் விசுவிடம் மனம்விட்டு பேசமுடியாது! நேரம் ஆனாலும் இங்கேயே ஃபோன் பண்ணிவிட்டுப் போகலாம் என்று நினைத்தவளாய் அங்கிருந்த ஒரு சேரில் உட்கார்ந்தாள். நம் இஷ்டத்துக்கு நாம் பாட்டுக்கு விசுவுக்கு ஃபோன் பண்ண வந்துட்டோமே, அம்மா இதுக்கெல்லாம் என்ன சொல்வா? 'பெண்ணுக்கு மறு வாழ்க்கை கிடைக்கப் போறதுன்னு ஆனந்தப்படுவாளா? இல்லை அதைவிட நீ சாகலாம்னு மூஞ்சில அறஞ்சா மாதிரி சொல்வாளா?' அவள் சிந்தனை ஓடிக்கொண்டிருந்தது.

✵ ✵ ✵

கிர்ர்ர்ரிங்! சிந்து காலிங் பெல்லை மெதுவாக அழுத்தினான். உள்ளே எந்த சலனமும் இல்லை. மறுபடியும் அழுத்தினான். யாரோ வருவது கேட்டது.

கிளிக்! தாழ்ப்பாள் நீக்கப்பட்டது.

“எக்ஸ்கியூஸ்மி! இதுதானே மிஸ்டர் சுந்தரலிங்கத்தின் வீடு!”

“ஆமாம்!” பதில் சற்று முறைப்பாகவே வந்தது அந்தம்மாளிடமிருந்து.

“அவர் இருக்காரா?”

“நீ யாரப்பா?”

“அவரிடம் கதிர்வேல் ஆட்டோமொபைல்சிலிருந்து வந்திருக்கிறேன் என்று சொல்லுங்க!”

மறுகணம் அவள் உள்ளே போனாள். டிக் டிக் என்று மெதுவாக வினாடிகள் ஓடி நிமிடங்களாக மாறின. ஒன்று, இரண்டு, மூன்று! அவள் மறுபடியும் வந்தாள்.

“அவரில்லைப்பா! வெளில போயிருக்கிறார்!”

சிந்துவின் முகம் சிவந்தது. பெரிய மனிதத் தோரணையினூடே எத்தனை சின்ன விஷமத்தனம்! சிறிது நேரம் யோசித்தான்.

"அவர் வரட்டும்! நேரமானாலும் பாதகமில்லை! நீங்களும் அப்படி உக்காருங்களேன்! உங்களுக்கு ஒரு கதை சொல்லட்டுமா?" விஷமமாக கேட்டான்.

"என்னப்பா! கொழுப்பா?"

"அது உங்களுக்குத்தான் நிறைய இருக்கு!"

"என்ன வாய் ஜாஸ்தியாறது! இல்லைன்னு சொன்னா போக வேண்டியது தானே?"

"அத அவரையே விட்டுச் சொல்லச் சொல்றதுதானே?" கிண்டலாக கூறினவன் கண்கள் ஒவ்வொரு பொருளாகப் பார்க்கத் தொடங்கின. ஆணியில் மாட்டியிருந்த கார் சாவி, ஒரு ஜோடி செருப்பு, வாசலில் நின்றிருந்த கார்! இதற்கெல்லாம் என்ன அர்த்தம் என்பது போலிருந்தது அவன் பார்வை,

அந்தம்மாள் முகம் மாறியது. "இத பாருப்பா! அவர் என்ன பிச்சைக்காரனா. ஒரு ஜோடி செருப்பு தான் அவர்கிட்ட இருக்கணுமா? இல்லை வெளில போனா கார்லதான் போகணுமா? அவர் வாக்கிங் போயிருக்கார். வேணுமானால் காந்தி சிலை பீச்சுக்கு போ! அங்கே இருப்பார்!"

"எல்லாரும் கார்த்தாலே அஞ்சு மணிக்கோ, ஆறு மணிக்கோ வாக் போவா! இவர் ஒன்பது மணிக்கு போயிருக்கார்! எதுக்கு? காந்திகிட்ட நான் சத்தியமே பேசறேன்னு சொல்லறதுக்கா?"

"டேய் என்ன நீ ஆடாவடி பண்றே! அவர் இப்போ இல்லை. அவ்வளவுதான்!"

"இல்லை! அவர் வரட்டும் எனக்கு அவசரமில்லை! நான் இப்படி உட்கார்ந்துக்கறேன்!" சிந்து ஒரு சோபாவில் உட்கார்ந்து கால் மேல் கால் போட்டுக் கொண்டான், உதடுகளில் சின்னதாக புன்னகை நெளிந்தது. கண்களில் விஷமத்தனம் சொட்டியது.

பல்லை நற நறவென்று கடித்தாள் அந்தம்மாள்,

"என்ன நீ? தொறந்த வீட்டுல நாய் நுழையற மாதிரி நுழைந்து விட்டு சோபாவில வேற உட்கார்ரே? ஆம்பளையில்லாத வீட்டுல கலாட்டாவா பண்றே? போலீஸைக் கூப்பிடுகிறேன் பார்!"

"கூப்பிடுங்கோ? இப்பவே கூப்பிடுங்கோ! போலீஸ் வந்தாலாவது அதோ அந்த ரூம்லேர்ந்து உங்க புருஷன் வெளியே வராரான்னு பார்க்கறேன்! ச்சே! நீங்களும் மனுஷாளா? கொடுக்க வேண்டிய பாக்கியை கொடுத்தா நான் எதுக்கு உங்க வீட்டுக்கு வந்து இதோ இந்த கிழிசல் சோபால உக்காரப் போறேன்? போறது கார்ல! இதுல ஊரெல்லாம் கடன்!" படபடவென்று -பொரிந்து கொட்டினான் சிந்து.

அவள் முகம் சிவந்தது. அவமானம் தாளாமல் அடுத்த நிமிடம் அவன் சற்று முன்பு சுட்டிக் காட்டிய அறைக்குள் நுழைந்து, அவள் புருஷனிடம் சண்டையிட்ட குரல் தெளிவாக கேட்டது.. அடுத்த ஐந்தாவது நிமிடம் திருவாளர் சுந்தரலிங்கம் கோபமாக வெளியே வந்தார்.

"யூ! இடியட்! என் வேலையெல்லாம் கெடுக்கிறதுக்கா வந்திருக்கே? அந்த ரூம்ல எவ்வளோ பேரோட. டிஸ்கஸ் பண்ணிண்டுருக்கேன். ஒரு நிமிடம் வேஸ்ட்டாச்சுன்னாலும் ஒரு லட்சம் போய்டும்டா! உன் பிச்சைக்காசு எழுநூற்றி எண்பதை கேக்க இப்பொதான் நேரம் கெடச்சுதா? கெட்லாஸ்ட். யூ பாஸ்ட்...!"

"நிறுத்துங்க சார்!" அடித்தொண்டையிலிருந்து அவன் கர்ஜித்தவுடன் சட்டென்று அடங்கி விட்டார் அவர்.

"பிச்சைக்காசா இருந்தா ரிப்பேர் பண்ணின காரை எடுத்துண்டு வரும்போதே விட்டெறியறது தானே? ஒரு நிமிஷத்துல லட்ச ரூபாயை அந்த ரூம்ல சுவரும் ஜன்னலும் தான் கொடுக்க போறதாக்கும்? ஏன் சார் இப்படி சின்னத்தனமா இருக்கீங்க...? பெரிய லட்சாதிபதின்னு பேருக்கு கொறச்சல் இல்லை! எண்ணூறு ரூபாய் பிச்சைக் காசுக்கு ஆயிரம் தடவை வரவழிக்கிறீர்களே! வெக்கமில்லை?" நெருப்பாக வார்த்தைகளைக் கொட்டினான்.

என்ன பேச்சு பேசிவிட்டான்! உடம்பெல்லாம் தகித்தது அந்த மனிதருக்கு. மானம் (!) போகிறது போல் அல்லவா பேசிவிட்டான்! 'இன்னமும் ரூபாயை கொடுக்கா விட்டால் இவன் ஊரெல்லாம் கூட்டி மானத்தை வாங்கினாலும் வாங்கி விடுவான் ரௌடிப்பய!' என்று நினைத்தவராக வேட்டை நாய் போல புஸ் புஸ் என்று மூச்சிறைக்க உள்ளே சென்றவர் எண்ணூறு ரூபாயைக் கொண்டு வந்து அவனெதிரில் விட்டெறிந்தவர் "எழுநூற்றி எண்பது தான் கொடுக்கணும். மிச்சப்பணத்தை வெச்சுட்டு போயிண்டேரு! மிஸ்டர் கதிர்வேலன் என்னோட பெஸ்ட் ஃபிரண்டு! அவர்கிட்ட சொல்லி மொதல்ல உன்னைத் துரத்தாட்டி என் பேரை மாத்திக்கறேன் பார்!"

"உங்க பேர் பத்திரம் சார்! மாத்திண்டா நல்லாயிருக்காது! நான் வரேன்!" ரூபாயை மடித்து பையில் வைத்துக் கொண்டு புறப்பட்டான்.

"டேய் மிச்ச ரூபாயை கொடுத்துட்டு போ?"

"முடியாது. இத்தனை நாளா எங்க ஆளு உங்க வீட்டுக்கு பஸ்ஸில் அலைஞ்சுட்டு ஏமாந்ததுக்கு மீதிப் பணம்!" விர்ரென்று வெளியில் வந்தான்.

ஆத்திரம் பொங்கி வழிய அடிபட்ட பாம்பு மாதிரி நின்று கொண்டிருந்தார் சுந்தரலிங்கம்.

அங்கிருந்து சைக்கிளில் ஏறி அமர்ந்த சிந்து கடையை நோக்கி விரைந்தான். மனதில் சந்தோஷம்! ஏழெட்டு மாசமாக பாக்கி நின்ற பணத்தை வசூல் செய்துவிட்டோம் என்ற திருப்தி பரவியது. அதோடு பெரிய மனுஷத்தனம் நிறைந்த ஒரு நாயை நன்றாக வார்த்தைகளால் அடித்து வீழ்த்திய வீரம் பொங்க, மெதுவாக சீட்டியடித்துக் கொண்டே கடையை நெருங்கினான். அடுத்த கணம் அவன் திகைத்தான்.

அவளா? அனுவா உட்கார்ந்திருப்பது? நம் கடையிலா? எதற்கு? உச்சந்தலையிலிருந்து உள்ளங்கால் வரையில் சில்லென்ற

குளிர்ச்சி பரவியது போலிருந்தது. அசோகவனத்து சீதை மாதிரி கன்னத்தில் கையை ஊன்றிக் கொண்டு சித்திரப்பாவை மாதிரி உட்கார்ந்திருந்த அவளைக் கண்டதும் அவன் கால்கள் பின்னத் தயங்கின. இவன் வந்ததை உணராமலே உட்கார்ந்திருந்தாள் அவள்.

"அம்மா! அண்ணன் வந்திட்டாரு! அண்ணே! ஃபோன் பண்ணணுமாம் சாவி வேணுமாம்" சொல்லிவிட்டு பையன் நகர்ந்தான்.

சிந்தனையிலிருந்து மீண்டும் திரும்பிய அனு ஆச்சர்யத்தாள் திடுக்கிட்டாள்...!

'சிந்துவா! இவன் இங்கேயா வேலை பார்க்கிறான்? சட்! சுபத்ரா எத்தனை தடவை இவனைப் பற்றி பேசும்போது சொல்லியிருக்கிறாள்? எனக்கு ஏன் தோன்றாமல் போயிற்று? தன் குழப்பங்கள் தன்னை சிந்திக்க விட வில்லையோ' என்று நினைத்தாள். 'என்ன செய்வது? போய் விடலாமா? இவனெதிரில் எப்படிப் பேசுவது?' அவள் இப்படி யோசித்துக் கொண்டிருக்கும் போதே அவன் பேண்ட் பாக்கெட்டிலிருந்து சாவியை எடுத்து அவள் முன் வைத்தான். ரூபாயை எடுத்து டிராயரில் வைத்து பூட்டினவன் மௌனமாகக் கடையை விட்டு வெளியேறினான்.

'இவனா முரடன்? சிந்து! ஹவ் ஜென்டில் யூ ஆர்!'

அனு பூட்டை திறந்து ஒவ்வொரு எண்ணாகச் சுழற்ற ஆரம்பித்தாள். முதலில் ஆபீஸ்க்கு போன் பண்ணி லீவு சொல்லிவிட்டு, அடுத்து விசுவின் எண் டயல் செய்தாள். கண்கள் வெளியே பார்த்தன. சிந்து எதிர்க்கடையில் பேப்பர் படித்துக் கொண்டிருந்தான். இவள் பக்கம் முதுகுதான் தெரிந்தது. எதிர்முனையில் ஃபோன் எடுக்கப்பட்டது.

"ஹலோ விசு ஹியர்" அப்பா! அவனே எடுத்து விட்டான் நல்ல காலம்!

"ஐ ஆம் அனு!"

“ஓ!”

அந்த ‘ஓ’வில் தான் எவ்வளவு ஆவல் எவ்வளவு எதிர்பார்ப்புகள்! அவற்றை பூர்த்தி செய்ய என்னால் முடியுமா!

“வந்து.... நா எல்லா விஷயத்தையும், பத்தி யோசித்தேன். பட்...! ஐ கேன் நாட் கம் டு த கன்குளுஷன்... அவ்வளவு சீக்கிரம் என்னால் ஒரு முடிவுக்கு வரமுடியாது போலிருக்கு! ஐ வாண்ட் சம் டைம் டு திங்க் டீப்லி...! இன்னும் ஒரு மாசம் கழிச்சு நானே உங்ககிட்ட வந்து சொல்றேன்! அதுவரைக்கும்... ப்ளீஸ் டோண்ட் ட்ரை டு மீட் மி!” சொல்ல வேண்டியதை மனப்பாடம் செய்து ஒப்பித்தது போல் கூறிவிட்டு மௌனமானாள்.

“ஓ.கே!”

சற்றுமுன் அந்த ‘ஓ’விற்கு அடங்கின அத்தனை உணர்ச்சிகளும் இங்கே ஓ.கேயில் ஏமாற்றமடைந்து அமுங்கிவிட்ட மாதிரி இருந்தது.

“நீங்க யோசிக்கறேன்னு சொன்னதே எனக்கு பெரிய சந்தோஷம் தான்! முடிவு நல்ல முடிவாக இருக்க வேண்டும்னு நான் ப்ரே பண்றேன்!”

“தேங்க்யூ!” அனு ஃபோனை வைத்து விட்டு திரும்பினாள். சிந்து இன்னமும் பேப்பரில் மூழ்கியிருந்தான். ஃபோனுக்கு யாரிடம் பணம் கொடுப்பது? அந்தப் பையன் எங்கே போனான்? தயங்கினாள். இங்க வெச்சுட்டு போயிடலாமா? சீச்சீ அது மரியாதை இல்லை... அவன் என்ன நினைத்துக் கொள்வான்? அதே நேரத்தில் ஏதேச்சையாக கடைப்பக்கம் திரும்பின சிந்து இவளைப் பார்த்துவிட்டு கடைப் பையனிடம் ஏதோ சொல்லி அனுப்பினான். பையன் ஓடி வந்தான்.

“பண்ணிட்டீங்களாம்மா?”

“எவ்வளவு தரணும்?”

“எழுபது பைசாங்க”

“ரெண்டு கால் பண்ணியிருக்கேன் இந்தா” அனு ரெண்டு ரூபாய் நோட்டை எடுத்துக் கொடுத்தாள்.

"சில்லறை இல்லீங்களே!"

"பரவாயில்லை அப்புறம் வாங்கிக்கிறேன்!"

"ஐயோ வேண்டாங்க! அண்ணன் திட்டுவாரு. நான் எதிர்ல மாத்திட்டு வந்துடறேன் இருங்க" ஓடினான் அவன்.

ஏனோ சிந்து அவளிடம் ஒரு வார்த்தைகூட பேசாது என்னமோ போலிருந்தது. என்னதான் பேசிப்பழக்கம் இல்லைன்னாலும் அவர் கடைக்கு வந்திருக்கற மரியாதைக்காகவாவது ஏதாவது பேசியிருக்கலாம்! அட்லீஸ்ட் போனுக்கான பணத்தையாவது வாங்கிக் கொண்டிருக்கலாம். எதற்கு பையனை அனுப்பினான்? அவளிடம் பேச விரும்பலாமா?

அவன் ஜென்டில்நெஸும் பிடித்திருந்தது. அதே நேரத்தில் அவளைத் தெரிந்துகொள்ளாதது போன்ற அவன் செய்கையில் அவள் உள்மனம் லேசாக வலித்தது.

அதே நேரத்தில் பேப்பரில் மனம் லயிக்காமல் தவித்தான் சிந்து. தெரிந்தவளாக இருந்தும் மரியாதை இல்லாமல் கடைப்பையனை விட்டு காசை வாங்கிக்கொள்ளச் சொன்னது தவறோ என்று அவன் மனம் குறுகுறுத்தது.

"அண்ணே சில்லறை இல்லையாம். அறுபது பைசா மிச்சம் கொடுக்கணும்" பேண்ட்டில் கைவிட்டு சில்லறையை எடுத்துக் கொடுத்தான். 'நாமே போய் கொடுத்தால் என்ன' என்று மனது யோசித்துக் கொண்டிருக்கும் போதே கை சில்லறையை பையனிடம் கொடுத்து விட்டது. அவன் ஓடிவிட்டான். 'இன்ஸ்ல்ட் பண்ணி விட்டோமோ? ச்சே. அவள் என்ன நினைத்துக் கொள்வாள்!'

தனக்குள்ளேயே அவன் வருந்திக் கொண்டிருக்கும் போதே அனு வெளியேறி நடந்தாள். அவன் இருந்த பக்கம்கூட திரும்பவில்லை. கனத்த இதயத்துடன் கடைக்குள் நுழைந்தான் சிந்து.

✲ ✲ ✲

பயபக்தியுடன் பார்த்தசாரதி முன்னால் கண் மூடி நின்று கொண்டிருந்தாள் சுந்தரி. மனசென்னவோ ஸ்வாமியிடம் இல்லை! "யார் தன்னைப் பார்த்து மயங்கிக் கொண்டிருக்கிறார்களோ?" என்றே படபடத்துக் கொண்டிருந்தது. ஐந்து நிமிடங்கள் பொறுமையாக கண்ணை மூடிக் கொண்டிருந்தவள் அவசரமாக கண்ணைத் திறந்து சுற்றிலும் பார்த்தாள். சுண்டைக்காயாக வற்றிவிட்டது அவள் முகம். என்ன ஏமாற்றம்! எவனாவது பார்க்க வேண்டுமே! ஸ்ரீபார்த்தசாரதி சுவாமி தான் பார்த்துக் கொண்டிருந்தார் மீசையுடன் கனகம்பீரமாக! அவள் உள்ளமே சிலிர்த்தது. அந்த அழகில் முறுக்கிவிடப்பட்ட மீசையும், அந்த கம்பீரத் தோற்றமும்! சலித்துக்கொண்டே தீர்த்தம் துளசி வாங்கிக் கொண்டு சந்நிதியை விட்டு வெளியேறினவள் கண்களில் கல்யாணி பட்டு விட்டாள். கண்களில் வெறுப்பு படர்ந்தது.

வெளி பிரகாரத்தை சுற்றின கல்யாணி ஒரு ஓரமாக குழந்தையுடன் உட்கார்ந்து கொண்டாள்.

"என்ன மாமி! ஆளையே காணும்?" சட்டென்று திரும்பிப் பார்த்தாள் கல்யாணி. ஓ! பாகீரதி மாமி!

"வாங்கோ! சௌக்கியமா!"

"ஆமாம் விசாலத்துக்கு ஏதானும் வரன் குதிர்ந்துதா?"

"இல்லையே! அதுதான் பார்த்துண்டிருக்கோம்! ஒண்ணும் சரியா அமைய மாட்டேங்கறது. எனக்கு அந்த சிந்தாமணியை பார்த்தா என்னன்னு திடீர்னு தோண்றது. முரடன்னாலும் பொண்டாட்டின்னு வரபோது நன்னா வெச்சுக்க மாட்டானா? குணம் நல்ல குணம் தான். கோபந்தான் ஜாஸ்தி. கையில் தெறமையும் இருக்கு! ஏதோ நம்ம சக்திக்கு ஏத்த மாப்பிள்ளை! இதவிட்டா பின்ன ஐ.ஏ.எஸ்ஸா வருவான்? நீங்க என்ன சொல்றேள் மாமி?"

"நான் என்ன சொல்றது? யாருக்கு, யார்னு எழுதி வெச்சிருக்கோ அதுப்படிதான் நடக்கும்! விசாலத்துக்கு சிந்துதான்னு இருந்தா தன்னால் நடந்துட்டுப் போறது. ஆனா கல்யாணத்துக்கு ரெண்டு

பொண் இப்போதைக்கு இருக்கச்சே அவா ஒத்துப்பாளா? மீனுவுக்காவது அவசரமில்லை!"

"ஏன்? என் பிள்ளை எங்க போய்ட்டான்? பொண்ணை குடுத்து பொண்ணை எடுக்க வேண்டியது தானே! விசாலத்தை சிந்துவுக்கு பண்ணிண்டால் ஏதோ ஒரு பொண்ணுக்காவது கல்யாணமாகுமே. அப்புறம் ஜெயத்துக்கும் கூடிய சீக்கிரம் பாத்து முடிச்சிட்டா போறது."

இப்போதுதான் புரிந்தது அவள் சூழ்ச்சி! பாகீரதியா! கொக்கா! வேலை செய்யாத படிக்காத பெண்ணை சிந்து தலையில் கட்டிவிட்டு பதிலுக்கு பணங்காய்ச்சி மரத்தைன்னா கொண்டுபோகப் பார்க்கிறா! இவளிடமிருந்து கழண்டுகொள்ள வேண்டியது தான்!

"என்னமோ எல்லாம் நல்லபடியா முடிஞ்சா சரி! நான் கிளம்பறேன் மாமி! அனு காத்துண்டிருப்பா."

"அனு லீவா என்ன?"

"என்னமோ தலையை வலிக்கிறதுன்னு லீவு போட்டிருக்கா. அந்தப் பொண்ணை பார்த்தாலே வயறெல்லாம் எரியறது."

"உம் பாவம்தான்! என்ன இருந்தாலும் ரொம்ப சின்ன வயசுல இப்படி ஆகியிருக்க வேண்டாம்! இருந்தாலும் நீங்க ஜாக்கிரதையா இருங்கோ மாமி! அனு வாழ்ந்து முடிச்சவள்னாலும் இன்னும் இளமை இருக்கு! ஊர்ல ரௌடி பசங்கள் தான் அதிகரிச்சுண்டிருக்கா! ம்ம்ம். அந்தக் காலத்துல வெளியே அனுப்பமாட்டா. இப்பொ தான் காலம் மாறியாச்சே! வீட்டுக்குள்ளே அடஞ்சு கிடக்க, முடியறதா, பொழப்புக்கு போய்த்தான் ஆகவேண்டியிருக்கு!"

"சரி! நான் வரேன் மாமி!" சொல்ல நினைத்ததைக் கஷ்டப்பட்டு அடக்கிக் கொண்டு பேரனுடன் கிளம்பினாள் கல்யாணி.

"நீங்களும் கொஞ்சம் மங்களத்துக்கிட்ட ஜாடைமாடையா சொல்லிப் பாருங்கோளேன்! உங்களுக்கு நன்னா தெரிஞ்சவா!"

“ஆகட்டும் பார்க்கறேன்!” என்று வேகமாக நடக்க ஆரம்பித்தாள்.

அதுவரை சற்றுத் தள்ளி அவர்கள் பேச்சு அத்தனையையும் உட்கார்ந்து கேட்டுக் கொண்டிருந்த சுந்தரியின் முகத்தில் துவேஷம் சுடர் விட்டெரிந்தது! “ஓஹோன்னானாம்! அப்படியா சேதி! பார்த்துக்கறேன்” கருவிக் கொண்டே எழுந்தாள்.

***

அத்தியாயம் 9

"போன் பண்ணிட்டாயா அனு?"

"ம்!"

"ரொம்பத் தலைவலிக்கிறதா?"

"இல்லை!"

"தைலம் வேணும்னா தடவி விடட்டுமா?"

"ம் ஹூம்!"

"ஏன் என்னமோ போல இருக்கே?"

"ஒண்ணுமில்லை!"

மனம் திசை மாறித் தாவியது.

"இந்த அம்மா என்ன சொல்லுவா? இதுக்கெல்லாம் ஒத்துப்பாளா? இல்ல பழசுலயே இன்னும் ஊறிண்டிருப்பாளா?" யோசனையுடன் கண்ணை மூடிக்கொண்டு படுத்துக் கொண்டிருந்தாள் அனு.

கல்யாணி ஒன்றும் பேசவில்லை. குழந்தையை அனுவின் பக்கத்தில் போட்டுவிட்டு சாப்பிடப் போனாள்

ம்ம்மா! குழந்தை அவள் முகத்தை கையால் மெல்ல மெல்ல தட்டித் தடவி வாயை வைத்துக் கடித்தது.

அனு கண்ணைத் திறந்தாள். குழந்தையை எடுத்து மேலே படுக்கப் போட்டுக் கொண்டாள். அந்த பால்வடியும் முகம் அவளை என்னமோ செய்தது. மெதுவாக அதன் கன்னத்தில் முத்தமிட்டாள்.

“உனக்கு அம்மா மட்டும் போதுமா? இல்லை அப்பாவும் வேணுமாடா ராஜா?” மெதுவாக கேட்டாள்.

குழந்தை சிரித்தது. என்ன கேள்வி இது என்பதுபோல! “பாஸ்கர்! ஏன் இப்படி என் மனசை அலைக்கழிக்கிறீங்க! என் மனசில உறுதியில்லையே. என் மேலே எனக்கே நம்பிக்கை இல்லையே பாஸ்கர்! என் மனசுல சலனம் ஏற்பட ஆரம்பிச்சுட்டுதே! நான் என்ன செய்வேன்?” குபுக்கென்று கண்களில் நீர் நிறைந்தது. “அம்மா வரட்டும்! அவளிடம் கேட்டுவிடலாம்!” கண்களைத் துடைத்துக் கொண்டாள். சிறிது நேரம் கரைந்தது.

சில்லென்ற கை நெற்றியில் பட்டவுடன் கண் விழித்தாள் அனு. “ஜோரமடிக்கறதான்னு பார்த்தேன்!” கல்யாணிதான். பாவம் அம்மா! எவ்வளவு கவலைப்படறா! நாம் நன்னா இருக்கணும்னு நெனச்சால் நிச்சயம் ஒத்துப்பா! ஒருக்கால் அவ மறுத்துட்டா? நம்மால் அவளிஷ்டப்படி பேசாமலிருந்துவிட முடியுமா? நோ! பாஸ்கரின் ஆசைதான் எனக்குப் பெரிது!

கல்யாணியும் மணையில் தலையை வைத்துப் படுத்துக் கொண்டாள். சிறிது நேரத்திற்குப் பிறகு.

“அனு கோவில்ல பாகீரதி மாமியைப் பார்த்தேன். அவளுக்கிருக்கற ஆசையைப் பார்த்தீயா?”

“என்ன?”

“அவ பொண்ணுக்கு சிந்துவை குடுப்பாளான்னு கேக்கச் சொல்றா! பதிலுக்கு சுபத்ராவை அவ பிள்ளைக்கு பண்ணிக்கறாளாம்... பேராசையைப் பார்த்தீயா?”

சிந்துவுக்கு ஒரு பெண்ணா! சுருக்கென்று எங்கேயோ ஊசி குத்தியது போலிருந்தது.

“அப்படியா? மங்களம் மாமி ஒத்துப்பாளா?”

“சுபத்ராவுக்கும் விடியறது! தவிர சிந்துவுக்கு எவ பொண்ணு கொடுப்பான்னு அவ கவலைப்பட்டுண்டிருக்கா!”

“அவனுக்கென்ன குறைன்னு கவலைப்படறாளாம்...! சரியான முரடன்! பொண்டாட்டிய வெச்சு காப்பாத்தற அளவுக்கு என்ன பெரிய வேலை இருக்கு? சாதாரண மெக்கானிக் தானே? பொறுப்பா இருப்பானா? இப்படி ஆயிரம். கவலை அவளுக்கு. நிச்சயம் பாகீரதி பொண்ணை எந்த இளிச்சவாயனும் பண்ணிக்க மாட்டான். பல்லு தூக்கிண்டு ‘ஙே'ன்னு முழிப்பா. சீரில்லாம வரதட்சணை இல்லாம சுபத்ராவை அவ பிள்ளைக்கு பண்ணிக்கறதா இருந்தா பதிலுக்குச் சிந்துவுக்கு விசாலத்தைப் பண்ணிக்கறேன்னு மங்களம் சொல்லப் போறா. அவளுக்குப் பொண்ணுக்கு கல்யாணம் ஆகாதான்னு கவலை. இவளுக்கு பிள்ளைக்கு கல்யாணம் ஆகாதான்னு கவலை அப்புறம் என்ன? ஒண்ணுக்கொண்ணு பொருந்திடும்! ஒரு தரித்திரத்தை அனுப்பிச்சிட்டு இன்னொரு தனலஷ்மியை பதிலுக்கு அழச்சுக்கப்போறா, பாகீ! ஒரே கல்லுல இரண்டு மாங்கா. மங்களத்துக்கும் கவலை விட்டது சுபத்ராவுக்கும் விடியும்! சிந்துவுக்கும் கல்யாணமாகும். அப்புறம் அவன் பாடு வரவபாடுன்னு இவ ஒதுங்கிண்டுடுவா. அவள் எப்படி இருந்தா என்ன? பாவம் சிந்துவுக்கு தான் கஷ்டம்!”

“ஆமா! இப்பொ அவங்களுக்கு கல்யாணம் ஆயிட்டுதா!”

“ஏன்?”

“என்னமோ கல்யாணமெல்லாம் முடிஞ்சு சிந்து கஷ்டப்பட்டுண்டு இருக்காங்கற மாதிரி பேசறயே...?”

“ஏன் ஆகாதுன்னு நினைக்கறீயா?”

“அப்படியில்லை! யாருக்கு யார்னு முடிச்சு போட்டிருக்குன்னு யாருக்குத் தெரியும்? நீ சொல்றா மாதிரி விசாலத்தை யாரும் பண்ணிக்க மாட்டேன்னு சொல்லிடுவான்னு வெச்சுக்கோ! மங்களத்துக்கு மட்டும் மனசாட்சி இல்லாம போயிடுமா? என்ன

தான் பொண்ணுக்கு கல்யாணமாகணுங்கற நப்பாசை இருந்தாலும் சிந்து முரடன்தான்னாலும் அவ பெத்த பிள்ளைக்கு துளிக்கூட பொருந்தாத பொண்ணை பார்த்துடுவாளா என்ன? அப்படியே அவ சரின்னு சம்மதிச்சாலும் சிந்து ஒத்துக்க வேண்டாமா? எல்லா விஷயத்துலேயும் தன்னிச்சையா நடக்கற அவன் முக்கியமான விஷயத்துல மட்டும் விட்டுக் கொடுத்துடுவானா?"

அனு பேசப்பேச, கல்யாணிக்கும் ஏதோ விளங்கியது! இத்தனை நேரம் நாம் முட்டாள்தனமாக பேசிவிட்டோமோ என்று வெட்கப்பட்டாள்.

"எது எப்படியோ... பாகீரதி என்னைத்தான் மங்களத்துகிட்ட ஜாடையா கேக்கச் சொல்லியிருக்கா!"

"கேக்கப் போறீயா?"

"பின்ன? அதுல என்ன வந்துடுத்து? நம்மால் ஆன ஹெல்ப்! கேட்டுறது! கல்யாணம் ஆனா ஆயிட்டுப் போறது... ஆகலைன்னா நீ சொன்ன மாதிரி அவங்க ரெண்டு பேருக்கும் யாரோட முடிச்சு போட்டிருக்கோ அவங்களோடயே தன்னால ஆகும்!"

அனு மௌனமானாள். இவளோட மனசை எப்படிப் புரிஞ்சுக்கறது?" யோசித்தாள். பிறகு திடீரென்று,

"ஏம்மா உனக்கு ஒரு விஷயம் தெரியுமா? எங்க ஆபீஸ்ல சாரதின்னு ஒருத்தர் வேலை பார்க்கறார், அவரோட தங்கைக்கு ரொம்ப கஷ்டப்பட்டு நல்ல பிள்ளையாய் பார்த்து கல்யாணம் பண்ணினார். ஆனா என்ன துரதிருஷ்டம் பார். ஆறே மாசத்துல புருஷன் டிரெயின் ஆக்ஸிடெண்ட்ல போயிட்டானாம்!"

"அடப்பாவமே!"

"ரொம்ப பாவம்தாம்மா! ஆனா அவளோட மச்சினன் என்ன பண்ணினான் தெரியுமா! சின்ன வயசுலேயே அவளுக்கு நேர்ந்த துக்கத்தை எப்படியாவது துடைக்கணும்னு அவளையே கல்யாணம் பண்ணிப்பேன்னு ஒத்தக்கால்ல நின்னு எல்லாரையும்

சம்மதிக்க வெச்சு கல்யாணமும் பண்ணிண்டுட்டான்! எவ்வளவு பெரிய புரட்சி இல்லை? அண்ணன் பொண்டாட்டி. அவனோட வாழ்ந்தவள்னு தெரிஞ்சும் எவ்வளவு பெரிய மனசோட அவளுக்கு வாழ்வு தந்திருக்கான்?"

கல்யாணி பதில் பேசவில்லை, அனு திரும்பினாள். "ஏம்மா பேசாமல் இருக்கே? இதைப்பத்தி நீ என்ன நினைக்கறே?"

"நல்ல காலம் உனக்கு மச்சினன் யாருமில்லை!" வெடுக்கென்று வெளிப்பட்ட அந்த வார்த்தைகளில் நிலைகுலைந்து போனாள் அனு. சிறிது நேரம் கழித்து,

"ஏம்மா! யாரப்பத்தியோ நான் பேசறப்போ நீ ஏன் என்னை சம்பந்தப்படுத்தறே! உனக்கு அவள் கல்யாணம் பண்ணிண்டது பிடிக்கலையா?"

"யாரப்பத்தியோ நீ பேசறதுக்கு நீயும் உதாரணமா தானே!டீ இருக்கே?" கல்யாணி ஒரு நிமிடம் அனுவின் முகத்தை உற்று நோக்கினாள். இந்தப் பொண்ணுக்கு மனசில் ஏதேனும் சபலம் ஏற்பட்டுத்தோ என்கிற மாதிரியான பார்வை!

அனு கண்களை தாழ்த்திக் கொண்டாள். இவளை மாதிரியே இருக்கற ஒரு பொண் ரெண்டாங்கல்யாணம் செஞ்சுண்டதை வரவேற்கற மனசு இவளுக்கு இருக்குன்னா அர்த்தம்? கல்யாணியால் அந்த எண்ணங்களை ஜீரணிக்க முடியவில்லை! ஒருக்கால் நாம் நினைச்சது தப்போ! தனக்குன்னு வரப்போ இவ அப்படி சம்மதிச்சுடுவாளா? என்ன இருந்தாலும் நான் அப்படி வெடுக்காக சொல்லியிருக்கக் கூடாது!

"அனு! உன்னைக் குத்தற மாதிரி சொல்லணும்னு சொல்லலை! என்னமோ நாக்குல சனி புகுந்துண்டுத்து. அவ்வளோதான்! ஆனா நெஜமாவே அந்தப் பொண்ணு இதுக்கெல்லாம் சம்மதிச்சது எனக்குப் பிடிக்கலை. ஆறே மாசம் வாழ்ந்தாலும் அவன்தான் அவளோட புருஷன்! அந்த நினைவிலேயும் அவனோட சந்தோஷமா வாழ்ந்த நாட்களை பத்தியே நினைக்கறதுல தான்

அவ காலத்தைக் கழிக்கணும் அதான் ஒரு பதிவிரதைக்கு அடையாளம்...!"

"நீ சொல்றது சரியில்லைம்மா! கற்பனையில் வாழற சக்தி எல்லாருக்கும் வந்துடறதில்லை! அவனோட நினைவா அவளுக்கு ஒரு குழந்தைகூட கிடையாது! அப்படியே இருந்தாலும் கேள்விக்குறியா பூதம் மாதிரி இருக்கிற எதிர்காலத்தில் அவளுக்கு எத்தனையோ சோதனைகள் வரலாம். அதெல்லாம் அவளால் தனியா தாங்கிக்கொள்ள முடியுமா? அதுக்கு மேல் நீ சொல்ற மாதிரி கட்டுப்பாடு தன்னால வரணும்மா. ஊருக்காக வேஷம் போடக்கூடாது! மனசுல ஒண்ணு வெளில ஒண்ணுன்னு, வாழறதைவிட கௌரவமா கல்யாணம் பண்ணிக்கறதுல என்ன தப்பு! விதவை விவாகம் பண்ணிக்கறதுக்கெல்லாம் உத்தமமான மனசு வேணும்மா... அந்த மனசோட பண்ணிக்கறேன்னு சொல்றவனை பண்ணிக்கறதுலே எந்த பாவமும் கிடையாது!"

"வேற ஏதாவது பேசு அனு! எனக்குப் பிடிக்கலை அவ்வளவுதான்! அந்த அளவுக்கு என் மனசு பக்குவமடையலை. ஆம்படையான் எதிர்க்கக்கூட நின்னு பேசாதவள் நான்! அது, பயமில்லை. ஒரு மரியாதை தான்."

"காலம் மாறிண்டே வரதும்மா!"

"ஒரு சில விஷயத்திலே மாறலாம்! ஒருத்தனுக்கு ஒருத்திதான் இந்த நாட்டுப் பண்பாடு!"

"தப்பு! ஒருத்திக்கு ஒருவன்னு சொல்லு! ஏன்னா! பெண்டாட்டி செத்துட்டா ஆம்பளை இன்னொரு கல்யாணம் பண்ணிக்காம இருக்கறதில்லையே? அது மட்டும் எந்த விதத்தில் நியாயத்தோட சேர்த்தி?"

"அந்த விவாதம் எல்லாம் எனக்குத் தெரியாது! நியாய அநியாயங்கள் பார்க்கவும் நாங்க பழகிக்கலை. பொம்மனாட்டிக்குன்னு ஒரு எல்லை இருக்கு. அதுக்குள்ளதான்

அவா இருக்கணும். அதை மீறி வந்துட்டா அவாளுக்கும் ஆம்பளைக்கும் வித்தியாசமே இல்லை!”

“ஆம்பளைக்கு எல்லையே கிடையாது போலிருக்கு!”

“நிச்சயமா! பொம்மனாட்டி ஆயிரம் சமத்துவம் பேசினாலும், அவாளோட ஏட்டிக்கு போட்டி போட்டாலும், ஆம்பளை ஆம்பளை தாண்டி, அவனுக்கு ஒரு பிடி தாழ்ந்தவ தான் பொண்ணு. அதை உணர்ந்து அவனுக்கு மதிப்பு கொடுக்கறவ தான் உண்மையான மனைவி!”

“.....”

“அனு! இப்போ நான் உங்கிட்ட கேக்கறேன். அந்த பெண்ணுக்கு நீ வக்காலத்து வாங்கறது எந்த நோக்கத்தோட? உன் மனசுல ஏதோ வெச்சுண்டுதான் நீ இப்படியெல்லாம் பேசறயான்னு எனக்கு சந்தேகமா இருக்கு!”

அனு பதறி விட்டாள்! தான் அதிகம் பேசிவிட்டோமோ? சே! என்னப் படபடப்பு எனக்கு. மெதுவாக தாயை பார்த்தாள். “நீயா எதையாவது கற்பனை பண்ணிண்டா நான் என்ன பண்றது? அப்படியெல்லாம் இல்லைம்மான்னு அழச்சொல்றீயா? உன் சந்தேகம் தானாத்தான் அடங்கணும்!” தன் சமாதானம் முழுப் பொய். அந்த நேரத்து சச்சரவுக்கு ஒரு முற்றுப்புள்ளி என்பது அவளுக்கு நன்றாகப் புரிந்தது!

“என்னமோ, என் மனசுல பட்டதை சொன்னேன். அவ்வளவுதான்” கல்யாணியும் அத்துடன் அடங்கி விட்டாள்.

ஆனால் அனுவின் மனம் உடைந்தது. நாளைக்கு கல்யாணம் பண்ணிக்கத் தயாரானால் எதிர்ப்புக் கொடியை முதலில் பிடிக்கப் போறவ இந்த அம்மாவாதான் இருக்கப் போறா! சந்தேகமில்லை! ஆனா அதுக்காக பாஸ்கரோட ஆசையை அப்படியே விட்டுடறதா? ச்சீ! உன் மனசோட ஆசைன்னு சொல்லு! சரி அப்படியே இருக்கட்டும்! நான் ஒத்தைக்கால்ல நின்னா இந்த அம்மா என்ன பண்ணிட முடியும்? குறைந்தபட்சம் அழுவா!

அப்படியெல்லாம் செய்யாதபடி அனுன்னு ஆகாத்தியம் பண்ணுவா! அதுக்கும் கேக்கலைன்னா தற்கொலை பண்ணிப்பேன்னு பயமுறுத்தப்போறா! ஆனால் விசு திறமையானவன். நாசூக்காக பேசியே அம்மாவோட மனசை மாத்தினாலும் மாத்திடுவான்! ஆச்சரியப்படறதுக்கில்லை. அம்மாவோட உறுதியும் கருத்துக்களும் பெண்ணோட வாழ்க்கைகிட்ட நிச்சயமா தோத்துப் போயிடும். மற்றவர்கள் என்ன நெனச்சுண்டா எனக்கென்ன? என் பாஸ்கர் இதுக்கு சம்மதம் கொடுத்திருக்கிறார்! அதுபோதுமே! முக்கியமா சுபத்ரா என்கூடவே தினமும் பேசிண்டு வராளே வரவேற்பாளா இல்லை...? சட்டென்று சுபத்ரா போய், சிந்து கண்ணில் தெரிந்தான். சிந்து! அவன் அந்தப் பெண்ணை கல்யாணம் பண்ணிக்க சம்மதிச்சுடுவானோ கடவுளே! மங்களம் மாமி வேண்டாம்னு சொல்லிடணுமே!

சீ! என்ன துக்கரித்தனமான எண்ணம்! சிந்து யாரு! அவன் யாரைப் பண்ணிண்டால் எனக்கென்ன? இருந்தாலும்... நோ ஐ காண்ட் டைஜஸ்ட் இட்! காரணம்? தெரியாது...! எண்ணங்கள் முழுமையாக ஆக்கிரமித்த மனசோடு அலைந்து களைத்து அனு தூங்கலானாள்.

சுந்தரி யோசித்துக் கொண்டிருந்தாள். கோயிலில் பாகீரதியும் கல்யாணியும் பேசியது அத்தனையும் இண்டு இடுக்கு விடாமல் கேட்டு விட்டாள். அவள் குதர்க்க புத்தி வேலை செய்ய ஆரம்பித்து விட்டது! சரியான பைத்தியம் நான்! சிந்துவை இத்தனை நாள் கவனிக்கவேயில்லையே! அவனுக்கென்ன குறைச்சல்? ராஜா மாதிரி இருக்கான்! என் லட்சணத்துக்கு பெரிய பணக்கார அழகனா காரில் வரப்போறான்? எப்படியாவது அவனைக் கைக்குள் போட்டுக்கணும். பாகீரதி கிடந்து அவஸ்தைப் படணும் விசாலத்தைவிட நான் தேவலை! அப்பொழுதே சிந்துவை பார்த்துவிட வேண்டும் என்று அவள் மனசு துடிக்க ஆரம்பித்து விட்டது. என்னமோ இத்தனை நாள் இல்லாமல் இனிமே ஒரு நிமிஷம் லேட்டாச்சுன்னாலும் அவனை எவளாவது கல்யாணம் பண்ணிண்டுவாளோ? என்ன செய்யலாம்? எப்படி இருந்தால்

சிந்து நம்மை பார்ப்பான். ஏ! பார்த்தசாரதி! என்னை கொஞ்சம் அழகா படைச்சிருக்கக் கூடாதா?

எப்பொழுது மாலை வரும் சிந்து டிபன் சாப்பிட வருவான் என்று காத்திருந்தாள். அவன் தினமும் மதியம் ஒரு மணிக்கும் மாலை ஐந்துக்கும் சாப்பிட வீட்டிற்கு வருவது அவளுக்கு தெரிந்ததுதான். இத்தனை நாள் அதை சட்டை செய்ததில்லை. ஆனால் இன்று!

வரன் பார்க்க கிளம்பிப்போன சாரதாம்பா இன்னும் வரவில்லை. அவள் இப்போதைக்கு வரவேண்டாம் என்று வேண்டிக் கொண்டாள். வரன் பார்க்கப் போயிருப்பதாக அவளுக்குத் தெரியாது. மணி மூன்றடித்ததும் அடுப்பைபற்ற வைத்து காப்பியை போட்டு குடித்து விட்டு, ரவை டப்பாவை எடுத்து ரவை இருக்கிறா என்று ஆராய்ந்தாள் நிறையவே இருந்தது. சர்க்கரை? அதுவும் இருந்தது. வேண்டிய சாமான்களை எடுத்து அடுப்படியில் வைத்துக் கொண்டு இலுப்புச் சட்டியை அடுப்பில் போட்டு ரவையை வறுக்க ஆரம்பித்தாள். கேசரி பண்ணுகிறாளாம்! முன்னே பின்ன பண்ணி பழக்கமிருந்தா தானே! என்னவோ அப்பப்போ எதேச்சையா பார்த்ததை வைத்துக் கொண்டு குருட்டாம்போக்கில் பண்ணத் தொடங்கினாள். வண்டி சர்க்கரையையும் நெய்யையும் கொட்டி முந்திரி பருப்பையும் ஏலக்காயையும் போட்டு... கேசரி! இப்படித்தான் இருக்குமா! அவளுக்கே சந்தேகமா இருந்தது. ஒரு வாய் போட்டுப் பார்த்தாள். வாயில் ஒட்டியது ஆறினால் சரியாய் போய்டும். தனக்குள் திருப்திப்பட்டவளாக அதை ஒரு கிண்ணத்தில் எடுத்து வைத்து விட்டு டிரஸ் பண்ணிக்கொள்ள ஆரம்பித்தாள்.

அரை மணி நேரம் சிரமப்பட்ட பிறகு தான் அழகாயிருக்கிறோம் என்ற எண்ணம் தோன்றியது அவளுக்கு. மணியை பார்த்தாள், நாளே முக்கால்! இன்னும் கால் மணியில் அவன் வந்துடுவான். மனது படபடத்தது. வியர்க்க ஆரம்பித்தது. விசிறிக்கொண்டே கொஞ்சம் பவுடரை பூசிக் கொண்டாள்.

மணி நாலரை! சிந்து ஒர்க் ஷாப்பில் ஒரு காரின் ஹாரனுடன் போராடிக் கொண்டிருந்தான். ரீகண்டிஷன் செய்யப்பட்ட அந்த ஹாரனுக்கு அவன் மேல் என்ன கோபமோ படாய்படுத்தியது. பொருத்திவிட்டு அடித்தது தான் தாமதம் உஸ்ஸ்ஸென்று அலறியது நிறுத்தினாலும் நிற்கவில்லை! பத்து நிமிட சிரமத்திற்கு பிறகு அதை நிறுத்தி மறுபடியும் கழட்டி செக் பண்ணி விட்டு பொருத்தி மறுபடியும் ஹாரனை பிரஸ் பண்ணினான். ஹும்! சத்தம் வரணுமே! மூச்! கொஞ்சம் முன்னாடி நானா நாலு ஊரை கூட்டினேன் என்று கேட்பது போல சாதுவாக இருந்தது. பசி வேறு வயிற்றை கிள்ள ஆரம்பித்தது. காபியும் டிபனும் இறங்கினால் தான் சுறுசுறுப்பு வரும் போலிருந்தது ஒரு வழியாக மறுபடியும் அந்த ஹாரனைக் கழட்டித் துருவிப் பார்த்து சரிசெய்து பொருத்தி அடித்தான்! அப்பா! சரியாக வேலை செய்ய ஆரம்பித்தது. நிம்மதிப் பெருமூச்சுடன் கைகளை கழுவிக் கொண்டு ஷர்ட்டை மாட்டிக் கொண்டவன், "டேய் காசி! வீட்டுக்கு போய்ட்டு வந்துடறேன். பாபு வரவரைக்கும் கடையைப் பார்த்துக்க. அவன் வந்தா நீ போய்க்கோ!" என்று சொல்லிவிட்டு வீட்டை நோக்கி நடக்க ஆரம்பித்தான்.

அன்று காலேஜுக்கு லீவு போட்டிருந்தாள் மீனா. ரிவிஷன் எக்ஸாம் எல்லாம் ஆரம்பித்து விடுவார்கள். போர்ஷன்ஸ் எல்லாம் முடித்தாயிற்று. படிக்க வேண்டியது தான் பாக்கி. படிப்பதற்காக லீவு போட்டாள். ஆனால் தூக்கம்தான் முந்திக் கொண்டு வந்தது! இரண்டு மணி வரை அனாட்டமியுடன் போராடிக் களைத்தவள் அதற்குமேல் தாக்குப் பிடிக்க முடியாமல் கையில் புஸ்தகத்துடன் தூங்க ஆரம்பித்தாள்.

ஐந்து மணிக்கு சிந்து வந்தான். அவள் நிம்மதியாக தூங்கிக் கொண்டிருந்ததை பார்த்தான்! ஏதோ ஒரு பொறாமை ஏற்பட்டது. ஏன் எனக்கு மட்டும் நிம்மதியில்லாத மாதிரி இருக்கிறது? அனு பறித்துக் கொண்டு போய் விட்டாளோ என்கிற மாதிரி பொறாமை. அது சற்று நேரத்தில் வழக்கமான ஆத்திரமாக வெடித்தது. "இதுக்குத்தான் காலேஜுக்கு லீவு போட்டாளா?" கையை நீட்டி அவளைக் காண்பித்து தாயிடம் கேட்டான்.

“இத்தனை நேரம் படிச்சுண்டுதாண்டா இருந்தா. இப்பொதான் தூங்கறாடா... பாவம்!”

“நன்னா பரிஞ்சுண்டு வா! காலேஜ்ல படிக்கறாளோ இல்லையோ! ஆத்துல நன்னா தூங்கறா!” முணுமுணுத்தபடி அடுக்களைக்குள் நுழைந்து டிபன் சாப்பிட உட்கார்ந்தான். மங்களம் தட்டை எடுத்து வைத்து மொறு மொறு வென்று சூடாக இருந்த அடையைப் போட்டாள்.

“ஏம்மா உனக்கு வேற டிபனே பண்ணத் தெரியாதா?”

“தெரியலையே!”

கோபமாக நிமிர்ந்து முறைத்தான். ‘விளையாடுகிறாயா’ என்கிற மாதிரியான பார்வை. மங்களம் சளைக்கவில்லை. “இத பாருடா! உன் அதிகாரத்தை எல்லாம் எங்கிட்ட காமிக்காதே! அதுக்கு ஒருத்தி வந்தப்புறம் அவகிட்ட காண்பிக்கலாண்டா...”

“மாமி!”

கூப்பிடும் குரல் கேட்கவே சட்டென்று தலையை திருப்பி வெளியில் பார்த்தாள் மங்களம். நாணிக் கோணிக் கொண்டு அடக்கமாக போர்த்திக் கொண்டு...! அய்யோ இதென்ன அதிசயம்! சுந்தரியில்ல வந்திருக்கா? இதெதுக்கு வம்புன்னு நினைத்துக் கொண்டே வெளியில் வந்து “என்னம்மா சுந்தரி அதிசயமா இருக்கே?” என்றாள்.

“ஒண்ணுமில்லை மாமி... வந்து... கேசரி பண்ணினேன். உங்களுக்கு கொடுக்கணும்னு தோணித்து” நிமிடத்திற்கொரு முறை அடுக்களையில் தலைகுனிந்தபடி சிவனே என்று சாப்பிட்டுக் கொண்டிருந்தவனிடம் கண்கள் செல்ல, திக்கித் திக்கி சொல்லி முடித்தாள்.

‘இதென்னடி ஆச்சரியம்!’ மங்களம் நினைத்துக் கொண்டாள். இது எதுக்கோ அஸ்திவாரம் போட்டுண்டு கிளம்பியிருக்கு! பார்வை வேற அசட்டு பிசட்டுன்னு சிந்து மேலே போறதே...?

“உங்க பிள்ளை சாப்பிட்டுண்டிருக்காரே! அவருக்கு போடுங்கோளேன்னு” கிசுகிசுத்தாள் சுந்தரி. ஒரு மாதிரியாக பார்த்துக் கொண்டே கிண்ணத்துடன் சிந்துவிடம் வந்தாள்.

“என்ன அது?”

“கேசரி! துளி போடறேன் சாப்பிடேன்” சொல்லிக் கொண்டே போட்டு விட்டாள் அடுத்த நிமிடம்.

“தூ...தூ... வாந்தி வரது! பண்ணினவங்களையே சாப்பிடச் சொல்லு!” எழுந்தவன் திரும்பிப் பார்த்து சுந்தரியை ஒரு முறை முறைத்தானே பார்க்கலாம். சப்த நாடியும் ஒடுங்க கீழே இறங்கி ஓடிவிட்டாள் சுந்தரி. கேசரியை சாப்பிட்டு நடுங்கியபடி அவன் நீயா இப்படி பண்ணினேன்னு ஒரு மாதிரியா பார்ப்பான். ஆமாம்னு கண்ணால் பதில் சொல்லணும். அப்படியே அவன் சொக்கிப் போய்... அத்தனை கற்பனைகளும் பொசுக்கென்று போய் விட்டதே! இருந்தாலும் தளரவில்லை!

மோதல்ல தானே காதலே வரும்! பார்த்துக்கலாம்! எப்படியும் இவனை விடக் கூடாது! இருந்தாலும் கேசரி என்ன அவ்வளவு மோசமாவா இருந்தது? ஒரு துளி வாயில் போட்டுப் பார்த்தாள். குமட்டிக் கொண்டு வந்தது! தன்னைத்தானே திட்டிக் கொண்டு இருந்த கேசரியத்தனையும் ஒருத்தருக்கும் தெரியாமல் கொட்டி விட்டு பாத்திரங்களை அலம்பி வைத்தாள். சிறிது முன்னால் இந்த வீட்டிலா கேசரி பண்ணினாள்! என்கிற மாதிரி வீட்டை சீர்செய்து விட்டு தனது அடுத்த திட்டத்தைப் பற்றி யோசனை செய்ய ஆரம்பித்தாள்.

சிந்தனைச் சுமையில் கண்ணயர்ந்து விட்ட அனு குழந்தை அழும் சத்தத்தில் சட்டென்று விழித்துக் கொண்டாள். கல்யாணியும் எழுந்து விட்டாள். குழந்தை இயற்கையின் உந்துதலில் அசுத்தம் செய்து விட்டிருந்த இடத்தை சுத்தம் செய்தாள் கல்யாணி. வாசலுக்கு வந்துவிட்டு அனு உள்ளே வரவும், மாடியிருந்து தடதடவென்று சிந்து இறங்கி வரவும் சரியாயிருந்து. டமாரென்று

மோதிக் கொண்டாள். 'அம்மா' என்று சின்னதாக சத்தமிட்டபடி அனு நெற்றியைப் பிடித்துக் கொண்டாள்.

ஒரு கணம் அதிர்ச்சியில் செய்வதறியாது சிலையாக சிந்து நின்று விட்டான்.

எதிரில் நிற்பது அனுவேதான்!

***

அத்தியாயம்

10

ஒரு நிமிடத்திற்குப் பிறகுதான் அனுவுக்கு தான் சிந்துவுடன் மோதிக் கொண்டிருக்கிறோம் என்று புரிந்தது! ஜில்லென்ற உணர்ச்சி உடம்பெல்லாம் பரவ அப்படிக் கத்தியிருக்க வேண்டாமோ என்று நினைத்துக் கொண்டாள்.

சட்டென்று நெற்றி வலி மாயமாய் மறைந்தது. அதே நேரத்தில் அனு கத்திய குரல் கேட்டு கல்யாணியும் உள்ளிருந்து சுந்தரியும் வரவே சட்டென்று அவனிடம் 'சாரி' என்று கூறிவிட்டு தலைகுனிந்தபடி உள்ளே வந்தாள் அனு.

அந்தக் காட்சியை... எதிரும் புதிருமாக ஒருவரை ஒருவர் பார்த்தபடி ஒருகணம் அவர்கள் நின்றிருந்த அந்தக் கோலத்தைப் பார்த்த இருவருக்குமே ஒவ்வொரு வித எண்ணம் தோன்றியது!

கல்யாணியின் வயிற்றில் இனம் புரியாத சங்கடம் ஏற்பட்டது. சுந்தரி கழுத்தை ஒடித்துக்கொண்டு உள்ளே போனாள். சனியன்! அவன் வழியில் எதுக்கு அபசகுனம் மாதிரி வந்து நிக்கணும்? என்ன பார்வை வேண்டிக்கிடக்கு! நெத்தியப் பிடிச்சுண்டிருந்தாளே! மோதிண்டா போல இருக்கு! அய்யோ! அந்த நேரத்துல வாசல்லேர்ந்து நான் வந்திருக்கப்படாதா? அந்த கடங்காரிக்கு என்ன வேலை வாசல்லே? வரட்டும்! ஆனைக்கொரு காலம் வந்தா பூனைக்கொண்ணு வராதா! நாம் நாளைக்கு மோதிண்டா போறது! கீழே விழாம அவனையே கட்டிண்டுடணும்! அப்படியே

புல்லரிச்சு போய் 'சுந்தரி! நீ இல்லாட்டா நான் இல்லைன்னு' அப்படியே கதற வைக்கணும் அவனை! அந்த நினைவு தந்த இனிமையிலும், தனக்கு அடுத்த திட்டம் கிடைத்து விட்ட மகிழ்ச்சியிலும் சற்றுமுன் நடந்தவற்றை ஒருவாறு மறந்தாள்.

சிந்து தன் நினைவை இழந்தவனாக நடந்தான். பழக்கப்பட்ட கால்கள் அவனை கடைக்குள் கொண்டு விட்டன. ஆயாசத்துடன் உட்கார்ந்தான். 'ச்சீ! நான் என்ன மனிதன். கடோத்கஜன் மாதிரி தடதடன்னு இறங்கி வந்து எப்படி மோதிட்டேன். எனக்கே நன்னா வலிச்சிருக்கு! அதான் சட்டுனு கத்திட்டாள். ஏன் என்னை பார்த்தவள் அப்படி பிரமிச்சுப் போய்ட்டாள்? மோதிண்டது நான்! சாரி சொன்னது அவ! எனக்கு ஏன் எதுவுமே தோணலை? கையும் ஓடலை காலும் ஓடலையே!'

"அண்ணே!"

"என்னடா?"

"முதலாளி உங்களை கூப்பிட்டனுப்பிச்சாரு வரச் சொல்லி?"

"எதுக்குடா?"

"தெரியலையே!"

"சரி போறேன். நீ அந்த எஞ்ஜீனியர் வீட்டுக் காரை துடைச்சு ரெடியாக அவர் வந்தா எடுத்துட்டு போகச் சொல்லிடு!"

"சரிண்ணே."

"டேய்! பணம் முன்னாடியே குடுத்துட்டாரு! நீ வேற கேட்டு வெக்காதே! அப்புறம் கடையை ஜாக்கிரதையா, கவனமா மூடிட்டு எங்க வீட்டுல சாவியை குடுத்துட்டுப் போ!" மடமடவென்று ஆர்டர்களை பிறப்பித்து விட்டு சிந்து சைக்கிளில் ஏறினான்.

கல்யாணிக்கு எதுவுமே பிடிக்கவில்லை. சாயங்காலம் அனுவும் சிந்துவும் அப்படி நின்றது பிடிக்கவில்லை! அப்படி பார்த்துக் கொண்டது பிடிக்கவில்லை! எதேச்சையாகத்தான் மோதிக் கொண்டிருப்பார்கள் இருந்தாலும் அவளுக்கு வயிற்றை

கலக்கியது. காலையில் அனு. அப்படி பேசியதிலிருந்தே அவளையறியாமல் இதயத்திற்குள் புகுந்துவிட்ட சின்ன சந்தேகம்தான் இத்தனைக்கும் காரணம்! சட்டென்று பாகீரதியின் நினைவு வரவே ஒரு முடிவுக்கு வந்தவள், குழந்தையை அனுவிடம் விட்டுவிட்டு மாடிக்குப் போனாள்.

“வா கல்யாணி! ஏது இந்த நேரத்துல? வேலையெல்லாம் ஆயாச்சா?” மங்களம் சந்தோஷமாக வரவேற்றாள்.

“சாதந்தான் வடிக்கணும். அனு வடிச்சுண்டிருக்கா.”

“அடை எடுத்துக்கறயா மொறு மொறுன்னு நன்னா வெந்திருக்கு. இந்த பிள்ளை என்னடான்னா இதைத்தவிர வேற டிபனே பண்ணத் தெரியாதாங்கறான்” அங்கலாய்த்து கொண்டே டிபனை எடுத்து வரப் போனாள் மங்களம்.

“எனக்கு இப்ப எதுவும் வேண்டாம் யாரு, சிந்துவா அப்படி கேக்கறான்.”

“வேற யாரு அப்படி குத்தலா கேக்கப் போறா? எனக்குன்னு ஒரு மொரடு வந்து சேர்ந்திருக்கே! அவன்தான்! நானும் விடலையே உன் அதிகாரத்தையெல்லாம் வரவகிட்ட வெச்சுக்கோடா அப்படின்னேன். வாயை மூடிண்டு சாப்பிட்டு போய்ச் சேர்ந்தான்.”

“ஆமாம். நீ சுபத்ராவுக்கு ஏதானும் வரன் பார்க்கறியா?”

“ஆமா பாத்து கிழிச்சேன்! எங்காத்துலயும் ஒரு மனுஷன் இருக்காரே! சிவனேன்னு வேலை உண்டு! டியூஷன் உண்டுன்னு... இதுகளையெல்லாம் நானா பெத்தேங்கற மாதிரி ஒண்ணுலேயும் எதிலும் பட்டுக்க மாட்டார். கார்த்தால ஆறு மணிக்கு குளிச்சுட்டு காப்பி குடிச்சுட்டு டியூஷன்! ஒன்பது மணிக்கு அரக்க பரக்க வந்து சாப்பாடு, ஸ்கூல்! சாயங்காலம் வரது ஆறு மணி! மறுபடியும் டியூஷன்! ராத்திரி ஒன்பது மணிக்கு வந்தா படுக்கை! அவர் இந்த லட்சணத்துல இருக்கும்போது நான் என்ன வீதி வீதியா

அலைய முடியும்? போறாததுக்கு பொறுப்பே இல்லாத பிள்ளை! எல்லாம் என் தலை விதி!" பெருமூச்சு விட்டாள் மங்களம்.

"சரி நான் இப்போ சொல்றதைக் கேளு! கோவில்ல கார்த்தால பாகீரதியைப் பார்த்தேன். அவ பொண்ணுக்கு வரன் தேடிண்டு இருக்கா! நீயும் சுபத்ராவுக்கு வரன் தேடறே. அவளே தான் கார்த்தாலே கேட்டா, விசாலத்தை சிந்துவுக்கு பண்ணிட்டா சுபத்ராவை அவ பிள்ளைக்கு பைசா செலவில்லாம பண்ணிக்கறாளாம். அவ பிள்ளையும் நல்ல உத்யோகத்துல இருக்கான். கை நிறைய சம்பளம்! இவளும் சம்பாதிக்கறா. சௌகர்யமா இருக்கலாம். சுபத்ராவுக்கு பொருத்தமா இருப்பான். செலவும் இருக்காது. நீ என்ன சொல்றே?"

மங்களம் யோசித்தாள். "பண்ணலாம்! அவ பிள்ளையை பார்த்திருக்கேன். அவன் நன்னாத்தான் இருப்பான். ஆனா அந்தப் பொண்ணு தான்..." என்று திருப்தியில்லாமல் இழுத்தாள்.

"ஏன்? பொண்ணுக்கென்ன? கொஞ்சம் பல்லு தூக்கல். அவ்வளவுதானே? அதெல்லாம் பார்த்தா எப்படி? அழகைப் பார்க்கக் கூடாது. குணத்தைத்தான் பார்க்கணும். குணமில்லாம அழகு மட்டும் இருந்துதுன்னா என்ன பிரயோஜனம்? நாளைக்கு உன்னையே அடிச்சு விரட்டுவாள்."

"நீ நன்னா யோசிச்சுப் பாரு! என்னதான் சுபத்ரா சம்பாதிச்சாலும் சம்பாதிக்கறாளேன்னு செலவில்லாம பண்ணிக்கறேன்னு எவனாவது வரப்போறானா என்ன? இப்படியெல்லாம் பார்த்துண்டிருந்தா அவனுக்கும் வயசாயிடும். வரன் வரப்போ சட்டு புட்டுனு முடிச்சுட வேண்டியதுதான். சிந்துவும் அப்படியொண்ணும் பெரிய படிப்பு படிச்சுடலை. பார்க்க அழகா இருக்கற பொண்கள்ளாம் 'நம்ம அழகுக்கு ஐ.ஏ.எஸ். தான் வந்து பண்ணிக்கணும். சாதாரண மெக்கானிக்கையா பண்ணிக்கறதுன்னு வெடுக்குனு மாட்டேனு சொல்லும்!' வரவ அவனை விட ஒரு பிடி தாழ்ந்தவளா இருந்தாதான் எப்பவும் நல்லது. என்ன சொல்றே?"

கல்யாணி உருவேற்ற ஏற்ற மங்களமும் தீவிரமாக சிந்தித்தாள். அவள் சொல்வது அத்தனையும் உண்மை தான் என்று பட்டது. சிந்துவுக்கு கல்யாணமாறது என்கிறதைவிட ஒரு பாரம் குறையுமே என்றுதான் அவள் யோசித்தாள். அப்புறம் ஜெயா. அவளுக்கு ஏதாவது பார்த்து முடிச்சுடலாம். சுபத்ராவுக்குன்னு எந்தச் செலவும் இருக்கப் போறதில்லை. அந்த மிச்சத்தையெல்லாம் வெச்சுண்டு ஜெயத்துக்கு பார்க்க வேண்டியதுதான். தவிர சிந்துவையும் அதிக நாள் இப்படி விட்டு வைக்கக்கூடாது. பொறுப்பு வரணும்னா ஒரு கால் கட்டு போட்டுட வேண்டியது தான். அந்த சுந்தரி வேற ஒரு மாதிரியா பார்க்கறது...

"கல்யாணி! உனக்கு ஒரு விஷயம் தெரியுமா? சாயங்காலம் அந்த சுந்தரி கேசரி கிளறிண்டு அதிசயமா எனக்கும் கொஞ்சம் கொண்டு வந்தது! அச்சுபிச்சு மாதிரி சிந்துவையே பார்த்தது. எனக்கு பகீர்னு ஆயிடுத்து. கேசரியா அது? சிந்து சாப்பிட்டு பார்த்துட்டு 'தூ'ன்னு துப்பிட்டான். அதுக்கு மூஞ்சி போன போக்கை பார்க்கணுமே!"

மங்களம் சொல்லச் சொல்ல கல்யாணி நிமிர்ந்து உட்கார்ந்தாள். "ஏதடி இது அதிசயம்! மதிச்சுக்கூட பேசாம மனுஷாள வக்கிரிச்சுண்டு போறவ, கேசரி கொண்டு வந்தான்னா? சிந்துவைப் பார்க்கறான்னு வேற சொல்றே! நிச்சயம் எதுக்கோ அடி போடறாள்! மங்களம் ஜாக்கிரதை! இந்த லட்சணத்துக்கு அந்த விசாலமே தேவலை! பல்லு தான் தூக்கல். மத்தபடி லட்சணமா இருப்பா!" சமயத்தை விடாமல் தூண்டி விட்டாள் கல்யாணி.

"நீ சொல்றதும் கரெக்ட்! நீ அவா ரெண்டு பேர் ஜாதகத்தையும் வாங்கிக் கொடு. சுபத்ரா, சிந்துவோட ஜாதகத்தையும் தரேன். ஜாதகம் தான் பொருந்தணும்! அந்தப் பிள்ளையும் ஒத்துக்கணும்?"

"அதெல்லாம் பொருந்தும்! நீ கவலையே படாதே! அப்ப நான் வரட்டுமா? நாளைக்கு வெள்ளிக்கிழமை. நல்ல நாள். ஜாதகத்தை நீ கொடு!" கல்யாணி கிளம்பி விட்டாள். மனதில் ஏதோ பாரம் கழிந்தாற்போலிருந்தது அவளுக்கு.

ஆனால் அத்தனை நேரம் அங்கே படிக்கிறேன் பேர் வழி என்று உட்கார்ந்தபடி அத்தனை பேச்சையும் கேட்டுக் கொண்டிருந்தாள் மீனா. பல்லைக் கடித்தாள். விசாலத்தை அவளும் பார்த்திருக்கிறாள். “சிந்து படிக்கவில்லை தான்! நல்ல வேலையில்லை தான்! அதற்காக அவனுக்கு விசாலத்தை விட்டா வேற பொண்ணே கிடைக்க மாட்டாளா? எதுக்கு அந்த அரைப் பைத்தியம்? இந்த அம்மாவுக்கு ஏன்தான் புத்தி இப்படியெல்லாம் போறதோ! எனக்கு விசாலம் மன்னியா? ச்சே! சிந்துவுக்கும் அவளுக்கும் துளிக்கூட பொருத்தமில்லை! அவன் என்ன அழகு! கம்பீரம்! அவனுக்கு பக்கத்துல நின்னா எலி மாதிரின்னா இருப்பாள்! ஆண்டவா! இவள் நன்னா ஏமாறணும்மாம்! சிந்து இதுக்கெல்லாம் எப்படி ஒத்துக்கப்போறான்? சொல்ல முடியாது? நாம இப்படி இருப்பான்னு நெனக்கறவாதான் சட்டுனு மாறிடறா! யாரையும் நம்ப முடியாது! ஆனாலும் எனக்கு பிடிக்கலைப்பா. ஆண்டவா சிந்துக்கு மட்டும் ஜாதகம் பொருத்தமே இல்லாம இருக்கணும்! ஒருத்தரை சாக்கிட்டு ஒருத்தர் வாழ்க்கையை ஏனோ தானோன்னு ஆக்க நினக்கற இவங்க புத்தியில் இடிக்கற மாதிரி அவனோட ஜாதகம் மட்டும் அவளோடதோட சேரக்கூடாதாம்...” இப்படியெல்லாம் நினைத்துக் கொண்டாள் மீனா.

காம்பௌண்ட் கேட்டைத் திறந்து கொண்டு உள்ளே நுழைந்தான் சிந்து. தோட்டக்காரன் புல் தரையை சமனப்படுத்திக் கொண்டிருந்தான். போர்டிகோவை கடந்து படியேறி உள்ளே நுழைந்தான். யசோ ஒரு சோபாவில் உட்கார்ந்து கூடை பின்னிக் கொண்டிருந்தாள். மெதுவாக கனைத்தான். சத்தம் கேட்டு தலை நிமிர்ந்த யசோதாவின் முகம் மலர்ந்தது.

“வா சிந்து! என்ன இந்த நேரத்துல? எட்டு மணிக்கு தானே வருவே?”

“அவர் கூப்பிட்டனுப்பிச்சதா காசி சொன்னான் அதான் என்னென்னு கேட்டுண்டு போலாம்னு வந்தேன்?”

“மாடில இருக்கார். இரு... இரு... ஒரு பத்து நிமிஷம் கழிச்சு போ!” வரேன் என்று சொல்லிக் கொண்டே கிச்சனில்

நுழைந்தவள் மறுபடியும் திரும்பி வந்தாள். பளபள வென்ற எவர்சில்வர் தட்டில் பொன் கலரில் சுடச்சுட இரண்டு தவலை வடைகளும் ஒரு கிண்ணத்தில் சட்டினியும் கையில் இருந்தது. "தவலை வடை பண்ணினேன். இரண்டு எடுத்துக்கோ!" சொல்லிக் கொண்டே நீட்டினாள்.

"இதெல்லாம் எதுக்கு மாமி? நான் வீட்ல வேற டிபன் சாப்பிட்டுதான் வந்தேன்!"

"ஆமாண்டா! இந்த இரண்டு வடைக்குதான் உன் வயத்துல இடம் இல்லையாக்கும்? ஏதோ என் பிள்ளை ஞாபகம் வந்தது. அவனுக்கு தவலை வடைன்னா உசிரு. எத்தனை பண்ணினாலும் பத்தாதும்பான்!" அவளுக்கு குரல் தம்பியது.

"என்ன அடக்கறதுக்கு நல்ல வழி தெரிஞ்சுண்டிருக்கேள்" சிரித்துக் கொண்டே தட்டை வாங்கிச் சாப்பிட ஆரம்பித்தான்.

"கொஞ்சம் இருடா! பால் நெறய இருக்கு. காபியையும் குடிச்சுட்டு மாடிக்குப்போ!" அவன் தடுத்தும் கேளாமல் காப்பி கொண்டு வரப் போனாள் யசோ.

இதென்னடா தர்மசங்கடம் என்று நினைத்தவன் வேண்டான்னு சொன்னாலும் பிள்ளை பேரைச் சொல்லி அழ ஆரம்பிக்கறா. மனசு கஷ்டப்படக் கூடாதேன்னு பார்த்தா டெய்லி இதே மாதிரி உபசாரம்! திடீரென்று அவனுக்கு லண்டன் கிருஷ்ணன் மேல் ஆத்திரமாக வந்தது. 'பாவி! இந்த அன்பை அனுபவிக்கத் தெரியாம இருக்கியேடா முட்டாள்!' என்று மானசீகமாக திட்டிக் கொண்டே காப்பியையும் குடித்துவிட்டு மாடியை நோக்கிச் சென்றான்.

மாடியில் தன்னறையில் ஒரு ஃபைலில் மூழ்கி இருந்தார் கதிர்வேல்.

"கூப்பிட்டீங்களாமே?"

"யாரு சிந்துவா?"

"ம்..."

“அப்படி உட்கார்!”

“பரவாயில்லை சார்!” அதற்குமேல் அவர் வற்புறுத்தவில்லை. சிறிது நேரம் மௌனமாக இருந்தார்.

“காலையில் சுந்தரலிங்கம் வீட்டில் சண்டை போட்டியா?”

அவன் சட்டென்று நிமிர்ந்து பார்த்தான். பிறகு மெதுவாக தலைகுனிந்தபடி ‘ஆமாம்’ என்றான்.

“கண்டபடி திட்டினீயாமே?”

“சார்! அவர் ரொம்ப....”

“ஷ்ஷ்! பேசாதே! என்று கையால் அடக்கினவர் அவன் ஃபோன் பண்ணினான். இந்த மாதிரி ரௌடிப் பசங்களை வேலைக்கு வைக்கறதை முதல்ல நிறுத்துன்னான்...”

சிந்துவின் முகம் சிவந்து கண்களில் லேசாக கோபம் தோன்றியது. அடக்கிக் கொண்டான்.

“நீ அவங்கிட்ட அப்படி பேசலாமா? சரி இப்போ நான் உன்னை என்ன பண்றதுன்னு நீயே சொல்லு!”

“சாரி சார்! அந்த சிரமம் உங்களுக்கு வேண்டாம். நானே வேலையை விட்டு போயிடறேன். ஆனா நாளைக்கு ஒரு நாள் மட்டும் வேலைக்கு வரேன். ஒரு கார் ரிப்பேர் பாதிலேயே நிக்கறது, நாளைக்கு முடிஞ்சுடும்!” சொல்லி விட்டு திரும்பிப் பார்க்காமல் அறையை விட்டு வெளியேறப் போனவனின் தோள்களில் அழுத்தமான கைகள் படிந்தன. குழப்பத்துடன் திரும்பினான். கதிர்வேலன்! அவர் கண்களில் கண்ணீர்.

‘நாம் ஏதாவது தப்பா பேசிட்டோமோ?’

“உன் அவசர புத்தியை எங்கிட்டயே காட்டறயே? நான் உன்னை வேலைலேர்ந்து போகச் சொன்னேனா? ஏண்டா! அவன் போன் பண்ணினதை மட்டும்தானே நான் சொன்னேன்? நான் என்ன பதில் சொன்னேன்னு சொல்லலையே. உனக்கென்ன என் கடை இல்லாட்டா ஆயிரம் கடை. போடா போ! என்ன

இருந்தாலும் பெத்த புள்ளையாயிட முடியுமா? அதுவே விட்டுட்டு ஓடினப்புறம் நீ எந்த மூலை?" அவன் தயங்கி நின்று விட்டான்!

அவன் ரௌடிப் பசங்களை வேலைக்கு வெச்சுக்காதேன்னு சொன்னப்போ "என்ன பண்றது! ரௌடிகளை அடக்க ரௌடிதானே வேண்டியிருக்குன்னு பட்டுனு பதில் சொல்லி உனக்காக அவன் மூக்கை அறுத்தேன் பாரு எனக்கு வேணும்! அவனை வெறும்ன திட்டிட்டு வந்தாயே! ஏன் பளார்னு நாலு அறை அறையாமே வந்தயே அதுக்கு உன்னை என்ன பண்றதுன்னு கேட்டேனே! அது தப்புதான்! போறது தானே? ஏன் இன்னும் இங்கேயே நிக்கறே. போ! போ! போயேண்டா. எனக்கென்ன நீயில்லாட்டா செத்தா போய்டுவேன்? கடையை இழுத்து மூடிட்டு போறேன்..."

சிந்து திடுக்கிட்டு போய் திரும்பினான். அவன் கண்களில் முதல் முதலாக கண்ணீர்! அவன் பார்வையை அது மறைத்தது. மெதுவாக அவரருகில் வந்தான். கண்களை தாழ்த்திக் கொண்டான்.

"நான் வேலையை விட்டு போகலை! நான் ஏதாவது தப்பா பேசியிருந்தா மன்னிச்சுடுங்கோ" அதற்குமேல் அங்கு நிற்காமல் வெளியில் வந்து விட்டான் கீழே யசோ உட்கார்ந்திருந்தாள். அவளைக்கூட ஏறிட்டு பார்க்க முடியவில்லை. அவர் மனதை புண்படுத்தி விட்டோமே என்ற குற்ற உணர்ச்சி மனதை அழுத்த "போய்ட்டு வரேங்க" என்று கூறிவிட்டு விர்ரென்று வெளியில் வந்து வேகமாக நடக்க ஆரம்பித்தான்.

மணியை பார்த்தான் ஆறு தான் ஆகியிருந்தது. மறுபடியும் கடைக்குப் போகப் பிடிக்கவில்லை. அப்படியே கடற்கரையை நோக்கி நடந்தான். 'அங்குதான் எத்தனை விதமான சந்தோஷங்கள்! சூடாக வியாபாரங்கள் விறு விறுப்பாக நடந்து கொண்டிருந்த விற்பனையால் வியாபாரிகளுக்கு ஏற்பட்ட சந்தோஷம்! பால் ஐஸில் பொங்கி வழிந்த மழலைகளின் சந்தோஷம்! வீட்டுத் தொல்லைகளை சற்று நேரம் மறந்திருந்த வயோதிகர்களின் சந்தோஷம்! காதலனை தனிமையில் சந்தித்த

கன்னிகளின் சந்தோஷம்! தன்னைத் தவிர அத்தனை பேரும் சந்தோஷமாக இருப்பதாக தோன்றியது அவனுக்கு! ஆனாலும் எனக்கு இந்த படபடப்பு கூடாது. அவர் சொல்றா மாதிரி இந்த வேலையில்லாட்டா ஆயிரம் வேலை எனக்குன்னு கர்வமா சொல்றா மாதிரி இல்லை. சட்டுனு வேலையை விட்டுடறேன்னு சொல்லிட்டேன். பாவம் எப்படி மனசு வேதனைபட்டிருப்பார். வீட்லதான் டெய்லி பழக்கம்! படபடங்கறேன்! இவர் கிட்டேயுமா என் புத்தியை...'

சட்! அவன் பார்வை ஒரு இடத்தில் நிலை குத்தியது. அவன் முழுக்கவனமும் அங்கு திரும்பியது.

***

அத்தியாயம் 11

இரவு முழுவதும் சிந்து தூங்கவில்லை. நெஞ்சில் பாறாங்கல்லை வைத்தது போல், பாரமாயிருந்தது. எதற்காக பீச்சுக்குப் போனோம் என்றிருந்தது. ஆனால் போனதும் ஒரு விதத்தில் நல்லதுதான்! இல்லையென்றால் நாளைக்காலை தன் வீட்டு மானம் சேலத்தை நோக்கி டிரெயினில் சென்று கொண்டிருக்கும்! ச்சே! ஜெயமா இப்படிச் செய்தாள்? வீட்டிலேயே அதிகம் பேசாதவள்! சாது! இப்படிப் பேர் வாங்கினவளா இப்படி ஒரு காரியம் செய்தாள்? நினைக்க நினைக்க அவனுக்குத் தாங்கவில்லை. அதே நேரத்தில், தான் எப்படி நேற்று அவ்வளவு பொறுமையாக இருந்தோம் என்றிருந்தது. எல்லாவற்றையும் ஒதுக்கி விட்டு நிம்மதியாக தூங்கலாம் என்று நினைத்தாலும் கண்ணை விட்டு அந்த காட்சி மறைய மறுத்தது. ஆயாசத்துடன் கண்களை மூடிக் கொண்டான்.

அன்று...

சிந்தனை வசப்பட்டு கால் போன போக்கில் நடந்து கொண்டிருந்தவன் கண்கள் சற்றுத் தள்ளி ஒரு படகுக்கருகில் அவனுக்கு முதுகை காட்டிய வண்ணம் அமர்ந்திருந்த ஜோடியைப் பார்த்துத் திடுக்கிட்டான்! ஜெயமா அது? தன்னையே கேட்டுக் கொண்டான். சந்தேகமேயில்லை. பக்கவாட்டுத் தோற்றம் அவன் சந்தேகத்திற்கு இடமில்லாமல் செய்தது. காலுக்கு கீழே தரையே இல்லாமல் இருந்தது மாதிரி ஒரு கணம் தடுமாறினான். யார்

கூட நெருக்கமாக உட்கார்ந்து? 'கடவுளே! அவள் ஜெயமாக இருக்கக் கூடாதே!' தான் வீணுக்கு வேண்டிக் கொள்கிறோம் என்று அவனுக்குப் புரிந்தது. மெதுவாக அவர்களை நோக்கி நடந்து படகுக்கு மறுபக்கம் அவர்கள் கண்களில் படாமல் அமர்ந்தான். நல்ல காலம் மெல்ல மெல்ல இருட்டிக் கொண்டு வந்ததும் அவனுக்குத் துணை செய்தது.

"சரி, நான் கிளம்பறேன்! வீட்ல தேடுவா!" ஜெயம் மெதுவாகக் கூறினாள்.

"அப்போ எனக்கு என்ன முடிவு சொல்றே?"

"....."

"ஜெயா! வாட் இஸ் திஸ்! இந்த மௌனத்துக்கு என்ன அர்த்தம்? நீயா உங்க வீட்டுல கேக்கவும் மாட்டே? என்னையும் கேட்க விடமாட்டேங்கற! நானும் மனுஷன் தான். எனக்கும் கொஞ்சம் தான் பொறுமை இருக்கு! உனக்காக ஒண்ணரை வருஷம் காத்திருந்தாச்சு. இனிமேலும் காத்திருக்க நான் முட்டாள் இல்லை! ரெண்டுல ஒண்ணு சொல்லிட்டுப் போ!"

"எதச் சொல்றதுங்க? நான்தான் என் வீட்டுச் சூழ்நிலை எல்லாத்தையும் சொல்லியாச்சே? எனக்கு மேலே ஒருத்தி இருக்கா! அவளுக்கு ஆகாமல் எனக்கு மட்டும் எப்படிக் கல்யாணம் பண்ணுவாங்க? உங்களுக்கென்ன நீங்க தனிக்கட்டை! அடக்கறதுக்கு ஆள் கிடையாது. மத்தவாளோட கஷ்டங்களும் உங்களுக்குப் புரியாது!"

"ஷட் அப்ப! ஜெயா! வார்த்தையை அளந்து பேசு.. நான் அனாதைதான்! தறிகெட்டுப் போறவன் இல்லை. நான் நெனச்சிருந்தா எத்தனையோ பொண்ணுங்க ஓடி வருவாங்க... இப்போ அதெல்லாம் எதுக்கு? நீ சொல்றதை பார்த்தா உங்கக்கா கல்யாணம் முடியற மட்டும் நம்ம கல்யாணம் நிச்சயமில்லை. லுக்! உங்க அக்காவுக்கு கல்யாணம் ஆகலைன்னு நீ கவலைப்படலாம். ஒய் ஷட் ஐ? கடைசியா சொல்றேன். எனக்கு இன்னியோட

லீவு முடியறது. நாளைக்கு கார்த்தால ஆறு மணிக்கு ஐ யாம் லீவிங். உனக்கு இஷ்டம் இருந்தா என்னோட வா. அதர் வைஸ் ஃபர்கெட் மி! தட்ஸ் ஆல்!"

"வீட்டை விட்டு வரதா?" ஜெயா அதிர்ந்துவிட்டாள். அதே நேரத்தில் அந்த வார்த்தைகளை படகுக்கு மறைவில் இருந்து கேட்ட சிந்துவின் உடலே அதிர்ச்சியால் குலுங்கி விட்டது.

"அது எப்படி முடியும்? தப்பில்லையா! இன்னும் கொஞ்ச நாள்! பொறுத்துக் கொள்ளுங்களேன்." ஜெயா மெதுவாக அழ ஆரம்பித்தாள்.

"ப்ளீஸ்! அழாதே ஜெயா! நீயும் இது மாதிரி எத்தனையோ தடவை சொல்லிட்டே என் சிச்சுவேஷனையும் நீ பார்க்க வேண்டாமா? எங்க முதலாளி தன் பெண்ணை எனக்குத் தான் பண்ணி வெப்பேன்னு ஒத்தக் காலில் நிக்கறார். நான் எத்தனையோ தடவை மறுத்துட்டேன், கடைசியில் உன்னை லவ் பண்ற விஷயத்தையும் சொன்னேன். அவர் நல்லவர். பேசாம இருந்துட்டார். உடனே கல்யாணம் பண்ணிக்கோன்னார். அப்படி இப்படி ஒண்ணரை வருஷம் போயிடுத்து. இப்போ அவர் சந்தேகப்பட ஆரம்பிச்சுட்டார். அவர் பெண்ணை ரிஜெக்ட் பண்றதுக்காகத்தான் லவ் பண்றேன்னு பொய் சொல்றேனோன்னு சந்தேகப்பட ஆரம்பிச்சுட்டார். இந்த தடவை ஸ்டிரிக்டா சொல்லியே அனுப்பிச்சார். வந்தா கல்யாணம் பண்ணிண்டு வா. இல்லேன்னா என் பெண்ணை கல்யாணம் பண்ணிக்கத் தயாராயிரு. அப்படின்னு சொல்லி விட்டார். வாட் கேன் ஐ டு? என் உயிரே போனாலும் சரி! அவரை பகைச்சுண்டு நன்றியில்லாதவனா மாறமாட்டேன். நான் இன்னிக்கு இந்த நிலமையில் இருக்கறதுக்கு காரணமே அவர்தான். ஓ.கே. இப்போ என்ன சொல்றே? நீ எங்கூட வரப்போறீயா இல்லை நான் அவர் பொண்ணையே கல்யாணம் பண்ணிண்டு அவர் சந்தோஷப்பட ஒரு காரணமா இருக்கட்டுமா?"

ஜெயா யோசித்தாள். அவளுக்கு அவன் வேண்டும். தன் வீட்டில் நிச்சயம் இப்போதைக்கு தனது கல்யாணத்திற்குப்

பிள்ளை பார்க்க மாட்டார்கள்! குடும்ப கௌரவம், மானம்னு எல்லாம் பார்த்துண்டு இருந்தா அவனை இழக்க வேண்டி வரும். அது அவளால் முடியுமா? நிச்சயம் ஒரு பெண்ணுக்கு தாய் தந்தையை விட காதலன் கணவனாகப் போகிறவன் தான் முக்கியம். எல்லாரும் கேவலமா பேசப் போறா... அவ்வளவுதானே! நாளைக்கே நான் ஜம்னு கார்ல வந்து இறங்கினா பல்லை இளிச்சுண்டு பழசையெல்லாம் மறந்துடுவாங்க. அதுதானே இந்த உலக வழக்கம்? நாளாக நாளாக நான் செஞ்ச தப்புக்கும் வீரியம் குறைஞ்சு மக்கி மறஞ்சு போய்டும். அம்மாவால சட்டுனு தேடித்தர முடியாத வாழ்க்கையைத் தானா தேடிக்கறதுல என்ன தப்பு? இதனால் அம்மாவுக்கு லாபம் தான். செலவு மிச்சம். இப்படியெல்லாம் தனக்குத் தானே நியாயங்களை கற்பித்துக் கொண்டாள்.

"சரி! நான் உங்ககூட வரேன்" என்று மெதுவாகக் கூறிவிட்டு மெதுவாக விசும்பினாள்.

"குட்! டோண்ட் ஒர்ரி ஜெயா! கதையிலே வந்த மாதிரியோ சினிமாவில் வந்த மாதிரியோ நான் உன்னை அனுபவிச்சுட்டு ஓடிப் போய்டுவேன்னு எல்லாம் நீ வீணா கற்பனை பண்ணிக்க வேண்டாம்! எனக்கு நீ தான்! உனக்கு நான் தான்! எங்கே சிரி?"

அவள் சிரிக்கவில்லை. "சரி, நான் எப்படி உங்களை சந்திக்கிறது? எப்போ வர்றது?"

"நாளைக்கு சரியா கார்த்தால நாலு மணிக்கு உங்க வீட்டுக்குப் பக்கத்து பஸ் ஸ்டாண்டில் காரோட நிக்கறேன். நீ ஒரு சாமான் எடுத்துக்க வேண்டாம். கட்டின புடவையோட வா! லுக் ஜெயா! அழாதே! கல்யாணம் முடிஞ்சப்புறம் உங்க வீட்டில் சொல்லிடலாம்."

"தேவையில்லை!"

சட்டென்று குரல் கேட்கவே இருவரும் திடுக்கிட்டுத் திரும்பினார்கள், சிந்து! அலறி விட்டாள் ஜெயா.

"ஜெயா! நீ ஓடிப் போக வேண்டாம்! நானே உங்க கல்யாணத்துக்கு ஏற்பாடு பண்றேன்." அவன் பக்கம் திரும்பி "உங்களை பத்தி எனக்குத் தெரியாது! ஆனா இத்தனை நேரம் பேசினதுலேர்ந்து நிச்சயம் ஜெயத்தை நீங்க கைவிட மாட்டீங்கன்னு மட்டும் புரிஞ்சுண்டேன். இன்னும் ஒரே வாரம் டைம் கொடுங்கோ. நானே உங்க கல்யாணத்துக்கு ஏற்பாடு பண்றேன்! ப்ளீஸ்! இந்த ஓடிப் போற திட்டம் வேண்டாம். எங்க வீட்ல இன்னும் இரண்டு பெண்களுக்கு நல்லபடியா கல்யாணம் நடக்கணும்!" நா தழுதழுக்க கூறிவிட்டு சட்டென்று அவர்களுக்குத் தெரியாமல் கண்ணைத் துடைத்துக் கொண்டான்.

ஜெயத்தின் அழுகை இந்த வார்த்தைகளில் அதிகமாகியது. சிந்துவா! சிந்துவா இப்படிப் பேசறான்? கொன்னுடுவான்னு நெனச்சு பயந்தவனா இப்படி பேசறான்? அவன் கோபத்தைவிட, அந்த வார்த்தைகள் அவள் இதயத்தில் குத்தீட்டியாக பாய்ந்து சித்திரவதை செய்தன. பரிதாபமாக மோகனைப் பார்த்தாள்.

மோகன் தலைகுனிந்து நின்றிருந்தான். சிந்துவின் வார்த்தைகள் அவன் உள்ளத்தையே உருக்கியது சட்டென்று உணர்ச்சி வசப்பட்டவனாக, "மிஸ்டர் சிந்து! யு ஆர் ரியலி கிரேட்! ஜெயா சொன்னப்ப நீங்க பெரிய முரடர்ன்னுதான் நான் உங்களை திங்க் பண்ணிண்டு இருந்தேன். பட்! நீங்க இவ்வளவு நல்லவரா? உண்மையில் உங்களுக்கு சொல்லப் பயந்து தான் ஜெயா மாட்டேங்கறாளோன்னு நெனச்சு தான் நான் அவளை என் கூடவே வரச் சொன்னேன். இப்போ நெனச்சாகூட. ஐ ஆம் ரியலி அஷேம்! சாரி! உங்க குணம் தெரிஞ்சப்புறம் எனக்கென்ன கவலை? எங்க முதலாளிகிட்ட இன்னும் ஒரு வாரத்துல என் கல்யாணம் நடக்கப் போறதுன்னு சொல்லிடறேன்... ஓ.கே?"

சிந்து மௌனமாக தலையாட்டிவிட்டு "ரொம்ப நன்றி! வா ஜெயா!" என்று அவளை அழைத்துக்கொண்டு புறப்பட்டான். குற்றமுள்ள நெஞ்சு குறுகுறுக்க நடந்தாள் ஜெயா. 'வீட்டில் என்ன ரகளை நடக்கப் போறதோ! திடீரென்று ஒரு சந்தேகம்

அவளுக்குத் தோன்றியது. தன் பயணத்தைத் தடுக்கத்தான் இவன் அப்படியெல்லாம் பேசினானோ? அப்படியும் இருக்குமா? ச்சே! அவன் பேசினது அத்தனையும் உள் மனசுலேந்து வந்தமாதிரி தான் இருந்தது. இப்பகூட ஒண்ணும் திட்டாமத்தானே வரான்! இவன் எப்படி இங்கே வந்தான்?'

வீடு அருகில் நெருங்க நெருங்க அவளுக்குப் பயம் அதிகரித்தது.

"முகத்தை அலம்பிக்கோ! அழுத மாதிரி தெரியறது!" சொல்லிவிட்டு மாடிப்படி ஏறினான் சிந்து. பிரமிப்புடன் பின்னால் ஏறினாள் ஜெயா. சிந்து யாரிடமும் எதுவும் சொல்லவில்லை. சற்றுமுன் நடந்த அத்தனையையும் மறந்து விட்டாற்போல், சாப்பிட்டு விட்டு படுத்துக் கொண்டான். இதயம் கனக்க சாதமே வேண்டாம் என்று கூறிவிட்டு படுக்கையை விரித்தாள் ஜெயா.

படுத்தபடியே யோசித்தான் சிந்து. ஒரு வாரத்துக்குள்ள கல்யாணத்தை பண்ணிடறேன்னு சொல்லி விட்டேனே முடியுமா? அம்மா, அப்பா குத்துக்கல்லாட்டம் இருக்கும்போது, இப்படி பெருந்தனமா நடந்துண்டோமே! அவா என்ன சொல்லுவா? சுபத்ராவுக்கு பண்ணாம ஜெயந்திக்கு பண்ணச் சம்மதிப்பாளா? எப்படியாவது சண்டை போட்டாலும் பண்ணிடணும். சுபத்ராவுக்குத்தான் கொஞ்சம் மனசு கஷ்டமா இருக்கும். ஆனால் அவளுக்கும் எப்படியாவது பார்த்து முடிச்சுடணும்... பிறகு? பிறகென்ன நான் தான்! எனக்கு கல்யாணம்? யார் பார்ப்பார்கள்? என்ன யோக்யதை இருக்கு எனக்கு? படிப்பு பூஜ்யம். வேலையாவது நல்ல வேலையா? என் வேலைக்கென்ன? அங்கு நான்தான் ராஜா! சம்பளம் தான் நானூறு ரூபா. அதுவே ஜாஸ்திதான். கல்யாணம்னு ஆச்சுன்னா அவர்கூட ஐம்பதோ நூறோ போட்டுத் தருவார். அதுபோறுமா? வரவளுக்கு பூவுக்கும் பொட்டு வைக்கவுமே காணாது!

அனு? அப்படியெல்லாம் இருக்... திடுக்கிட்டான். உடம்பெல்லாம் பதறியது. அனுவா? ஏன் நான் அனுவை

அப்படி நினைத்தேன். என்ன ஆசை இது? எப்போது இப்படி ஒரு ஆசை என் மனதில் புகுந்தது? வியர்த்தது. ஆனால் மனம் அடங்கவில்லை. ஏன். அனுவுக்கென்ன? விதவை தான்! வாழ்க்கையில் அவளுக்கென்ன சுகம் இருக்கு? நான் ஏன் அவளைக் கல்யாணம் பண்ணிக்கக் கூடாது! நான் மட்டும் நினைச்சால் போதுமா? அம்மா ஒத்துப்பாளா? முதல்ல அவ சம்மதிப்பாளா? அவகிட்ட கேட்டா செருப்பெடுத்தாலும் ஆச்சரியப்படறதுக்கில்லை. மனமே! அடக்கு ஆசையை! ஆனாலும் உள் மனதில் அவனறியாமலேயே அவள்பால் ஏற்பட்டு விட்ட அன்பை துடைத்தெறிய முடியாமல் தூங்கிப் போனான்.

ஜெயம் மெல்லிசாக அழுது கொண்டிருந்தாள். சிந்து திட்டி அடித்திருந்தால் கூட சமாதானமாயிருந்திருக்கும். ஆனால் இப்படி மௌனமாக இருந்ததே அவளைச் சுட்டது யாரு என்ன எப்படி ஆச்சுன்னுகூட கேக்கலையே. இவன் இவ்வளவு நல்லவனா! அந்த முரட்டு உடம்புக்குள்ளே...

இப்படி ஒரு மனசா? இத்தனை நாளா ஏன் அதை அவன் காட்டிக்கலே. இவன் கோபமெல்லாம் அல்ப விஷயத்துக்குத் தானா? சமயம்னு வரும்போது இவ்வளவு விவேகமா நடக்கத் தெரிஞ்சவனா சிந்து! இந்த மனசையா கஷ்டப்படுத்திட்டு ஓடப் பார்த்தேன் நான்? நினைக்க நினைக்க அவளுக்கு தன் மீதே வெறுப்பு ஏற்பட்டது. சிந்து நீ என்னை நன்னா நாலு அடி அடிச்சு ஏண்டி இப்படி செய்ய நெனச்சேன்னு அடிச்சுடுடா! அதை விட்டுட்டு இப்படி மௌனமா இருந்தே என்னைக் கொல்லாதயேன்." அழுகை பீறிட்டது. தலைகாணியில் முகத்தை புதைத்துக் கொண்டு சின்னதாக அழ ஆரம்பித்தாள். எவ்வளவுதான் அடக்கினாலும் சின்ன கேவல் வெளிப்பட்டது.

அதே நேரத்தில் கல்யாணியும் பற்பல யோசனைகளுடன் கீழே தூங்காமல் படுத்திருந்தாள். காலையில் அனு பேசியதெல்லாம் அவளுள் சந்தேகங்களை கிளப்பி விட்டன.

ஒருக்கால் அனுவுக்கும் மறு கல்யாண ஆசை வந்து விட்டதா? நினைக்கவே அவளுக்கு உடம்பெல்லாம் பதறியது. ஒருக்காலும் அப்படி ஏதும் நடக்கவிடக் கூடாது என்று உறுதி செய்து கொண்டவள் அப்படியே தூங்கிப் போனாள்.

வெள்ளிக்கிழமை பிற்பகல் பதினொரு மணி இருக்கும். சிந்து கடையில் உட்கார்ந்து அதுவரை சேர்ந்திருந்த பணத்தை எண்ணி சரிபார்த்துக் கொண்டிருந்தான். இரண்டு கார்களுக்கு ரீ கண்டிஷன் செய்ததற்கான பணம், ஒன்று செக்காக வந்திருந்தது. மற்றது பாதிப் பணத்திற்கு செக்கும், மீதி கேஷாகவும் இருந்தது. எண்ணினான். எழுநூற்று எண்பது ரூபாய் இருந்தது. ரூபாயை மடித்து டிராயலில் வைத்து பூட்டி விட்டு எழுந்து வாசல் பக்கம் வந்தவன் கண்களில் முரளியும் முத்துப் பாட்டியும் தென்பட்டனர். முரளி சிந்துவை பார்த்து விட்டான். சிந்து சட்டென்று கூப்பிட்டான். “பாட்டி! நீ போயிண்டே இரு! நான் வரேன்” என்று சிந்துவை நோக்கி ஓடினான். பாட்டி திரும்பி சிந்துவைப் பார்த்து விட்டு பேசாமல் போய் விட்டாள்.

“ஏண்டா? ஸ்கூலுக்குப் போகலையா? எங்கே போய்ட்டு போறே?”

“மார்வாடி கடைக்கு!” பட்டென்று பதில் வந்தது அவனிடமிருந்து.

“என்னது? எதுக்குடா?”

“தெரியாது. பாட்டிக்கு பணம் வேணுமாம்! பவழ மாலையை வெச்சுட்டு பணம் வாங்கிண்டு வரோம்!”

“எதுக்குடா பணம் வேணுமாம்?”

“அதான் தெரியாதுண்ணேனே! நேத்திக்கு எனக்கு ஜூரம். டாக்டர்கிட்டே கூட்டிண்டு போனா. டாக்டருக்கு பணம் கொடுக்கறதுக்கோ என்னமோ! நான் வரேன் அண்ணா! பாட்டி திட்டுவா, வெய்யில்ல அலைஞ்சா.”

“எந்த கடையிலடா வெச்சிருக்கே...”

“ஒத்தக் கண்ணு மார்வாடி கடையிலே...” சொல்லிக் கொண்டே ஓடினான் முரளி.

“ஏண்டா எதுக்குடா சிந்து உன்னை கூப்பிட்டான்?”

“சும்மா தான்! ஸ்கூலுக்கு போகலையா? எங்கே போய்ட்டு வரேன்னு கேட்டான்.”

“நீ சொல்லிட்டியே?”

“ஆமாம்! பின்ன என்ன சொல்றது?” பாட்டி பேசாமலிருந்தாள். குழந்தையை திட்டினால் அதற்கு என்ன தெரியும்? முதல் நாள் முரளிக்கு ஜுரம் என்று டாக்டரிடம் கூட்டிக் கொண்டு போயிருந்தாள். அதோடு அவள் முழங்காலில் ரொம்ப நாளாய் குணமாகாமல் அவஸ்தைப்படுத்திக் கொண்டிருந்த கட்டியையும் காண்பித்தாள். கட்டி அப்பம் மாதிரி பெரிசாய் இருந்தது. அதோடு அவள் எப்படி வேலை செய்து கொண்டிருந்தாளோ? சாதாரணக் கட்டி என்று நினைத்து மஞ்சளும் சோப்பும் அரைத்துப் போட்டாள். அதற்கும் தேவலையாகவில்லை. மாவு வைத்து கட்டியும் குணமாகவில்லை! நேற்றிலிருந்து சாதாரண வலி குத்து வலியாக மாறி விடவே, பொறுக்க முடியாமல் டாக்டரிடம் காட்டி விட்டாள்.

டாக்டர் தந்த பதில் “உடனடியாக ஆபரேட் பண்ணி அதை நீக்க வேண்டும். இல்லையானால் செப்டிக் ஆகி காலெல்லாம் பரவி காலையே எடுக்க வேண்டிய நிலைமைக்கும் வரலாம்.”

பாட்டி திடுக்கிட்டாள். “முழு உடம்போட இருக்கும்போதே திண்டாடி தெருவுல நிக்க வேண்டியிருக்கு. இந்த லட்சணத்துல காலும் போச்சுன்னா? அப்பப்பா நெனக்கவே பயமாயிருக்கும்மா? பணம் செலவானாலும் பரவாயில்லை மொதல்ல ஆபரேட் பண்ணிக்க வேண்டியது தான். ஆனா ரவி கால்ல போய் தொங்கிண்டு நிக்கப்படாது” என்று நினைத்துக் கொண்டாள். அவளுக்கு தன் பவழ மாலை ஞாபகம் வந்தது. “அந்த காலத்து பவழம். வெச்சா இருநூறு ரூபாயானும் கிடைக்கும். அதுக்குள்ள செலவு அடங்கிடாதா?”

சனிக்கிழமை ஆபரேட் பண்ணிடலாம் என்று டாக்டர் கூறியிருக்கவே முன் ஏற்பாடாக மாலையை வைத்து நூற்றி எண்பது ரூபாயை வாங்கிக் கொண்டு வந்தாள். அதற்குமேல் ஒத்தைக் காசுகூட தேறாது என்று கண்டிப்பாக சொல்லி விட்டான் மார்வாடி. பேசாமல் பணத்தை வாங்கிக் கொண்டு வந்து விட்டாள். முரளிக்காகவாவது தான் இன்னும் கொஞ்ச நாள் வாழ வேண்டும் என்று ஆசைப்பட்டாள். முரளி தூங்கிப் போய் விட்டான். கால் வலி அதிகமாகி இருக்கவே பாட்டி வேலைகளையெல்லாம் போட்டது போட்டபடி அவன் பக்கத்தில் படுத்து உறங்கலானாள்.

மணி மூன்றிருக்கும்போது விழித்துக் கொண்டாள். எழுந்திருப்பதற்காக கையை ஊன்றிய போது ஏதோ கவர் தட்டுப்படவே ஆச்சரியத்துடன் பிரித்தவள் திடுக்கிட்டாள். காலையில் தான் அடகு வைத்த மாலை! அந்த ரசீது! ஐம்பது ரூபாய் பணம்! ஏது இது? எப்படி இங்கே வந்தது? திகைத்துப் போய் அப்படியே உட்கார்ந்தவளுக்கு மின்னல் போல ஏதோ பளிச்சிட்டது. மாலை அடகு வைத்த விவரம் சிந்து ஒருவனுக்குதான் தெரியும். இதற்கு காரணம் அவன் தான். அன்னிக்கு திட்டி அனுப்பிச்சவனா இப்படி பண்ணியிருக்கான்? அந்த பிள்ளையை நாம் தான் தப்பா நெனச்சுண்டோமோ? பாட்டி சந்தோஷத்தில் அழ ஆரம்பித்தவள் ஒரு முடிவுடன் காப்பியை கலந்து வைத்து விட்டு கதவை லேசாக சாத்திக் கொண்டு சிந்துவின் கடையை நோக்கி கால் வலியையும் பொறுத்துக் கொண்டு நடக்க ஆரம்பித்தாள். சிந்து ஒரு கார் ரிப்பேரில் மும்முரமாக மூழ்கியிருந்தான்.

“சிந்து!” தழுதழுத்த குரலில் அவனை அழைத்தாள் பாட்டி. திரும்பிப் பார்த்தவன் திடுக்கிட்டான். சட்டென்று சமாளித்துக் கொண்டு, “என்ன பாட்டி? மறுபடியும் கடனா?” என்றான் ஏகத்தாளமாக! பாட்டிக்கு கோபம் வரவில்லை. மாறாக அழுகை வந்தது. என்ன பிள்ளை இவன்! செய்யறதையும் செஞ்சுட்டு ஒண்ணுமே தெரியாத மாதிரி பழைய பாணியிலேயே குத்தலான்னா பேசறான்?

பாட்டி பேசாமல் அவனிடம் கவரைக் காட்டினாள்! அவன் முகம் மாறியது. "என்ன இது?" என்றான்.

"டேய். நீ மறைக்க நினைச்சாலும் எனக்கு புரிஞ்சுடுத்துடா? நல்ல காலம் முரளிகிட்ட நீ எதுக்கு கூப்பிட்டேன்னு கேட்டேனோ எனக்கு புரிஞ்சுதோ! ஏண்டா இப்படியெல்லாம் செஞ்சே? பெத்த புள்ளையே என்னை கவனிக்கிறதில்லை. பதிலா அவன் பெத்ததையும் சேர்த்து நான் தாங்கிண்டிருக்கேன். இந்த சமயத்துல உன்னோட அன்பு என்னைக் கொல்றதுடா. உன்னைப் போய் முரடன் ரௌடின்னெல்லாம் நெனச்சுண்டு இருந்தேனே, உனக்குள்ள இப்படிப்பட்ட மனசா?"

சிந்துவுக்கு தர்மசங்கடமாகப் போய் விட்டது. நேர் எதிரில் அவள் புகழ்ந்தது என்னமோ போலிருந்தது. கண்டுபிடிக்க மாட்டாள் என்றல்லவா நினைத்திருந்தோம்! ச்சே! நாம் அவளெதிரில் முரளியைக் கூப்பிட்டுக் கேட்டிருக்கக் கூடாது! தன்னையே திட்டிக் கொண்டான். "சரி இப்போ அதுக்கென்ன? நீங்க வீட்டுக்கு போங்க!"

"சும்மா! உன்னை புகழறதுக்கு இங்கே வரலைடா! மாலை மார்வாடிட்ட இருந்தா என்ன? உங்கிட்ட இருந்தா என்ன? எனக்கு சும்மா பணம் வேண்டாம்!"

"நான் மாலையை வெச்சுண்டு என்ன பண்றது. இப்போ என்ன நான் பெரிசா பண்ணிட்டேன். நீங்க வீட்டுக்கு போங்கோ! ஆனா அம்மாகிட்டல்லாம் சொல்லிட வேண்டாம்."

"சரி. மாலை எங்கிட்டேயே இருக்கட்டும். ஆனால் ரூபாயை கடனாகத் தான் வெச்சுப்பேன். சம்மதமாயிருந்தா வெச்சுக்கறேன். இல்லைன்னா வேண்டாம்!" அவள் உறுதியாகக் கூறவே

"பின்ன நான் என்ன சும்மா குடுத்தேன்னு நெனச்சேளா? வட்டி போட்டு வாங்கிக்கிறேன். நீங்க போங்கோ!"

ஒரு வழியாக பாட்டி திரும்பி நடக்கும் போது தான் கவனித்தான். ஏன் ஒரு மாதிரியா நடக்கிறாள்? கேட்க நினைத்தான். ஆனால்

அவ்வளவு சகஜமாக யார் கூட என்னிக்குப் பேசியிருக்கிறான்! பேசாமல் இருந்து விட்டான்.

அப்பொழுது ஒரு கார் வந்து நின்றது. காரிலிருந்து இறங்கியவன் காரிலிருந்த குறைகளைக் கூறி அதை ரிப்பேர் செய்ய விட்டுவிட்டு பெயர் விலாசங்களை கூறி விட்டு அங்கிருந்து நடக்க ஆரம்பித்தான். அவன் தான் விஸ்வம்!

***

அத்தியாயம்

12

வெள்ளிக்கிழமை மாலை பாகீரதி கல்யாணியைத் தேடிக் கொண்டு வந்தாள் “என்ன மாமி ஜாதகம் பார்த்தாச்சா?”

“ரெண்டு ஜாதகமும் பேஷா பொருந்தியிருக்கு, மாமி! அதுவும் சிந்துவோடதும், விசாலத்தோடதும் திவ்யமா பொருந்திருக்கு. எட்டு பொருத்தமும் இருக்காம்!” பாகீரதி வாயெல்லாம் பல்லாக முகமெல்லாம் சந்தோஷமாக கூறினாள்.

கல்யாணிக்கு ஏதோ ஒருவித நிம்மதி ஏற்பட்டது. “மங்களம் மட்டும் சரின்னு சொல்லிட்டா அடுத்த மாசமே முகூர்த்தம் வெக்சுக்கலாம்!”

“ஒத்துண்டு தானே ஜாதகத்தையே குடுத்தா! எனக்கென்னமோ அந்த பிள்ளை ஒத்துக்குமான்னு பயமாயிருக்கு இன்னிக்கே நல்ல நாள் தானே? போய் பேசிட்டு வரலாமா? அதிர்ஷ்டம் இருந்தா எல்லாம் தன்னால் நடந்துட்டுப் போறது. அனு சித்த குழந்தைய பார்த்துக்கோ! நாங்க போய் மங்களத்தைப் பாத்துட்டு வரோம்.”

அவ்வளவு நேரம் அங்கே உட்கார்ந்து வீக்லியில் மூழ்கியபடியே அவர்கள் பேசியதைக் கேட்ட அனுவுக்கு, இதயமே வலித்தது. அவளறியாமலே சிந்துவுக்கு கல்யாணம் என்றதும் ஏன் மனது துடிக்க வேண்டும்? கண்களில் கண்ணீர் துளிர்த்தது. அவள் இருக்கும் நிலையில் இதுபோன்ற ஆசைகளுக்கு மனதில்

இடம் கொடுக்கலாமா என்று நினைத்தாள். உங்க விருப்பமும் நிறைவேறணும். எனக்கு பிடிச்சவனாகவும் இருக்கணும்னு எழுதியிருந்தேளே!

எனக்குத் தைரியமில்லை பாஸ்கர். கன்னிப் பொண்ணா இருந்திருந்தா தைரியமா வெளியிடலாம். நான் ஒரு விதவை! நான் எப்படி என் ஆசைகளை வெளியிட முடியும்? அவனுக்கு விருப்பமில்லாவிட்டால் என் ஆசை வெளியில் தெரிந்து சந்தி சிரிக்க வேண்டுமா? விசு என்ன நினைத்துக் கொள்வான்? பேசாமல் விஸ்வத்திடம் சொல்லி விட வேண்டியதுதான். உங்கள் இஷ்டப்படி யாரை வேண்டுமானாலும் பாருங்கள் என்று! சட்டென்று அந்த நினைவு. பாஸ்கர் விசுவைத் தானே மணக்கச் சொல்லி எழுதியிருந்தார். யாரோ ஒருத்தர் தேவை தான். தெரியாதவனைவிட விசுவே மேல். ஆனால் என் மனசு ஏன் அவன்கிட்ட ஒட்டமாட்டேங்கறது?

இதற்குள் பாகீரதியும் கல்யாணியும் கீழே இறங்கி வந்து விடவே, அவள் சிந்தனை கலைந்தது. பாகீரதி விடை பெற்றுச் சென்றாள்.

“என்னம்மா சொன்னா மங்களம் மாமி?”

“அவளுக்கு சம்மதம் தான்! சிந்துகிட்ட ஒரு வார்த்தை கேட்டுட்டு மேல் கொண்டு பேசலாம்னாள். அந்த முரடன் ஒத்துக்குமோ என்னமோ?”

அதற்குமேல் அனு பேசவில்லை!

“யாரு மீனாவா? எங்கடி வந்தே?” திடீரென்று தன்னெதிரில் வந்து நின்ற தங்கையை அதிசயமாகப் பார்த்தான் சிந்து. சாதாரணமாக அவன் வேலை செய்யும் இடத்திற்கு யாரும் வருவதில்லை. என்றைக்காவது தேவை அவசியம் என்று இருந்தால் முரளி தான் ஓடிவந்து சொல்லுவான்.

“அண்ணா… வந்து…” தயங்கினாள் மீனா. முதல் முறை அவனிடம் முக்கியமான விஷயமாக நேருக்கு நேர் பேசப்

போகிறாள். அந்த படபடப்பு அவளுக்கு முகத்திலேயே தெரிந்தது. வீட்டில் அவர்கள் பேசுவதே இரண்டொரு வார்த்தைகளோடு சரி.

“என்னடி வந்து போயி?” ஜெயம் மாதிரி இதுவும், ஏதாவது இப்பவே பண்ண ஆரம்பிச்சுடுத்தா என்ன?

“உங்கிட்ட ஒரு முக்கியமான விஷயம் சொல்லணும், வீட்ல சொல்ல முடியலை... அண்ணா அம்மா உனக்கும் சுபத்ராவுக்கும் ஜாதகம் பார்க்கறா. சுபத்ராவுக்கு செலவில்லாம கல்யாணம் பண்ணப் போறாளாம்! நீ விசாலத்தை பண்ணிண்டா சுபத்ராவுக்கு அவளோட அண்ணா பாபுவை பண்ணி வைக்கிறாளாம். அம்மா பாரம் ஒண்ணு கொறையறதேன்னு ஒத்துண்டா, அண்ணா நீ ஒத்துக்காதே! எனக்குப் பிடிக்கலை. அதைச் சொல்லத்தான் வந்தேன்!” மடமடவென்று ஒப்பித்துவிட்டு பயத்துடன் அவனை நிமிர்ந்து பார்த்தாள். அவன் முகத்தில் சட்டென்று ஒரு அதிர்ச்சி பரவியது. சமாளித்துக் கொண்டான். “சரி நீ போ நான் பார்த்துக்கறேன்.”

அவன் மனம் நெகிழ்ந்தது. இவளை எவளோ திட்டியிருப்பேன். அத்தனையும் மறந்துட்டு இதுக்காக என்னை தேடி ஓடி வந்திருக்காளே! உருகி விட்டான் சிந்து. ஒரு வாரத்தில் இரண்டு நாள் ஓடிவிட்டது. சிந்து தவித்தான். ஜெயத்திற்கு இன்னும் ஒரு ஏற்பாடும் செய்யவில்லையே எப்படியாவது அம்மாகிட்ட சண்டை போட்டாலும் முடிச்சுட வேண்டியது தான். தீர்மானித்துக் கொண்டான். மீனா கூறியது நினைவிற்கு வந்தது. “சுபத்ரா கல்யாணம் நிச்சயமாயிடுத்துன்னா, தேவலை. ஜெயத்தோட பிரச்சனை விட்டுது.” ஆனால் விசாலத்தின் முகம் கண்ணெதிரில் வந்து நின்ற போது அம்மா மேல் ஆத்திரமாக வந்தது. ‘என்ன தைரியம் இருந்தா, எனக்குப் பொண்ணு பாப்பா? நான் என்ன சின்ன பாப்பாவா அவ சொல்றதுக்கெல்லாம் தலையாட்ட? பார்த்துக்கறேன். இருக்கட்டும்!’ மணியை பார்த்தான். ஏழு தான் ஆகியிருந்தது. அவசர வேலை எதுவுமில்லை. “டேய் காசி!

இங்கே வாடா!" திடீரென்று யோசித்தான். முதலாளிக்கு கணக்கு காண்பிக்க வேண்டாமா? ஏழு மணிக்கே வந்திருக்கயே இதான் வேலை செய்யற லட்சணமான்னு நெனச்சுண்டா?

"என்னண்ணே?"

"ஒண்ணுல்ல போடா!" -அவனை திருப்பி அனுப்பி விட்டு ஒரு மணி நேரத்தை சிந்தனையில் கழித்துவிட்டு சரியாக ஏழே முக்காலுக்கு கடையைப் பூட்டிக் கொண்டு சைக்கிளில் ஏறி உட்கார்ந்தான். கதிர்வேலனிடம் கணக்குகளை ஒப்படைத்தான். நல்ல காலம் மாமியைக் காணும்! நினைத்துக் கொண்டே வெளியில் வந்து வீட்டை நோக்கிச் சென்றான்.

அதே நேரத்தில் மங்களமும் ஒரு தீர்மானத்திற்கு வந்தாள். 'இரண்டிலொன்று கேட்டு விட வேண்டும் அழுது ஆர்ப்பாட்டம் பண்ணியாவது அவனை சம்மதிக்க வைத்து விட வேண்டும்! என்ன பிரயோஜனம் அவனால்? இந்த காரியத்திற்காவது உபயோகமாயிருக்கட்டுமே! வரட்டும் கேட்டுடலாம்!' அவள் நினைப்பதற்கும் சிந்து வருவதற்கும் சரியாக இருந்தது. கை கால் அலம்பி விட்டு வருவதற்குள் தட்டும் ஜலமும் எடுத்து வைத்தாள்.

சிந்து சாப்பிட உட்கார்ந்தான்.

கனத்த மௌனம்! இரண்டு பேரும் பேச்சை ஆரம்பிக்கத் தெரியாமல் முழித்ததால் ஏற்பட்ட மௌனம்! முடிவில் மங்களமே பேச்சை ஆரம்பித்தாள்.

"சிந்து! உன் கோபம் தாபம் எல்லாத்தையும் மூட்டை கட்டி வெச்சுட்டு கொஞ்ச நேரம் நான் சொல்றதை கேளு!"

நிமிர்ந்து பார்த்தான். நீ என்ன சொல்லப் போறேன்னு தெரிஞ்சுதான் உட்காந்திருக்கேன் என்கிற மாதிரி பார்வை.

"பாகீ மாமியைத் தெரியுமில்லையா?"

"ம்!"

“அவ பிள்ளையை பார்த்திருக்கயா?”

“அவனுக்கென்ன? மிலிட்டிரிகாரன் தோத்தான்!”

“சரி அத விடு! சுபத்ராவுக்கு என்ன வயசாச்சு தெரியுமா?”

“நாலு கடா!”

“இருபத்தாறாகப் போறது!” அவ வயசுப் பொண்களுக்கு நாலு கொழந்தைகள் இருக்கு!”

“அவளுக்கும் கொழந்தை வேணுமாமா?”

“அவ சொல்லலை! நாம்பளாத்தான் புரிஞ்சுக்கணும்! அவளுக்கு கல்யாணம் பண்ணணும்னா கிட்டதட்ட பதினைஞ்சாவது வேணும்.”

“ப்பூ! பதினஞ்சு ரூபாய்க்கு எவம்மா அவளைக் கல்யாணம் பண்ணிக்கறேன்னான்?”

“பதினைஞ்சாயிரம்!”

“ஓஹோ!”

“பதினஞ்சாயிரம் நம்மகிட்ட இருக்கா? சுபத்ராகிட்ட ஒரு அஞ்சாயிரம் இருக்கும். மிச்சம் பத்துக்கு எங்கே போறது!”

“பிச்சை எடுக்க!”

“சீரியஸா பேசுடா! ஆத்துக்கு நீ ஒரே ஆம்பளை!”

“ஏன் அப்பா எங்கே போனார்?”

“அவரை இழுக்காதே! அவருக்கு வயசாச்சு. உங்களை எல்லாம் வளர்க்கத்தான் அவர் சம்பாதிச்சதெல்லாம் சரியாயிருந்தது. அதுவே ஜாஸ்தி! ஒரு பைசா நாங்க சேத்து வெக்கலை!”

“நானும் பைசா சேத்து வெக்கலை! சம்பளத்தகூட பைசா கொறையாம உங்கிட்ட தான் குடுக்கிறேன். அவளுக்கும் நாலு கொழந்தை பொறக்கும்!”

“அது பொறக்கணும்னா முதல்ல கல்யாணம் ஆகணும்!”

“அதுக்கு நான் என்ன பண்ணணுங்றே!” இந்த இடத்தில் தான் மங்களம் தயங்கினாள். சொன்னால் எகிறுவானோ! ம்! பார்த்துக்கலாம்...”

“பாகீ பிள்ளை சுபத்ராவ கல்யாணம் பண்ணிக்கறனாம் பைசா செலவில்லாம.”

“சந்தோஷம்!”

“அதுலயும் ஒரு சிக்கல். விசாலத்துக்கும் கல்யாணம் பண்ணினாதான் அவன் கல்யாணத்துக்கு ஒத்துப்பானாம்!”

“அவளுக்கும் பண்ணிட வேண்டியது தானே!”

“அவாளுக்கும் நம்ப நிலமை தான்! பார்த்த இடத்துலல்லாம் அதிகமா எதிர்பார்க்கறாளாம்!”

“அதனால...”

“அதனால... அவாளுக்கும் செலவில்லாம நமக்கும் செலவில்லாம ரெண்டு பேர் கல்யாணமும் நடக்க ஒரு வழி இருக்கு!”

“என்ன அது?”

“நீ விசாலத்தை பண்ணிக்கணும்?”

சட்டென்று தாயை நிமிர்ந்து பார்த்தான். கண்கள் சிவந்தன. “ஏம்மா இந்த ஓரவஞ்சனை உனக்கு.”

“எனக்கு ஒண்ணும் ஓரவஞ்சனையில்லை!” அழ ஆரம்பித்தாள் மங்களம்.

“சிந்து நான் சொல்றத கேளுடா! அழகில்லாட்டா என்னடா? அழகு நிரந்தரமில்லைடா! கொணம்தான் முக்கியம். நான் என்ன பண்ணுவேன்! எனக்கு இதைத்தவிர வேற வழியே இல்லை. இதுநாள் வரைக்கும் நான் சொல்லி நீ எதுவும் கேட்டதில்லை. கஷ்டம் தெரிஞ்சே வரிசையா கொழந்தை பெத்துண்டேன். அதுக்காக நீ என்னை செருப்பாலடி! வாங்கிக்கறேன்! ஆனா அதுக்காக மாட்டேன்னு மட்டும் சொல்லிடாதடா! உன் கால்ல

விழுந்து கேக்கறேன்! உன் ஆயுசுல நீ எனக்கு ஏதாவது செய்யணும்னு ஆசைப்பட்டா இந்த உபகாரத்தை செய்! உங்கிட்ட நகை கேக்கலை பொடவை கேக்கலை! நீ பண்ணிக்கறதுனால் அந்த பொண்ணுக்கும் சந்தோஷமாயிருக்கும்டா! அதுக்கும் விடியும்!"

தாய் தன்னெதிரில் அழுதது வயிற்றை கலக்கியது அவனுக்கு, கண்ணீருக்கே சக்தி அதிகம்! அதிலும் பெற்றவள் பிள்ளையிடம் விடும் கண்ணீர்! ஆனாலும் விட்டுக் கொடுக்கக் கூடாது என்று முடிவு செய்தான்.

"என்னால முடியாதும்மா?" திகைப்புடன் பார்த்தாள் மங்களம்.

இவ்வளோ சொல்லியுமா? "தப்பு தாண்டா! உங்கிட்ட நான் அழுதது தப்புதான். உனக்கு எப்பவுமே உன் சுகம் தான் முக்கியம். பிறத்தியாரை அடக்கியே வாழ்ந்தவன்! உனக்கு நான் எந்த மூலைக்கு. அம்மா சொல்லி கேக்கற பிள்ளை பாகீ மாமிய மாதிரி எனக்கு பொறக்கலையே. சந்தோஷம். நீ மனசுக்கு இஷ்டபட்டவள கல்யாணம் பண்ணிண்டு சந்தோஷமாயிரு. அதுகள் தலையெழுத்து! கல்யாணம் ஆனா ஆறது! இல்லாட்டா அப்படியே நிக்கட்டும்! அதுவும் இல்லையானால் எவனையாவது இழுத்துண்டு ஓடட்டும்!"

"எவனையாவது இழுத்துண்டு ஓடட்டும்!" -வார்த்தைகள் மின்சாரமாய் மாறி அவன் மூளையைத் தாக்கியது. ஜெயம்! அவளைப்பற்றி அம்மாவிடம் கூற வேண்டும் என்று நினைத்தான். அதற்குள்... 'ச் சே!' என்று கையை உதறி விட்டு எழுந்து போனான். மங்களம் முசுமுசுவென்று அழுது கொண்டிருந்தாள்.

மாடி வராண்டாவில் படுக்கையை விரித்துக் கொண்டான். திறந்த வெளி. நட்சத்திரங்கள் கண் சிமிட்டின. சில்லென்ற காற்று மனதுக்கு சுகமாக இருந்தது. சாதாரண மன நிலையில் இருந்தால் தூக்கம் பிய்த்துக் கொண்டு வரும். மங்களம் இன்னும் அழுது கொண்டிருந்தாள்.

"அம்மா!" சுபத்ரா கூப்பிட்டாள். மங்களம் நிமிர்ந்துகூட பார்க்கவில்லை.

"நீ பார்க்க வேண்டாம். கேட்டா போறும். எனக்கு கல்யாணமே வேண்டாம்!"

"என்னடி சொல்றே!" சட்டென்று நிமிர்ந்தாள்.

"பிடிக்காம ஒருத்தியை சிந்துவுக்கு கல்யாணம் பண்ணி வெச்சா தான் எனக்கு கல்யாணம் ஆகும்னா எனக்கு அது வேண்டாம்."

"நீ பேசாம இருடி! எனக்கு எல்லாம் தெரியும்!" சிடுசிடுத்தாள் மங்களம். லட்டு மாதிரி வரனை நழுவ விட அவளுக்கு மனசில்லை. மூன்றில் ஒன்று குறைந்தாலும் அவளுக்கு நிம்மதி நிம்மதிதானே?

அவளுக்கு இப்போது எது சொன்னாலும் ஏறப் போவதில்லை என்று உணர்ந்து திரும்பிப் போய் விட்டாள் சுபத்ரா.

சிந்து யோசித்தான் அம்மாவை பார்த்தால் பரிதாபமாக இருந்தது. அவள் சொல்ற மாதிரி ஆத்துக்கு பொறுப்பான ஆம்பளை நான் தானே? அப்பா என்ன பண்ணுவார்? ஸ்கூல் வாத்தியார்! அவரால் நாம் இவ்வளவு தூரம் வளர்ந்ததே பெரிசு. இதற்குமேல் அவரிடம் என்ன எதிர்பார்க்க முடியும்! நா ஒருத்தன் இருக்கேன். பார்த்துப்பேங்கற நம்பிக்கைலை தான் அவர் நிம்மதியா இருக்கார். ஓவர் டைம்ல கிடைச்ச பணமெல்லாம் சேத்து வெச்சது ஒரு ஐந்தாயிரம் தேறும். அதவெச்சுண்டு நாம் எத்தனை பேருக்கு கல்யாணம் பண்ண முடியும்? நாம் மட்டும் இப்போ கல்யாணதுக்கு ஒத்துண்டா சுபத்ராவிற்கு கல்யாணம் ஆகும். ஜெயத்துக்கும் பிராப்ளம் இல்லாமல் முடித்து விடலாம். நம் ஒப்புதலில் எத்தனையோ உள்ளங்களுக்கு சந்தோஷம் கிடைக்கும். முக்கியமாக அந்த விசாலத்திற்கு! ஒத்துக்கலைன்னா...? அம்மாக்குன்னு சம்பளத்தை மாசா மாசம் குடுக்கறத தவிர என்ன பண்ணிருக்கோம். எனக்கும்

ரவிகிருஷ்ணனுக்கும் என்ன வித்தியாசம்? அல்லது லண்டன் கிருஷ்ணனுக்கும் என்ன வித்தியாசம்? அவங்க ஒரேயடியா தூரத்த போய் இல்லாம போய்ட்டா! நாம் பக்கத்துல இருந்தும் பிரயோஜனமில்லாம போய்விடுவோம். அவாளை திட்டறோமே! பாவிகளா! பெத்தவங்க கண்கலங்க வெக்கறேளேன்னு! இப்ப நாம்ப என்ன பண்றோம்? பத்தாயிரத்தை தூக்கி குடுக்க என்னால முடியாது. ஆனா, பைசா செலவில்லாம சந்தோஷத்தை கூடவா குடுக்க முடியாது? நான் ஒத்துண்டா செலவில்லாம மூணு கல்யாணம் நடக்கும்! இல்லைனா நடக்காது. நடக்கலாம்! ஆனால் கிட்டதட்ட முப்பதாயிரம் ரூபாயாவது வேணும். அதற்கு சக்தி இல்லாத பட்சத்தில் எதற்கு இந்த வீராப்பு.

ஆனால் விசாலத்தை எப்படி கல்யாணம் செய்து கொள்வது? அப்படியானால் அனு? அனு! சட்டென்று மனம் அவளிடம் தாவியது. அடுத்த நிமிடமே ஏமாற்றமடைந்தது, ஒரு விதவையிடம் போய் எப்படி 'நான் உன்னை மணக்கிறேன்' என்று கேட்பது? அதற்கு அவள் ஒத்துக்கொள்ள வேண்டாமா? எனக்குள்ளேயே ஆசைப்பட்டால் மட்டும் போதுமா? இது நிறைவேற முடியாத ஆசை! நடக்க முடியாததை கனவு கண்டு கொண்டு, நடக்கக் கூடியதை கோட்டை விட்டு விடக்கூடாது. எனக்காக இல்லாவிட்டாலும் இப்போது மோகனுக்கு நான் கொடுத்த வாக்கு நிறைவேற்றப்பட வேண்டுமானால் சுபத்ரா கல்யாணம் ஒரு தடை. சுபத்ரா கல்யாணம் நடக்கணுமானால் எனக்கு நடக்க வேண்டும்! அதற்காகவாவது ஒத்துக்கொள்ள வேண்டியது தான். மனதை கல்லாக்கிக் கொண்டான் இதயத்தில் இரத்தமெல்லாம் சுண்டி விட்டது போல் ஒரு பிரமை. மெதுவாக எழுந்து மறுபடியும் அடுக்களைக்குள் வந்தான். மங்களம் பாத்திரங்களை ஒழித்துத் தேய்த்துக் கொண்டிருந்தாள்.

"அம்மா!"

"நான் கல்யாணத்துக்கு ஒத்துக்கறேன்."

சந்தோஷத்திலோ! அதிர்ச்சியிலோ அவள் கையிலிருந்த பாத்திரம் நழுவியது. கண் கலங்க அவனைத் திரும்பி பார்த்தாள். "ஆனா

கல்யாணத்த ஒரு வாரத்துல நடத்த முடியுமான்னு கேளு, ஜெயத்துக்கும் நான் ஒரு வரன் பாத்திருக்கேன். மூணு கல்யாணமும் ஒரு வாரத்துல நடந்தாகணும். சம்மதமாயிருந்தா நானும் கல்யாணத்துக்குத் தயார்!" திரும்பிப் பார்க்காமல், மறுபடியும் படுக்கையை நோக்கி நடந்தான்.

இரண்டு கைகளாலும் முகத்தை மூடிக்கொண்டு கதறியழுதாள் மங்களம். அவன் முடியாது என்று சொல்லி விட்டு போனபோது அவளுக்காக, அவளுடைய கண்ணீருக்கு மனமிரங்கி ஒத்துக் கொண்டது தான் அவளுக்கு தாங்க முடியவில்லை! இப்படியாவது இந்தப் பிள்ளையை கஷ்டப்படுத்த வேண்டுமா? தன்னையே கேட்டுக் கொண்டாள். ஆனால் அடுத்த கணமே அவள் பாரம் குறைந்து விடுமே என்ற சந்தோஷம் அவள் மனதை மாற்றியது. கல்யாணமானா சரியா போய்டும். அவனா மாறிடுவான். தன்னையே சமாதான படுத்திக் கொண்டாள். அதே நேரத்தில் மீனா அதிர்ச்சியால் ஸ்தம்பித்து போய் விட்டாள். அம்மா மேல் ஆத்திரமாக வந்தது.

"அனு என்னை மன்னித்து விடு!" மானசீகமாக அவன் மன்னிப்பைக் கேட்டான் சிந்து. அவன் கண்கள் கலங்கி முத்து முத்தாக கன்னத்தின் வழியாக காதுகளை நனைத்தது. கொஞ்ச நாள் நான் உன்னை விரும்பினதுக்காக வெக்கப்படறேன்! என் சூழ்நிலையிலும் உன் சூழ்நிலையிலும் என்பால் என் விருப்பத்தை நிறைவேத்திக்க முடியலை. நான் ஒரு சாதாரணமானவன். உன் விருப்பம் தெரியாமல் எந்த முடிவுக்கு நான் வரமுடியும். ஆசைப்பட்டால் மட்டும் போதுமா? அம்சம் வேண்டாமா? மெல்லிசாக மனதுக்குள்ளேயே ஊமை அழுகை அழுதான்.

அன்று இரவு சிந்துவின் ஒப்புதல் எல்லோருக்கும் மனசங்கடத்தை ஏற்படுத்தி அந்த ரங்கநாதனைத் தவிர எல்லோரும் ஒவ்வொரு பக்கம் அழுது கொண்டிருந்தனர். சிந்து நீயோ முரடன்! சமயம்னு வரும் போது விவேகியா மாறின நீதாண்டா எனக்கு தெய்வம்! எனக்கு தெரியும். என் கல்யாணத்தை ஒரு வாரத்துல முடிக்கறதா நீ பண்ணி இருந்த பிராமிஸ்சுக்காகத்தான் நீ சரின்னு சொல்லியிருக்கே! ஜெயா இதயம் துடிக்க கேவி கேவி அழுதாள்.

சுந்தரிக்கு சென்ற இரண்டு மூன்று நாட்களாகவே கோபம் உச்சத்தில் இருந்தது. யாரைப் பார்த்தாலும் கடித்து குதறி விடவேண்டும் போல் ஆத்திரமாக வந்தது. காரணம் வேறொன்றுமில்லை. அன்று வரன் பார்க்கப் போயிருந்த சாரதாம்பா மாலை திரும்பி வந்து அவளிடம் தான் போன விஷயத்தையும் கூறி, கல்யாணமும் நிச்சயம் பண்ணிக் கொண்டு வந்து விட்டதாகக் கூறினாள். சுந்தரிக்கு ஆச்சரியம். கல்யாணமென்றால் பெண் பார்க்க வேண்டாமா. அது நடக்காமல் எப்படி? யோசித்த பின்பு தாயிடமே கேட்டாள். சாரதா சளைக்கவில்லை.

"நம்ப அத்தங்கா மச்சினர் தெரியுமாடி!"

"உங்க அத்தங்கான்னு சொல்லு! தெரியும். சரி என்னோட அத்தங்கா! வில்லிவாக்கத்துல இருக்கா. அவ மச்சினரை பார்த்திருக்கயோன்னோ?"

"வழுக்க தலை மாமாவா!"

"ச்சீ! அப்படியெல்லாம் சொல்லக் கூடாது. அவரும் உன்னை பார்த்திருக்காராம்."

"அவருக்கு கல்யாண வயசுல பிள்ளை கூட இல்லையே! அவர் எதுக்கு என்னை பார்க்கணும்!"

"அவருக்கே தான்!" சாரதா அழுத்தந்திருத்தமாக கூறியவுடன் பதறிப் போய், திடுக்கிட்டாள் சுந்தரி.

"என்னம்மா எங்கிட்ட விளையாடறயா?" கொஞ்சம் கொஞ்சமாக அழுகை வர ஆரம்பித்த குரலில் கேட்டாள்.

"என்னடி. நான் விளையாடறேனா! உம் மூஞ்சிக்கு பின்னே மன்மதனா வருவான். தேடித் தேடி. சலிச்சு போய்ட்டேன். இவருக்கும் பொண்டாட்டி போனதுக்கப்புறம் கொழந்தைகளை பார்த்துக்க முடியலையாம். அத்தங்கா உன்னைச் சொன்னாளாம். அவர் சரின்னுட்டாராம். எனக்கும் கஷ்டமாயிருந்தது முதலில். ஆனா சொத்து இருக்குடி. ரெண்டு லட்சம் தேறும். எல்லாம் உனக்குத்தான்! நான் சரின்னு ஒத்துண்டாச்சு."

சுந்தரிக்கு அழுகை பீறிட்டுக் கொண்டு வந்தது. லக்டோகாலமைனையும் வீக்கோடெர்மரிக்கையும் இத்யாதிகளையும் நாள் தவறாமல் பூசிக் கொண்டது இந்த அரைக் கிழத்தை கல்யாணம் பண்ணிக்கத்தானா? தன் கனவுகளெல்லாம் அவ்ளோதானா. ஆண்டவா என்னை மட்டும் அழகா படைச்சிருந்தா இந்தக் கெழத்தையா கல்யாணம் பண்ணிக்க வேண்டிவரும். ஆனால் சாரதா சொன்னால் சொன்னது தான்! தனக்கு விமோசனமே கிடையாது என்பதை உணர்ந்தாள் சுந்தரி. முதல் நாள் வேறு, சிந்துவிடம் நன்றாக வாங்கிக் கட்டிக் கொண்டாள். அனு இடித்துக் கொண்டாளே என்ற பொறாமையில் மறுநாள் சிந்து வரும் நேரத்தில் வேண்டுமென்றே வெளியிலிருந்து படாரென்று இடித்துக் கொண்டு தானும் நெற்றியை பிடித்துக் கொண்டாள்.

ஆனால் சிந்து முறைத்துவிட்டு "எரும்ம மாடு மாதிரி மோதறதப் பாரு!" என்று முணுமுணுத்தபடி வெளியேறினான். அதே நேரத்தில் வெளியில் வந்த அனு இந்த காட்சியையும் அவன் முணுமுணுத்ததையும் பார்த்துவிட்டு சத்தம் போடாமல் சிரித்ததை சிந்து கவனிக்கவில்லை.

ஆனால் சுந்தரியின் கொள்ளிக் கண்களுக்கு அது தப்பவில்லை. அவமானம் பிடுங்கித் தின்ன மனசெல்லாம் வக்கிரம் நிரம்பி வழிய 'உன்னை விட்டேனா பார் எனக்கு முதல் எதிரி நீதான்' என்று கருவிக்கொண்டே உள்ளே போனாள். எல்லாம் சேர்ந்து அவளுக்கு ஆத்திரமான ஆத்திரம்! தலையை பிய்த்துக் கொள்ளலாம் போலிருந்தது. அவள் ஆத்திரத்தை அடக்க முடியாமல் போகவே மனம் சரியில்லாமல் சற்று வெளியிலாவது போய் வருவோம் என்று கிளம்பினாள். அப்போது மறுமுறையாக அனுவையும் விஸ்வத்தையும் காரில் கண்டவள் பல்லைக் கடித்துக் கொண்டு ஒரு தீர்மானத்திற்கு வந்தாள். 'அவள் மானத்தை வாங்காட்ட என் பேரை மாத்திக்கறேன்!' கருவினாள்.

***

அத்தியாயம் 13

மறுநாள் காலை சிந்து வேலைக்குப் போனானோ இல்லையோ. அரக்கப்பரக்க கீழே இறங்கி கல்யாணியிடம் வந்தாள் மங்களம். அனு குழந்தைக்கு திரவ உணவு கொடுத்துக் கொண்டிருந்தாள்.

"கல்யாணி! சீக்கிரம் வாயேன்!" அவள் கூப்பிட்டதைக் கேட்ட வேகத்தில் சமையல் உள்ளிருந்து புளிப்பாத்திரமும் கையுமாக வந்தாள்.

"சிந்து கல்யாணத்திற்கு ஒத்துண்டுட்டான்!"

டங்கென்று ஏதோ சத்தம் கேட்கவே, இருவரும் திரும்பிப் பார்த்தனர். கூழ்க் கிண்ணம் கீழே விழ அதையே வெறித்துப் பார்த்துக் கொண்டிருந்தாள் அனு.

"என்னடி ஆச்சு அனு?" இருவரும் ஏக காலத்தில் கேட்டனர்.

சட்டென்று சுதாரித்துக் கொண்டவள் "இது கையால தட்டி விட்டுடுத்தும்மா! நல்ல காலம் கொஞ்சம் தான் சிந்தியிருக்கு." கீழ் நோக்கிய பார்வையில் படர்ந்த கண்ணீர், கூழ்ப் பாத்திரத்தை மங்கலாக்கியது.

"ஆனா ஒரு வாரத்துக்குள்ள கல்யாணத்தை வெச்சுக்கணுமாம்! இன்னொரு விஷயம் தெரியுமா? ஜெயத்துக்கும் அவன் வரன் பார்த்திருக்கானாம். நேத்திக்கு இருந்த மனசுல பிள்ளை யாரு என்னன்னே கேட்கலை...! ஆனால் விஷயம் தெரியாமலா

அவன் பார்ப்பான்? எனக்கு ரெண்டு கவலை விட்டுது. ஆனா ஒரு வாரத்துல கல்யாணத்தை முடிக்க முடியுமான்னுதான் சந்தேகமாயிருக்கு பாகீ ஒத்துப்பாளா?"

"ஒத்துக்காம என்ன? சிம்பிளா திருத்தணியில் கல்யாணத்தை ரொம்ப வேண்டியவாளை மட்டும் வெச்சுண்டு, நடத்திட்டு, அப்புறம் ஆபீஸ்காரங்களுக்கு ஒருநாள் டீ பார்ட்டி கொடுத்தாப் போச்சு. நாம்ப எதுக்கும் வேலை முடிஞ்சதும் பாகீயைப் பார்த்துட்டு, வந்துடலாம்!" திடீரென்று மங்களம் அழ ஆரம்பித்தாள்.

"கல்யாணி! நான் ரொம்ப சுய நலக்காரியாயிட்டேனோன்னு பயமாயிருக்கு! அந்த பிள்ளை மொதல்ல ஒத்துக்கமாட்டேன்னு எரிஞ்சு விழுந்து மொரண்டு பிடிச்சான். கொஞ்ச நேரம் கழிச்சு அவன் வந்து நான் அழறத பார்த்துட்டு ஒத்துண்டுட்டான்.. அடம்பிடிச்சு அழற கொழந்த மாதிரி சாதிச்சுண்டுட்டேன்.... பின்னால் அவன் மனசு சந்தோஷமா இருக்கணுமேன்னு இப்ப கவலையாயிருக்கு. ரொம்ப மொரட்டுப் பயல்! அப்படி சட்டுனு ஒத்துண்டதே எனக்கு ஆச்சரியம். என் மேல அவன் இவ்வளவு பாசம் வெச்சிருக்கான்னு நெனச்சா ஒருபக்கம் இஷ்டமில்லாத பிள்ளையை நிர்ப்பந்தப்படுத்தற என் மேலயே எனக்கு வெறுப்பாயிருக்கு!"

"அதெல்லாம் ஒண்ணும் ஆகாது! நீ கஷ்டப்படாத கல்யாணமாயி பொண்டாட்டி கொழந்தேன்னு வந்தாச்சுன்னா தன்னால் ஆசை வந்துடாதா?" அவளை சமாதானப்படுத்தி அனுப்பினாள் கல்யாணி.

கூழ்ப் பாத்திரத்தை அலம்பி வைத்துவிட்டு, குழந்தையையும் ஈரத்துணியால் துடைத்தாள் அனு. அவள் எதிர்பார்க்காத அதிர்ச்சி! சிந்து ஒத்துண்டானா? அப்படியானால்...? என் ஆசை வெறும் ஒரு தலைப்பட்சம் தானா? நான் இருக்கும் லட்சணத்திற்கு எனக்கு ஆசை ஒரு கேடா? இனம் தெரியாத பொறாமை விசாலத்தின் மேல் ஏற்பட்டது! இனி தான் என்ன செய்வது? 'உனக்குப் பிடித்தவனாக மணந்து கொள்!'

'ஓ! பாஸ்கர் எனக்குப் பிடித்தவன் கை நழுவிப் போய் விட்டான். அதற்காக உங்கள் ஆசையை நிராகரித்து விடமாட்டேன். பிடிச்சுதோ பிடிக்கலையோ யாரையாவது மணம் செய்து கொள்கிறேன். என் தலைவிதிப்படி நடக்கட்டும். ஆனால் விசு மட்டும் வேண்டாம் எனக்கு. உங்ககூட நான் வாழ்ந்த வாழ்க்கையோட ஒவ்வொரு கணமும் அவருக்குத் தெரியும். என்னைப் பத்தி அவன்கிட்டயே எவ்வளோ புகழ்ந்து, சொல்லக்கூடாததெல்லாம் கூட சொல்லியிருப்பேள்.. ஒருவேளை நான் அவனை கல்யாணம் பண்ணிண்டா அவன் அதையெல்லாம் நினைக்காம இருப்பானா?'

அப்படி நினைச்சுண்டு என்னை ஒரு மாதிரியா பார்த்தால்...? 'ஓ, காட்! என்னால தாங்க முடியாது... பிகாஸ்... நான் கல்யாணம் பண்ணிக்கப் போறவனை நான் இனிமேல் அவன் தான் எல்லாம்னு நினைக்கணும். கடந்த கால வாழ்க்கையை கம்பேர் பண்றவனா அவன் இருக்கவே கூடாது. உங்களைத் தெரிஞ்ச யாருமே எனக்கு வேண்டாம்! என் மனசு நான் எதை நினைக்கிறேன்னு உங்களுக்கு புரியறதா பாஸ்கர்...? நான் போறேன்! இன்னிக்கே. விசுகிட்ட போய் என் முடிவை சொல்லிடறேன்...' அவள் ஒரு தீர்மானத்திற்கு வந்தாள். மடமடவென்று ஆஃபீசுக்கு கிளம்பினாள். அங்கே அனு, விஸ்வத்தின் போன் எண்களைச் சுழற்றினாள்.

விசு இரண்டு நாட்களாக எங்கும் வெளியே போகவில்லை. கார் ரிப்பேருக்குப் போனதிலிருந்து தொல்லை தான். மைனர் ரிப்பேர் தான், இரண்டு நாளில் முடிந்திருக்காது? தன்னைத்தானே கேட்டுக் கொண்டு, டைரக்டரியை புரட்டி 'கதிர்வேல் ஆட்டோமொபைல்'ஸின் எண்களைத் தேடிப் பிடித்து டயல் செய்தான்.

"ஹலோ இஸ் இட் கதிர்வேல் ஆட்டோமொபைல்ஸ்?" பணிவாகக் கேட்டான்.

"எஸ்!"

"இரண்டு நாள் முன்னாடி என் காரை கார் நம்பர் எம்எஸ்வி டபிள் ஃபோர் டபிள் ஸிக்ஸ் ரிப்பேருக்கு விட்டிருந்தேனே? ரிப்பேர் பண்ணியாச்சா...?"

"ரெடி ஸார்! நீங்க வந்து எடுத்துட்டுப் போகலாம்!"

"தேங்க் யூ! சார்ஜ்? பில் போட்டு சொல்லிடுங்க!"

"டு ஹன்ட்ரட் அண்ட் செவன்டி!"

"ஓ.கே!" போனை வைத்து விட்டு கிளம்ப ஆரம்பிக்கும் போது ஃபோன் பெல் அடித்தது. 'ம்ம் இது ஒரு தொல்லை! அடிக்கட்டும்' என்று விட்டு விட்டான். அது சிறிது நேரம் அடித்து ஓய்ந்தது. தலையை வாரிக் கொள்ளும் போது மறுபடி அடிக்க ஆரம்பித்தது? எதேச்சையாக அந்தப் பக்கம் வந்த வேலைக்காரன் ஃபோனை எடுத்தான்.

யாரு வேணும்? விசு சாரா? நீங்க யாரு? அவரையே கூப்பிடணுமா? திரும்பி, "உங்களுக்குப் போன் பண்றாங்க..."

அசுவாரசியமாக "யாராம்?" என்றான்.

"தெரியலைங்க...! நீங்க தான் வேணுமாம்.. பொம்பளை குரல்!"

ரசிகைகளின் தொல்லை அவனுக்கும் தாங்க முடியாமல் தான் போய்விட்டது! எப்பொழுது பார்த்தாலும் அவன் ஊரிலிருக்கும் சமயத்திலெல்லாம் இதே தொல்லைதான். 'ஐ லவ் யூ டியர்!' என்றும் 'வென் ஷால் வி மீட்' என்று தைரியமான அழைப்புகளும், 'ஐ காண்ட் லிவ் வித் அவுட் யூ' என்ற பிதற்றல்களும் அதிகரித்து விட்டன. இனியும் தான் பிரம்மச்சாரியாக இருந்தால் ஆபத்து தான் என்று நினைத்துக் கொண்டே ஃபோனைக் கையிலெடுத்து,

"எஸ் விசு ஹியர்!" என்றான்.

"ஐ ஆம் அனு!"

சில்லென்ற குளிர்ச்சி உடல் முழுவதும் பரவியது. இவளா அப்போலேர்ந்து ஃபோன் பண்றா? ச்சே என்ன முட்டாள் நான்?

"என்ன அனு?"

“ஒரு மாசம் நீடிக்க வேண்டியதில்லை விசு! இன்னிக்கே உங்ககிட்ட பேச வேண்டியதைப் பேசிடறேன்! உங்களுக்கு சிரமமில்லைன்னா...?”

“நோ! நோ! நான் உங்களை எங்கு பார்க்கணும்?”

“ஆபீசுக்கே வந்துடுங்க. அங்கிருந்து உங்க வீட்டுக்கே போய் பேசலாம். அல்லது நானே உங்க வீட்டுக்கு வரச் சொன்னாலும் வரேன்!”

“நோ நோ! அனு நான் வந்து உங்களை பிக் அப் பண்ணிக்கறேன். எனக்கு எப்படியும் காரை எடுக்க அங்குதான் வரணும். ஓ.கே. தேங்க்ஸ்!” சந்தோஷமாக ஃபோனை வைத்தான்.

ஆபீஸ் வாசலில் அனு தனக்காக காத்திருக்கப் போகிறாள் என்ற எண்ணமே அவனுக்கு இனித்தது. என்ன சொல்லுவாள்? ‘நான் யோசிச்சிப் பார்த்தேன்! உங்களை விட யாரும் சிறந்த துணை கிடையாது! உங்களையே நான் மனப்பூர்வமாக கல்யாணம் பண்ணிக்கறேன்! அதைச் சொல்லத்தான் உங்களை வரச் சொன்னேன்’ என்று சொல்வாளோ? நினைக்கும் போதே உடம்பெல்லாம் புல்லரித்தது அவனுக்கு.

வேகமாக வெளியில் வந்து டாக்ஸி பிடித்து சிந்துவின் ஒர்க்ஷாப் வந்தான். காரை எடுத்துக் கொண்டு பணத்தை கொடுத்து விட்டு அங்கிருந்து நேராக அனுவின் ஆபீசுக்குச் சென்றான். அனு அப்போது தான் வெளியே வந்து கொண்டிருந்தாள். விசு காரை நிறுத்தினான்.

பின் பக்கத்து ஸீட்டில் அனு அமர்ந்து கொண்டாள். அவளுடைய அந்தச் செய்கையால் அவன் இன்பக் கனவுகளின் முதல் கயிறு அறுந்து போனது போல் இருந்தது அவனுக்கு. காரை செலுத்தினான். பீச்ரோடை கொஞ்சம் கொஞ்சமாக விழுங்கியபடி முன்னேறிச் சென்று கொண்டிருந்தது கார்.

“படார்!” திடுக்கிட்டுப் போய் காரை நிறுத்தினான் விசு. ‘பஞ்சர்! ச்சே என்ன தொல்லை இது? எதற்கு இந்த தடங்கல்?

காரை விட்டு இறங்கி சுற்று முற்றும் பார்த்தான். பீச் ரோடின் சப்வே தான் அவர்களை முறைத்துக் கொண்டிருந்தது. அங்கிருந்து பைகிராப்ட்ஸ் ரோடு வழியாகச் சென்றால் கதிர்வேல் ஆட்டோமொபைல்ஸ் கிட்டத்தில் இருக்கும். ஆனால் அனு இருக்கிறாளே!'

"என்ன ஆச்சு மிஸ்டர் விசு?"

"பஞ்சர்! நீங்க கார்லேயே ஒரு நிமிஷம் இருங்க. நான் போய் யாரையாவது கூட்டிட்டு வரேன்." விறுவிறுவென்று நடக்க ஆரம்பித்தான். கொட்டு கொட்டென்று விழித்துக் கொண்டு அனு காரில் தனியே அமர்ந்திருந்தாள்.

பார்த்தசாரதி கோவிலிலிருந்து குறுக்கு வழியாக ஃபைகிராப்ட்ஸ் ரோடுக்கு வளையல் வாங்கலாம் என்று சென்று கொண்டிருந்த சுந்தரி அவசரமாகச் செல்லும் அவர்களைப் பார்த்து விட்டாள். உதட்டைச் சுழித்தாள். சிந்துவும் விசுவும் தான் சென்று கொண்டிருந்தனர். கையில் ஸ்பேனர் இத்யாதிகளுடன் சிந்து! எங்கே போகிறார்கள்? 'அவனிடம் எப்படியாவது அன்று தனியாக பேசித் தன் மனதை திறந்துவிட வேண்டும். ஒத்தையா ரெட்டை போடற மாதிரி.. கிடைத்தால் லக்! இல்லேன்னா இருக்கவே இருக்கு அத்தங்கா மச்சினன்! நாப்பது வயது! அரைக்கிழம்! பரவாயில்லை! வெள்ளிக் கொத்து சாவி இருக்கு! அது இடுப்புல ஏறிடுத்துன்னா தன்னால ஒரு மவுசு வந்துடும்.' இப்படியெல்லாம் நினைத்துக் கொண்டே அவர்களைப் பின்தொடர்ந்தாள். அவர்கள் காரின் அருகில் சென்றனர். திடுக்கிட்டான் விசு! அனு எங்கே? சிந்து இயங்க ஆரம்பித்தான்.

பஞ்சரான சக்கரத்தைக் கழற்ற ஆரம்பித்தான்.

பின் டிக்கியிலிருந்து ஸ்டெப்னியை எடுத்தான். விசு கண்களைச் சுழற்றி நாலு பக்கமும் பார்த்தான். தூரத்தில் ஒரு படகுக்கு பக்கத்தில் அனு நின்று கொண்டிருந்தாள். மனம் நிம்மதியடைந்தது. திரும்பிப் பார்த்தான். சிந்து ஸ்டெப்பினியை பொருத்திக் கொண்டிருந்தான். இன்னும் நேரமாகலாம்...

விசு அவளை நோக்கி நடக்க ஆரம்பித்தான். சுந்தரி எதிர்ப் பக்கத்திலிருந்து விசு போவதைப் பார்த்தாள். தூரத்தில் அவள் யார்? அவர்கள் அறியாமல் பின்தொடர்ந்து மற்றொரு படகின் அருகில் வந்தாள். ஷாக்! அனு! 'இவ ஆபீசுக்குப் போற லட்சணமா இது? இவங்கூட தான் அன்னிக்கு இதேகார்ல போனீயா? ஓகொன்னானாம்! போடறது பத்தினி வேஷம்! புருஷன் செத்தாச்சுன்னா இப்படியா?' என்ன நினைத்துக் கொண்டாளோ மறுபடியும் காரை நோக்கி ஓடினாள்.

"அனு!" மென்மையாக விசு அழைத்தான். மெதுவாகத் திரும்பினாள். கண்களில் லேசாக நீர், வைரம் போல ஜொலித்தது.

"என்ன ஆச்சு அனு?" முகத்தை திருப்பிக் கொண்டாள். "விசு! வீட்டுக்குப் போய் சொல்லப் போற விஷயத்தை இங்கயே சொல்லிடறேன்...?"

"இங்கேயா? ஒரே வெய்யிலா இருக்கே?"

"பரவாயில்லை! அஞ்சு நிமிஷத்துல நான் சொல்லிடறேன்!"

"பண்ணிக்கப் போறது ரெண்டாங்கல்யாணம்! இதுல எனக்கு பிடிச்சவர்னு யாரும் கிடையாது. ஆனால் கல்யாணத்துக்கு நான் ஒத்துக்கறேன். எனக்கு ஏத்தவரா நீங்களே பாருங்கோ! யாராயிருந்தாலும் ஐ ஹாவ் நோ அப்ஜக்ஷன்ஸ்!" அவனை நிமிர்ந்து பார்த்தாள். அந்த வெறித்த பார்வையில் தெரிந்தது ஏமாற்றமா? துக்கமா? அதற்கு என்ன அர்த்தம்? அவனைப் பார்க்கவே கஷ்டமாக இருந்தது.

"எனக்கு ஏத்தவரா நீங்களே பாருங்கோ" அந்த வார்த்தைகளின் மூலம் அவன் ஒதுக்கப்பட்டு விட்டது அவனுக்குப் புரிந்துவிட்டது! உள்ளுக்குள் சுருண்டு வீழ்ந்தான்... பதில் பேசவில்லை, ஆனால் அவளே மறுபடியும் ஆரம்பித்தாள்.

"விசு! நீங்க என்ன நினைக்கிறேளோ எனக்குத் தெரியாது. ஆனால் மனசுக்குள்ளே பாஸ்கர் என்னைத் தானே பஸ்ட் சாய்ஸ் பண்ணி வெச்சிருந்தான்? அப்படியிருக்கும் போது...

இப்படி ஏன்னு நீங்க நினைக்கலாம். உங்களுக்குச் சொன்னா புரியாது விசு! விளக்கமா சொல்லிப் புரிய வைக்கவும் எனக்குத் தெரியலை." குரல் கம்மியது.

"ஆனால் என்னால் உங்களை பண்ணிக்க முடியாது! சரியான காரணம் எனக்கே சொல்லத் தெரியலை! அவ்வளவுதான்!"

"மனசு ஆயிரம் நினைக்கும். சில சமயம் வாய்க்குகூட அதை அப்படியே வெளிப்படுத்தத் தெரியாது! அந்த மாதிரி தான். டோண்ட் மிஸ்டேக் மி!"

விசு இன்னும் மௌனமாகவே இருந்தான். அவள் முதல் வார்த்தைகளே இன்னும் அவனுக்குள் ஜீரணமாகாமல் சுற்றி வந்து கொண்டிருக்க,. பிரமை பிடித்தவன் போல் நின்று கொண்டிருந்தான்...

அனு மிகவும் தர்மசங்கடப்பட்டாள்! இந்த நல்ல மனிதனை கஷ்டப்படுத்தி விட்டோமோ என்று புழுங்கினாள். அதற்காகப் பார்த்தால்? "மன்னிச்சுடுங்க விசு! உங்களை கஷ்டப்படுத்திட்டேன். ஆனா போலியா வாழ எனக்கு விருப்பமில்லை. அதனால தான் மனதைத் திறந்து கொட்டிட்டேன். அதோட இன்னொண்ணும் சொல்லிடறேன். எனக்கு அவன் ஒரு பாதுகாப்பா இருந்தா மட்டும் போதும்..."

அவன் அதிர்ச்சியுடன் நிமிர்ந்து பார்த்தான். "ஏன் அனு! அதுக்காகவா என்னை ஒதுக்கினீர்கள்?"

"நோ விசு! ஐயோ உங்களுக்கு எப்படி சொல்றதுன்னே புரியலையே!" மெல்லிசாக அழ ஆரம்பித்தாள் அனு. கண்கள் வெள்ளத்தில் மிதந்தன.

"என் பாஸ்கர் தொட்ட இந்த உடம்பை, அதே கல்யாணங்கற போர்வைல இன்னொருத்தர் என்னைத் தொட என்னால் தாங்க முடியாது விசு! (மனச்சாட்சியின் குரல் - மறுபடியும் பொய் சொல்கிறேன்! சிந்துவுக்காக ஏங்க வில்லையா?) நீங்க முன் வரலாம். ஆனால் என்னால் ஒரு முழு மனிதன், வாழ்க்கையைத்

தியாகம் பண்ணி, முழுசா சாக வேண்டாம். அந்தத் தேவைகளை விரும்பாத, அவனுக்கும் ஒரு துணை மட்டும் தான் தேவைங்கற பட்சத்தில் இருக்கற யாரையும் நான் கல்யாணம் பண்ணிக்கத்தயார். ஐ திங்க் யூ வுட் அண்டர்ஸ்டாண்ட் மி!" கண்ணை துடைத்துக் கொண்டு புறப்பட ஆரம்பித்தாள்.

விசு பின்னாலேயே மெதுவாக நடந்தான். "அனு! இன்னியிலிருந்தே உங்களுக்கு ஏத்தவனை நான் தேடிப் பிடிக்க ஆரம்பிக்கிறேன். எனக்கு ஏமாற்றம் தான்! ஆனா ஒண்ணு மட்டும் சொல்றேன். பாஸ்கர் லெட்டரில் எழுதியிருக்கறதனால தான் இந்த சந்தர்ப்பத்தை நான் பயன்படுத்திக்கப் பார்க்கறேன்னு நீங்க நெனச்சா அது முட்டாள் தனம்" அவன் குரல் கம்மவே அவள் புரியாமல் அவனைப் பார்த்தாள். அந்தக் கண்கள்! அதில் உள்ள சோகம் எதைச் சொல்லுகின்றன?

"வாட் டு யூ ஸே!" சன்னக் குரலில் கேட்டாள்.

"அனு! மூணு மூணரை வருஷத்துக்கு முன்னாடி மயிலாப்பூர் வடக்கு மாடவீதி வழியா ஒரு பொண்ணு வெள்ளிக்கிழமை தவறாம பூக்கூடையும் கையுமா அம்மன் மாதிரி நடந்து போவாள்." அவன் நிறுத்தி விட்டு அவளைப் பார்த்தான். அனு பளிச்சிட்ட கண்களுடன் அவனை பிரமிப்பாகப் பார்த்தாள்.

"அந்த அழகு உருவத்தை அன்னிலிருந்தே மானசீகமா காதலிச்சு அவளைக் கல்யாணம் பண்ணிக்கவும் திட்டம் போட்டேன். ஆனா அதுக்குள்ள எல்லாமே மாறிப் போயாச்சு!" அவன் குரல் தழதழத்தது.

"விசு!"

"ஆமாம் அனு! அந்த அழகு முகம்! தெய்வீக முகம்! கொஞ்ச நாள்ளேயே பட்டுப் போச்சு! என் காதலிக்கு இப்படியா ஒரு கதி என்று மனம் புழுங்கினேன்.

அதே நேரத்தில் பாஸ்கரோட லெட்டர் எனக்கு ஹெல்ப் பண்ணித்து! அது மூலமா உங்களுக்கு மறு வாழ்வு கொடுக்கணும்னு

ஆசைப்பட்டேன்!” அவன் நேரடியாகவே பேச்சை முடித்த போது அவள் திகைத்துப் போய் விட்டாள்!

‘விசுவா? விசுவா என்னைக் காதலித்தான்? இது அனுவுக்கு ஒரு மிகப் பெரிய அதிர்ச்சி! இந்த விஷயம் பாஸ்கருக்குத் தெரியுமா? அப்போ அது தெரிந்துதான் அவர் அப்படி கடிதம் எழுதி வெச்சிட்டுப் போயிட்டாரா?’ அனு துடிக்க ஆரம்பித்தாள்...

“ஆனால் பாஸ்கருக்கு இந்த விஷயம் எதுவுமே தெரியாது! ஏன்னா...” விசு நடந்தவற்றை ஒன்று விடாமல் அவளிடம் கூறினான்.

கனத்த இதயத்துடன் கண்கள் கலங்க அப்படியே நின்று விட்டாள். அதே நேரத்தில் சுந்தரியுடன் சற்றுத் தொலைவில் வந்து கொண்டிருந்த சிந்துவின் பார்வை நிலை குத்த, வைத்த விழி எடுக்காமல் அவர்களைப் பார்த்துக் கொண்டிருந்தான். வயிற்றில் ஏமாற்றத்தின் கத்திக் குத்து பலமாக விழுந்திருந்தது!

சுந்தரி, ‘இப்பொழுது என்ன சொல்றே’ என்பதுபோல் இளக்காரமாக அவனைப் பார்த்தாள்.

அவன் பேசாமல் இன்னும் வெறித்து பார்த்துக் கொண்டிருந்தான். நிதானமாக நடந்து வந்து கொண்டிருந்த அனு, பத்தடி தொலைவில் அவனைப் பார்த்து நடுங்கி விட்டாள்! பக்கத்தில் சுந்தரி!

அனு தன் நெஞ்சைக் கையால் பிடித்துக் கொண்டாள்!

***

அத்தியாயம்

14

காரை நோக்கி மூச்சிரைக்க லொங்கு லொங்கென்று சுந்தரி ஓடி வருவதைப் பார்த்து 'இவள் எங்கே இங்கு வந்தாள்' என்று முகத்தை சுளித்துக் கொண்டே திரும்பிக் கொண்டான் சிந்து. சுந்தரி அவன் பக்கத்தில் வந்து நின்றாள். ஓடி வந்த வேகம் மலைப்பாம்பு மாதிரி புஸ் புஸ் என்று மூச்சு விட்டாள். அருவெறுப்புடன் அவளைப் பார்த்தான் சிந்து.

"சிந்து உங்கிட்ட ரொம்ப நாளா ஒண்ணு சொல்லணும்னு... இன்னிக்குத்தான் சரியான நேரம் கிடைச்சுது?" ஒரு மாதிரியாக சிரித்தாள்.

"உங்கிட்ட எதுவும் நான் கேக்க வேண்டிய அவசியமில்லை. நீ போ!"

"என்ன சிந்து இது!" செல்லமாக சிணுங்கியவள் மெதுவாக, அவன் தோளைத் தொட்டாள். தீ பட்டது போல பதறிப் போய் எழுந்தான் சிந்து. கண்கள் சிவந்தன: பளாரென்று அறைய கையை ஓங்கியவன் அடுத்த நிமிடம் கையை கீழே போட்டு "ச்சீ.... இப்படிச் செய்ய உனக்கு வெக்கமில்லை? மரியாதையா இங்கேந்து போயிடு...! இல்லே நான் மனுஷனாவே இருக்க மாட்டேன்!" அடித் தொண்டையிலிருந்து கத்தினான் சிந்து.

"நீ ஏன் என்னை வெறுக்கிறேன்னு எனக்குப் புரியறது!" அவள் சளைக்காமல் பதில் சொல்லிவிட்டு மேலும் தொடர்ந்தாள்.

“ஏன்னா உன்னையும் அந்தச் சிறுக்கி மடக்கிட்டா? அவ மேலே மோதிண்டப்போ குளு குளுன்னு இருந்துதாக்கும்...! நான் மோதிக்கிட்டா பிடிக்கலை... உனக்கு வெறும் அழகு தான் தெரியறது...!”

“ஏய்...! வாயை மூடுடி!” கர்ஜித்தான் சிந்து. “நீ வாய் மூடச் சொன்னா மூடிடுவேனா? அவ உன்னை மட்டுமல்ல எல்லோரையும் மயக்கறா! அவ கெட்டவ! சந்தேகமிருந்தால் எங்கூட வா! அங்கு நடக்கற அக்கிரமத்தைக் காட்டறேன்...!” அவள் படகை நோக்கி கையை நீட்டினாள்.

சிந்து திகைத்தான்! இதென்ன புதுக்கதை?

‘அனு இங்கே இருக்கிறாளா? இவள் பொய் சொல்கிறாளா?’ ஆனால் கண்களுக்கு தூரத்தில் நிழலுருவமாக இருவர் தெரிந்த போது நம்பாமலும் இருக்க முடியவில்லை அவர்கள் இருவரும் எழுந்து விட்டார்கள். நடக்கிறார்கள். பிரமை பிடித்தவன் போல் சிந்து அவர்களை நோக்கி முன்னேறினான்.

‘ஆண்டவா! அவளாக இருக்கக் கூடாதே முணுமுணுத்தான். சிரிப்பு வந்தது. ஏன் இப்படி இருக்கேன். அவள் யார்கூட எங்கே போனா எனக்கென்ன? எனக்கும் அவளுக்கும் என்ன சம்பந்தம் இருக்குன்னு இப்படி வேண்டிக்கறேன்? நோ! அப்படி விட்டேத்தியா இருக்க என்னாலே முடியலையே... நான் என்ன செய்வேன்?’

உருவங்கள் நெருங்கி வந்தன. ‘அவளே தான்! ஓ! கடவுளே! இவளை இன்னொருத்தன் கூட சந்தேகத்துக்கு இடமான இந்த கடற்கரையிலே இந்த நேரத்துலே நான் ஏன் பார்க்க வேண்டும்?’ கண்களில் ஈரப்பசை தோன்றி கொஞ்சம் கொஞ்சமாக நீர் சேர்ந்து அனு கொஞ்சம் கொஞ்சம் கொஞ்சமாக மறைந்து கொண்டிருந்தாள்.

“இப்போ என்ன சொல்றே சிந்து? எப்படி வெளிப்படுத்திட்டேன் பாத்தீயா அவ யோக்கியதையை...?!” எரித்து விடுவதுபோல

அவளைத் திரும்பி "நடத்தை கெட்டவளைக் கொண்டு வெச்சுக்கிட்ட எங்கம்மாவைத் தான் கண்டிக்கணும்!"

"யார் நீங்கள்? எதற்கு இப்படியெல்லாம் முறையில்லாம பேசறீங்க?" திகைத்துப் போன விஸ்வம் கேட்டான்.

"யாரா? அவ குடியிருக்கிற வீட்டு சொந்தக்காரி! அன்னிக்கு உன்கூட கார்ல வந்த போதே சந்தேகப்பட்டேன். இன்னிக்கு ஊர்ஜிதமாயிடுத்து? ஆபீசுக்கு லீவு போட்டுட்டு பீச்சுலே டூயட் பாடறா! அவ அம்மா வீட்ல கொழந்தைய வெச்சுண்டு எம்பொண்ணு பத்தினி உத்தமின்னு பெணாத்திண்டிருக்கா!"

"ஷட் அப்!" முதன் முறையாக அனு கத்தினாள். குரலில் அழுகை வெடித்துக் கொண்டு வந்தது. 'என்ன பேச்சு பேசிட்டா பாருங்கோ விசு' என்பதுபோல் பரிதாமாக அவனைப் பார்த்தாள்.

"என் வாயை மூடிட்டா நடந்தது எல்லாம் பொய்யாயிடுமா? உன்னை விட்டேனா பார்!" என்று வம்புக்கிழுத்தாள் சுந்தரி.

"அய்யோ சுந்தரி! ஏன் இப்படி வக்ர புத்தியோட, பேசறே? நான் எப்படியிருந்தா உனக்கென்ன?" குரல் விம்மக் கெஞ்சினாள் அனு. "பாஸ்கர் இந்தப் பேச்சை கேக்கத் தான் நீங்கள் எனக்கு உத்தரவு கொடுத்தேளா? வேண்டாம் விசு! எனக்கு கல்யாணமே வேண்டாம்!"

"கல்யாணமா?" அத்தனை நேரம் மௌனமாக நின்று கொண்டிருந்த சிந்து கேள்வியும் திகைப்புமாக தலை நிமிர்ந்தான்.

"அனு! டோண்ட் பி ஸில்லி? என்ன இது குழந்த மாதிரி? கண்டவங்க என்ன வேணும்னாலும் பேசுவாங்க... அதுக்காக கலங்கினா பாஸ்கரோட விருப்பம் என்ன ஆறது? டேக் இட் ஈஸி! கெட் அப் அனு!" மனசைத் தொட்டு சமாதானப்படுத்துவது மாதிரி அவன் சொன்னபோது, அவள் கேவல் இன்னும் அதிகமாகியது!

"ஓஹோ!" கல்யாணம் வேற பண்ணிக்கப் போறேளா? விதவை கெட்ட கேட்டுக்கு ரெண்டாம் கல்யாணமா? சபாஷ்! சட்டென்று

கண்களில் இருளடிக்க கன்னத்தை பிடித்துக் கொண்டாள். விசு ரௌத்ராகாரமாக ஓங்கி விட்டான். ‘நாமா இவளை அடித்தோம்?’ என்று குழம்பிப் போய் ‘ஏன் இப்படிச் செய்தோம்? நமக்கென்ன மூளை கெட்டுவிட்டதா? நாம யார் இவளை அடிக்க?’ குற்ற உணர்ச்சியில் தலைகுனிந்து நின்று விட்டான்.

வினாடிகள் சிறிது சிறிதாக நகர்ந்தன. சூழ்நிலை கனத்தது. ஒருவரும் பேசவில்லை. தோய்ந்த இதயத்துடன் சிந்து திரும்பி நடக்க ஆரம்பித்தான்.

“நீ யாருன்னு தெரியாது. அடிச்சது தப்புதான்! வெரி சாரி! ஆனா ஒரு பொண்ணு பேசறதுக்கும் அளவு வேணும். வார்த்தைகளை திரும்ப பொறுக்க முடியாது. உனக்கு எல்லாத்தையும் சொல்லி அது மூலமா நாங்க குற்றமற்றவர்கள் என்று நிரூபிச்சுதான் ஆகணும்னு இல்லை. ஏன்னா உன் சர்டிபிகேட் எங்களுக்குத் தேவையில்லை! உன்னை விட பலமான எத்தனையோ எதிர்ப்புகளை நான் சமாளிக்கணும்... உனக்கு அழகு தான் இல்லை! ஆனால் குணமாவது துளியானும் இருக்க வேண்டாம்? ச்சே? நீயும்... ஒரு பெண்ணா?” ஒவ்வொரு வார்த்தையையும் நிறுத்தி நிதானமாக இதயத்தில் ஊசியால் குத்துவது போல் பேசிவிட்டு “வா அனு போகலாம்!” வேகமாக நடக்க ஆரம்பித்த அவனை மெதுவாகத் தள்ளாடியபடி பின்தொடர்ந்தாள் அனு. விக்கித்துப் போய் நின்று விட்டாள் சுந்தரி.

தூரத்தில் சின்ன புள்ளியாய் சிந்து! பின் விசு! அதற்கும் பின்னே அனு! சாட்டையடியாக அவன் பேசிய வார்த்தைகள் அவள் இதயத்தின் ஆழத்தில் பாய்ந்து முதன் முறையாக அவள் பெண்மை உணர்ச்சியைத் தொட்டு எழுப்பிய போது சிலிர்த்தாள் சுந்தரி.

“உனக்கு அழகு தான் இல்லை! குணமாவது துளியானாலும் இருக்க வேண்டாமா?”

என்ன வார்த்தைகள்... இல்லை நெருப்புக் கட்டிகள்! பெண்ணே! ஆளை மயக்க அழகு தேவையில்லை. அடக்கம்,

குணம் இதுதான் தேவை! வாழ்நாளில் முதன் முறையாக தன்னை உணர்ந்தாள் சுந்தரி!

அவள் மாயம் விலகியது. சிலிர்ப்புடன் கன்னத்தை தடவிக்கொண்டாள். கன்னத்தில் ஈரம்! உதட்டில் உப்பு கரித்தது. நானா அழுகிறேன்? யாருமில்லாத அந்தச் சூழ்நிலையில் ஹோ வென்று இரைச்சலிட்ட கடல், 'அழு! பெண்ணே! நன்றாக அழு! உன் தவறுகளுக்காக அழு! திருந்தி விட்டேன் என்று சொல்லி சொல்லி அழு!' சின்னதாக அவள் அழ ஆரம்பித்தவள், நேரம் ஆக ஆகப் பெரியதாக வாய்விட்டு அழ ஆரம்பித்தாள்....! சமாதானப்படுத்த ஆளில்லை! எத்தனை பெரிய தவறு செய்து விட்டேன்?

'அழகு தான் இல்லை. குணமாவது துளியானும் இருக்க வேண்டாம்? சே நீயும் ஒரு பெண்ணா?'

தன் முகத்தில் தானே அறைந்து கொண்டு திரும்பி ஓடினாள். அங்கு யாரும் இல்லை! எல்லாரும் போய் விட்டனர். தன் வீட்டை நோக்கி ஓட ஆரம்பித்தாள்.

'மிஸ்டர் சிந்தாமணி!' சிந்து தயங்கியபடியே திரும்பினான். விசு தான் அழைத்தான். நின்ற இடத்திலேயே நின்றான். "ரிப்பேருக்கான சார்ஜ் வாங்கிக்காமலேயே போறீங்களே!" ரூபாயைக் கொடுத்தான்.

"நீங்களும் அனு வீட்டு மாடிலதான் குடியிருக்கீங்கன்னு எனக்கு இன்னிக்குத்தான் தெரியும்." சற்று இழுத்து நிறுத்தியவன் "அந்தப் பெண் உளறியதை எல்லாம் நீங்களும் நம்பறீங்களா?"

தலையை ஆட்டினான்.

"தேங்க்ஸ்! ஆனால் அரைகுறையா தெரிஞ்சுக்கிறத விட முழுசா விஷயத்தைப் புரிஞ்சுண்டு எனக்கு ஹெல்ப் பண்ணினா நல்லது இப்படி கேக்க எனக்கு எந்த உரிமையும் இல்லை. இருந்தாலும் உங்களிடம் கேட்கலாம் என்று தோன்றியதால் தான் கேட்கிறேன் முடியுமா உங்களால்?"

"சொல்லுங்க!" அவன் குரலில் ஆர்வமிருந்தது.

விசு விஷயத்தைத் தெளிவாக கூறினான். தான் காதலித்ததை மட்டும் விட்டு விட்டான்!

ஐயோ! அனு இரண்டு நாளைக்கு முன்னால் எனக்கு இந்த விஷயமெல்லாம் தெரிஞ்சிருக்கக் கூடாதா? எல்லாமே தலைக்கு மேல போனப்பறம் தெரியறதே...! நான் என்ன செய்யறது? ஓவென்று அவன் உள் மனம் அலறியது.

"நிச்சயம் உங்களுக்கு தேவையான உதவிகளை நான் செய்யறேன். வரேன் சார்!" கை கூப்பி விடைபெற்று நடக்க ஆரம்பித்தான். அவன் உருவம் தூரத்தில் மெல்லிய கோடாகி, கோடு புள்ளியாகி, மறையும் வரை இருவரும் பார்த்துக் கொண்டிருந்தனர்.

"போகலாமா அனு!"

"வேண்டாம் விசு! சொல்ல வேண்டியதைத்தான் சொல்லியாச்சே! நான் வீட்டுக்குப் போறேன்! எனக்காக நீங்க எடுத்துக்கற சிரமத்துக்கெல்லாம் எப்படி தேங்க்ஸ் பண்றதுண்ணே தெரியலை." அவள் உதடுகள் துடித்துக் கொண்டிருந்தன. நெற்றியில் முத்து முத்தாக வியர்வை. வெய்யிலில் முகம் கன்னிச் சிவந்திருந்தது. அந்த முகத்தை பூ மாதிரி கர்ச்சிப்பால் ஒத்தி ஒத்தி எடுத்து அதன் களைப்பைப் போக்க வேண்டும் போல் இருந்தது அவனுக்கு. ஆனால் அதற்கான அனுமதி யாருக்கோ அல்லவா கிடைக்கப் போகிறது? முகம் தெரியாத அந்த மனிதனின் மேல் இனம் தெரியாத பொறாமை, கீற்றாய் உள்ளத்தில் கிளம்பிய பொழுது பிடிவாதமாக அதை அடக்கி அழித்தான்...!

"ஓகே அனு! அப்போ வீட்டிலேயாவது டிராப் பண்ணிடறேன். கெட் இன்!"

பதில் சொல்லாமல் ஏறிக் கொண்டாள். எதற்கும் மறுத்து மறுத்து அந்த மென்மையான உள்ளத்தை கஷ்டப்படுத்த அவளுக்கு துணிவில்லை.

வாசலில் கார் வந்து நிற்கும் சத்தம் கேட்கவே கல்யாணி வாசல் பக்கம் வந்து எட்டிப் பார்த்தவள் திகைத்தாள். முகத்தில் பலவித உணர்ச்சிகள் 'மெரிகோ ரவுண்டு' செய்தன. அனு காரிலிருந்து இறங்கி மெல்ல உள்ளே நுழைந்தாள்.

"நில்லு அங்கே!" அதிகாரமான குரலில் தொனித்த ஆத்திரத்திலும் அழுத்தத்திலும் விக்கித்து நின்றாள். காரை கிளப்பப் போன விசுவும் சட்டென்று அதை நிறுத்தினான்.

"யார் அது?"

"அம்மா என்னம்மா இது?"

"கேட்ட கேள்விக்குப் பதில்?"

"அது... அது பாஸ்கரோட ஃப்ரெண்டு!"

"அவங்கூட எங்க போயிட்டு வரே?"

"அம்மா!" கத்தி விட்டாள் அனு.

"கத்தாதே! அதனால் நான் வாயை மூடிண்டு போக மாட்டேன். அனு நீ செய்யறது உனக்கே நன்னா இருக்கா? அன்னிக்கு அந்த விதவைப் பொண்ணு கல்யாணம் பண்ணிண்டதுக்கு சப்போர்ட் பண்ணினதிலேர்ந்தே எனக்குச் சந்தேகம் தான்...

ஐயோ! நம்ப அனு அப்படியெல்லாம் இருக்க மாட்டான்னு பொய்ச் சமாதானம் பண்ணிண்டேன். இன்னிக்கு குழந்தைக்கு ஒரே பேதியாய் கொட்டறதேன்னு உங்க ஆபீசுக்கு போன் பண்ணினேன்..." நிறுத்திவிட்டு கூர்ந்து அவளைப் பார்த்தாள். குற்றம் சாட்டிய அந்தக் கண்களில் தெரிந்த உஷ்ணத்தை தாங்க முடியாமல் தலைகுனிந்தாள்.

"அம்மா உள்ளே வாயேன்... நான் எல்லாம் விவரமாய்ச் சொல்றேன்!"

"நீ எதுவும் சொல்ல வேண்டாண்டி! எனக்கு எல்லாமே புரியறது. உன் மனசுலே இப்போ என்ன ஆசை புதுசா வந்துருக்குன்னும் எனக்குப் புரியறது."

விசுவுக்கு இது பொறுக்க முடியவில்லை. காரை விட்டு இறங்கினான். கன்னத்தில் முத்து முத்தாக நீர் மணிகள் உருண்டோட கூண்டில் நிற்கும் குற்றவாளியாக அனு நின்றிருந்தாள்.

"அனு! அப்படி மட்டும் ஒரு ஆசை உன் மனசுல இருந்ததானால் அதை மொதல்ல தொடச்சு எறி! நான் உயிரோட இருக்கற மட்டும் அதுக்கு சம்மதிக்க மாட்டேன்!"

"அப்படி நான் வேண்டாம். கல்யாணம்தான், பண்ணிக்கப் போறேன்னு தீர்மானிச்சா இன்னியோட ரெண்டு செம்பு தண்ணிய தலைல விட்டுண்டு எம் பொண்ணு செத்தாச்சுன்னு நினைச்சுக்கிட்டு கிராமத்துக்கே போயிடறேன். நீ வரவனோட சௌக்கியமா இரு!"

"அம்மா! நிறுத்தும்மா!" அந்த கத்தலில் சட்டென்று பதறிப்போய் அவளைப் பார்த்துவிட்டு வாயை மூடிக் கொண்டாள் கல்யாணி. அனுவா இது இல்லை! பத்ரகாளியா? முகமெல்லாம் குங்குமமாக சிவக்க கண்களில்,

"அம்மா நான் கல்யாணம் பண்ணிக்கத் தான் போறேன்!"

தீயை மிதித்தவள் போல நிமிர்ந்து அவளைப் பார்த்தாள் கல்யாணி "என்ன...?"

"உஷ்! பேசாதே! உனக்கு இஷ்டமிருந்தா அட்சதை போடு, ஆசீர்வாதம் பண்ணு. இல்லைன்னா ரெண்டு செம்பு தண்ணியை விட்டுண்டு போய்ச் சேர்...! எனக்கு உன்னோட அதிகாரம் பெரிசில்லை. பாஸ்கரோட ஆசைதான் பெரிசு! ஐ டோண்ட் வாண்ட் யூ! உன் மேலே எனக்கு ஆசையில்லைன்னே நினைச்சுக்கோ. உம் பேச்சுக்கு நான் மதிப்பு கொடுக்க மாட்டேன்."

"விசு அம்மாகிட்ட எல்லாத்தையும் விவரமா சொல்லுங்க... அவள் சம்மதித்தாலும் சம்மதிக்காவிட்டாலும் என் கல்யாணம் நடக்கத்தான் போறதுன்னும் சொல்லுங்க...!" முதல் முறையாக தாயை எதிர்த்து பேசி விட்டோமே என்ற எண்ணம் சிறிதும்

இல்லாமல் அவளை மறந்து வார்த்தைகளை மழையாக கொட்டி விட்டு புயலென உள்ளே நுழைந்தாள்.

திக் பிரமை பிடித்து நின்றாள் கல்யாணி.

"மாமி!" விசு, மெதுவாக அவளை அழைத்தான். அவனை எரித்து விடுவது போல் பார்த்தாள் கல்யாணி. 'நீ தானேடா பாவி எல்லாத்துக்கும் காரணம்? நீ நல்லா இருப்பியா' என்று கூறும் பார்வை. அந்த பார்வையையும் தாங்கிக் கொண்டான்!

"அனு மேல எந்தத் தப்பும் இல்லை. விதவையாய் எந்த உணர்ச்சிக்கும் அடிமையாகாமல் பாஸ்கருக்காகத் தான் வாழ்ந்துகிட்டிருந்தா. யோசிச்சு பாருங்க!"

"ஒன்னரை வருஷமா அவ உன்னை பார்க்கலை போலிருக்கு!"

ஈட்டிகளாக வந்த வார்த்தைகளை பொறுமையாய் இதயத்தில் தாங்கிக் கொண்டு புன்னகை புரிந்தான்.

"இன்னும் தப்பான கண்ணோட்டத்திலேயே நீங்க இருக்கீங்க. நீங்க நினைக்கிற மாதிரி அவளை கல்யாணம் பண்ணிக்கப் போறவன் நான் இல்லை...! அது இன்னும் நிச்சயம் செய்யப்படாத விஷயம். அவனைத் தேடிப் பார்த்து நிச்சயிக்கப் போறவனும் நான் தான்!"

'என்ன சொல்றான் இவன்?' அவள் பார்வையில் வெறுப்பு மறைந்து குழப்பம் ஏற்பட்டது.

"உங்க குழப்பம் எனக்கு புரியறது. ஒண்ணு மட்டும் சொல்றேன். அவளுக்காக மனசுல ஆசை வரலை. பாஸ்கரோட ஆசைக்காகத்தான் அவள் இதுக்கு முழு மனசா சம்மதிச்சிருக்கா. இந்த குழப்பத்துக்கு விடை எங்க வீட்டுல இருக்கு. அதை உங்ககிட்ட குடுக்கறேன். அதைப் படிச்சுட்டா உங்களுக்கு இந்த அளவு ஆத்திரம் ஏற்படாது. இப்போதைக்கு அனுகிட்ட எதுவும் கேட்க வேண்டாம். அவள் ஏற்கனவே நொந்து போயிருக்கா. நான் மறுபடியும் சாயங்காலம் வரேன்!" அவள் பதிலை எதிர்பாராமல் வெளியில் வந்து காரில் அமர்ந்து அதைக் கிளப்பினான்.

அவன் மனம் அப்போதிருந்ததை போலவே நிதானமாக சீராகச் சென்றது. ஒவ்வொரு கட்டிடமாக மறைந்து கார் வீடு வந்தது. காரை உள்ளே செலுத்தி நிறுத்தினான். திடீரென்று பின் சீட்டிலிருந்து கேவல் ஒலி ஒன்று கேட்கவே ஆச்சரியத்துடன் திரும்பினவன் முகம் சுளித்தான். அங்கு சுந்தரி!

***

அத்தியாயம்

15

‘இவள் எதற்கு நம் காரில் வந்தாள்? எப்படி வந்தாள்?’ யோசனையுடன் அவளைக் கவனிக்காதவன் போல கீழே இறங்கினான்.

“விசு சார்!” பெருங்கத்தலுடன் இறங்கப் போன அவனைத் தடுத்தாள்.

“என்னை மன்னிச்சேன்னு ஒரு வார்த்தை சொல்லுங்க!”

“நான் யார் உன்னை மன்னிக்கறதுக்கு? நீ மன்னிப்பு கேக்க வேண்டியது அனுவிடம்!” கூறியபடி காரை விட்டு இறங்கினான்.

“அதுக்கும் நான் தயார்! அவகிட்ட நான் மன்னிப்பு கேக்கத்தான் போறேன்...! அதுக்கு முன்னாடி நீங்க என்னை மன்னிச்சேன்னு சொல்லுங்கோ!” பணிந்து நின்று உணர்ச்சி மேலிடக் கேட்டாள்.

“இதென்னடா தர்ம சங்கடம்...” அவன் பேசாமல் நின்றான்.

அடுத்த நிமிடம். அவன் காலில் தடாலென்று விழுந்து கதறினாள் சுந்தரி...

“நீங்க மன்னிக்க மாட்டீங்க! எனக்குத் தெரியும். நான் பெரிய தப்புத்தான் பண்ணிட்டேன். ஆனா நான் திருந்திட்டேன். அதுக்கு காரணம் நீங்க! நீங்க சொன்ன ஒரு வார்த்தை தான்! என்கிட்ட இப்பவும் அழகில்லை... ஆனா எனக்கு குணம் வந்துடுத்து.

நான் செஞ்ச தப்புக்கெல்லாம் என் மனசுலயே வருந்தறேன்! வெறும் அழகு தான் முக்கியம்! அழகு இருந்தாத்தாண்டி உனக்கும் நல்ல எடத்துல மாப்பிள்ளை கிடைப்பான் என்றெல்லாம் எங்கம்மா சொன்னத கேட்டுக் கேட்டு எனக்கு அழகில்லையேன்னு அழகா இருக்கிறவங்களையெல்லாம் பார்த்துப் பொறாமைப்பட ஆரம்பிச்சேன்...

என்னையும் யாராவது காதலிக்க மாட்டாங்களான்னு பைத்தியம் பிடிச்சு அலைஞ்சேன்! இதுக்கெல்லாம் ஆதிகாரணமே எங்கம்மா தான்! அறியாமைல நான் எத்தனையோ தப்பு பண்ணிவிட்டேன். என் செய்கையில் எல்லாம் எனக்கு கிடைச்சுது ஏமாத்தமும் வசைச் சொல்லும் தான்...

அந்த ஆத்திரத்தோட எங்கம்மா எனக்கு பார்த்திருக்கற வயசான மாப்பிள்ளை மேல இருக்கற வெறுப்பும் சேர்ந்தது! எனக்கு அழகில்லாததால் வயசான மாப்பிள்ளை!

ஆனால் விதவையான அனுவுக்கு அழகான... அந்தப் பொறாமையில தான் என்ன பேசறோம்னே தெரியாம வார்த்தைகளை விஷமா கொட்டிட்டேன். எனக்கு வயசு, இருபது தான். வாழ்க்கையில் எனக்கும் எத்தனையோ கனவுகள் இருக்கு! அதுக்குத் தடை எனக்கு அழகில்லாதது தான்.

அந்த ஒரு காரணத்தால் என்னை யாருக்கும் பிடிக்கலையேங்கற வெறுப்பில் என் குணமும் என்னை விட்டு போயிடுத்து போல இருக்கு. ஆனால் இப்போ புரிஞ்சுக்கிட்டேன். உடலழகை விட, நல்லவங்க, உள்ள அழகைத் தான் விரும்பறாங்கன்னு ரொம்ப லேட்டா புரிஞ்சிருக்கு.

இனிமேல் நான் எத்தனை குணசாலியா இருந்தாலும் எனக்கு மாப்பிள்ளை அந்த அரைக் கிழவன் தான்! இருந்தாலும் அந்த தண்டனை எனக்கு வேண்டியது தான்! அதை நான் சந்தோஷமா ஏத்துக்கறேன்...! ஆனால் அதுக்கு முன்னால என்னை மன்னிச்சேன்னு நீங்க ஒரு வார்த்தை சொன்னால்

திருப்தியோட போவேன்" தழுதழுத்த குரலில் தன் உள்ளத்தை திறந்து கொட்டினாள் சுந்தரி.

வருத்தத்தில் தோய்ந்து சத்திய ரூபமாய் அவள் வாயிலிருந்து வெளிப்பட்ட வார்த்தைகளையும் அவள் கதையையும் புரிந்து கொண்ட விசு அவளுக்காக பரிதாபப்பட்டான். இவள் உண்மையில் வெகுளி தான். சந்தர்ப்பங்களும் தாழ்வு மனப்பான்மையும் தான் இவளது அரக்கத்தனத்திற்கு காரணம் என்று உணர்ந்தான். அவன் முகத்தின் இறுக்கம் குறைந்து கனிவு தோன்றியது.

"எழுந்திரு சுந்தரி! நான் உன்னை மன்னிக்கிறேன்!" கனிவாகச் சொன்னான். அந்த வார்த்தைகளில் மனம் சிலிர்த்தாள் சுந்தரி. அவன் தன்னை புரிந்து கொண்டு விட்டான் என்ற சந்தோஷம் முகத்தில் படர எழுந்தாள்.

அவள் முகத்தைக் கூர்ந்து நோக்கினான் விசு. அழுது அழுது வீங்கிச் சிவந்திருந்த கண்கள். கண்ணீரைத் துடைத்து துடைத்து முகத்தின் மேக்கப் அத்தனையும் கலைந்து முகம் அலம்பித் துடைத்தாற் போலிருந்தது. இதுநாள்வரை ஏன் கடற்கரையில் கூட.. காணாத ஒரு அழகு அவன் கண்களுக்குத் தெரிந்தது.

உள்ளத்தின் தூய்மை முகத்திற்குப் பொலிவு வந்து விட்டதோ? அவள் அப்படியேதான் இருந்தாள். அவள் உள்ளம் தான் மாறி விட்டது! அந்த மாற்றத்தினால் முகத்தில் கடினம் குறைந்து கண்களில் ஒரு கனிவு இருந்தது.

தவறுகளை உணர்ந்து பாவ மன்னிப்புக் கேட்கும் இந்தப் பெண் இனி பட்டை தீட்டிய வைரமாக ஜொலிப்பாள்! உண்மையாகவே நல்லவனாக இருப்பவனைவிட, தவறு செய்து திருந்தி இருப்பவர்கள் தான் கடைசி வரை உறுதியாக தவறு செய்யாமல் இருப்பார்கள். அந்தப் பெண் மனம் சந்தோஷமாக இருக்க தன்னால் என்ன செய்ய முடியும் என்று யோசித்தான். மின்னலென அவன் மனத்தில் ஒரு யோசனை உதயமாகியவுடன் உதடுகளில் புன்சிரிப்பு தோன்றியது.

“சுந்தரி நீ வீட்டுக்குப் போ! நான் சாயங்காலம் அனு வீட்டுக்கு வருவேன்! அப்ப உங்க வீட்டுக்கும் வரேன்... வெளில எங்கேயும் போகாதே!”

அவள் கண்களில் திகைப்பு! முகத்தில் ஒரு மகிழ்ச்சி பரவ தலையாட்டி விட்டு மெதுவாகத் திரும்பித் திரும்பிப் பார்த்து நடக்க ஆரம்பித்தாள். அவள் மறையும் வரை அவளைப் பார்த்துக் கொண்டிருந்தவன் உள்ளே நுழைந்து தாயைத் தேடினான்.

அவள் அறைக்குள் நுழைந்து நண்பன் பாஸ்கரைப் பற்றி, அனுவைப்பற்றி சுந்தரியை பற்றி தன் முடிவை பற்றி எல்லாவற்றையும் அவளிடம் மனம் விட்டுக் கூறினான்.

மகனின் விருப்பத்திற்கு தாய் இணங்கினாள். அவன் சுதந்திர உணர்ச்சிக்கு அவன் தனி சந்தோஷங்களுக்கு தடை விதிக்கும் அளவுக்கு அன்பில்லாதவள் அல்ல அவள்.

திருவல்லிக்கேணியில் சாரதாம்பாளின் வீடு. அந்த மத்தியான வேளையில் நிசப்தமாக இருந்தது. தாயிடம் சண்டை போட்ட அனு, அவளை எதிர்த்துப் பேசிவிட்ட குற்ற உணர்ச்சி ஒரு பக்கம் வாட்டமானாலும் கோபம் முற்றிலும், கலையாமல் சுவர் பக்கமாக திரும்பிக் குழந்தையை அணைத்தபடி படுத்திருந்தாள். கல்யாணியும் பல வகைக் கேள்விகள் உள்ளத்தில் ஊற்றாகக் கிளம்ப அவற்றிற்கு தன் போக்கில் விடை தேடிக் கொண்டு மற்றொரு புறம் படுத்து விட்டாள். கனத்த அமைதி சூழ்ந்தது அந்தப் போர்ஷனில்.

சாரதாவின் போர்ஷனில் அப்போது தான் விசுவிடம் மன்னிப்பு கேட்டுவிட்டுத் திரும்பிய சுந்தரி தன் வாழ்க்கையைப் பற்றிய சிந்தனையில் படுத்திருந்தாள். இன்று காலை பதினோரு மணி வரை தான் எப்படி இருந்தோம்? வக்கிர புத்தியும், பொறாமையும், மாசு படிந்த உள்ளமுமாக... திடீரென்று எப்படி மாறி விட்டோம்? அந்த நிமிடம் வரை என் மாற்றத்தைப்பற்றி எனக்கே தெரியாமலிருந்ததே என்ன அதிசயம்? மறுபடி நினைத்துப் பார்த்தாள்.

கடற்கரையிலிருந்து தான் அழுது கொண்டு வீடு திரும்பியதும் யாரிடம் மன்னிப்பு கேட்க வேண்டும் என்று நினைத்துக் கொண்டாளோ அவன் காரே தன் வீட்டு வாசலில் நிற்பதைக் கவனித்து திகைத்தாள். அனுவிடம் கூட பிறகு மன்னிப்பு கேட்டுக் கொள்ளலாம். முதலில் அவனிடம்! அவன் முகத்தை எப்படி மறுபடியும் பார்ப்பது என்று பயந்தாள்.

சட்டென ஒரு யோசனை தோன்ற நல்ல காலம் திறந்திருந்தது. பின் பக்கத்துக் கதவைத் திறந்து கொண்டு கீழே உட்கார்ந்தாள். அதற்குப் பிறகு நடந்தேறிய நிகழ்ச்சிகள் எல்லாம் ஒரு கனவு போலிருந்தது. மறுபடியும் வீடு திரும்பினாள், அனு வெளி ரூமில் உட்கார்ந்திருந்தாள். முகத்தில் முழுச் சோகம் அப்பிக் கிடந்தது. அவளை அப்படிப் பார்த்ததுமே சுந்தரிக்கு கண்ணில் நீர் துளித்தது.

கல்யாணி அடுக்களையில் மௌனமாக காரியம் டண்ணிக் கொண்டிருந்தாள். ஷ்! என்ற மெல்லிய சத்தத்தில் அனுவின் கவனத்தை கவர்ந்தாள். செய்கையால் வெளியே அழைத்தாள்.

புதிருடன் அனு வெளியே வந்தாள். மாடிப்படியருகே சென்றால் சுந்தரி. அனு வந்தாள். சட்டென்று அவள் கைகளைப் பிடித்துக் கொண்டு, "என்னை மன்னிச்சிடு! அனு! நான் பேசினதெல்லாம் தப்பு! தெரியாம உன்னை கஷ்டப்படுத்திட்டேன்! இப்ப அதுக்காக வருத்தப்படறேன்!" அனுவின் கைகளில் சூடான இரு துளி நீர் முத்துக்கள் விழுந்து ஓடின.

சுந்தரி உள்ளே போய்விட்டாள் அனு! நெகிழ்ந்து போய் நின்றாள். அவளுக்குள் வியப்பான வியப்பு! எப்படி மாறினாள் இந்தப் பெண்? மறுபடியும் உள்ளே வந்து குழந்தையைப் பக்கத்தில் போட்டுக் கொண்டு படுத்தாள்.

வழக்கம்போல் எங்கெங்கோ சுற்றிவிட்டு வந்த மகளை சாரதா எதுவும் கேட்கவில்லை. ஆனால் வீட்டில் புதிதான பாத்திரங்கள் நிறைய வந்திருப்பதைக் கவனித்தாள் சுந்தரி. மகிழ்ச்சி பரவ வேண்டிய உள்ளத்தில் வேதனை பரவியது.

தனக்கு விடுதலையே கிடையாதா? மனம் சுருண்டுகொள்ள அப்படியே படுத்து விட்டாள்.

அரை நாளில் ஆபரேஷன் முடிந்து வீடு வந்த முத்துப் பாட்டிக்கு பார்லி நீரை ஆற்றிக் கொடுத்துக் கொண்டிருந்தான் முரளி.

'போதுண்டா! நீ சித்த நாழி படுத்துக்கோ!' பார்லி பாத்திரத்தை கொண்டு அடுப்படியில் வைத்து விட்டு வந்தான் முரளி. பாட்டிக்கருகில் ஒரு கிழிசல் புடவையை விரித்துக் கொண்டு படுத்தான். பச்சாத்தாபத்துடன் அவன் தலையை சுருங்கி வற்றிப் போன கைகளால் கோதினாள் பாட்டி.

'ஆண்டவா இந்த பிள்ளைக்கு ஒரு நல்ல வழிய காமி? பெற்றவர்கள் இருந்தும் அனாதை மாதிரி எங்கூட இருந்து அல்லாடறதே என்ன சோதனைப்பா இது?' உள்ளம் உருகி அவனிடம் முறையிட்டாள் பாட்டி. திடீரென்று அப்போது மெல்லிய தீனமான குரல் "அம்மா!" அதில் தொனித்த வேதனையும் அன்பும்... பாட்டி திடுக்கிட்டு திரும்பி, வாசல் பக்கத்தில் பார்த்தவள் அதிர்ச்சியால் திகைத்தாள்.

ரவி கிருஷ்ணா! தன்னையறியாமல் கத்தியபடி ஆவலுடன் எழுந்திருக்கப் போனவள் முடியாமல் மறுபடி படுத்துவிட்டாள். முகம் வேதனையில் சுளித்தது. எலும்பும் தோலுமாக ஒரு மாத டைஃபாயிடில் படுத்து எழுந்தவன் போல் தலையெல்லாம் கலைந்து கிடக்க க்ஷவரம் செய்யாத முகத்துடன் புழுதி படிந்த உடுப்புடன் நின்று கொண்டிருந்த ரவி பெட்டி படுக்கையை தொப்பென்று போட்டான்.

"அம்மா!" என்று கதறிக் கொண்டே அவள் மடியில் முகம் புதைத்து குழந்தை போல் அழ ஆரம்பித்தான், பாட்டிக்கு வார்த்தைகள் வரவில்லை. அவன் தலையை தடவியபடி அவளும் அழ ஆரம்பித்தாள். முரளி எழுந்து உட்கார்ந்து திரு திருவென்று முழித்தான். 'யார் இவர்?' என்ற கேள்வி கண்களில் தெரிந்தது.

"அம்மா உங்களையெல்லாம் தவிக்க விட்டுட்டுப் பெண்டாட்டி தாசனா இருந்ததுக்கு எனக்கு சரியான தண்டனை கிடைச்சுடுத்தும்மா...பெத்த புள்ளைய பரிதவிக்க விட்டதுக்கு என்னை ஆண்டவன் தண்டிச்சுட்டார் மா."

"ரவி என்னப்பா ஆச்சு! என்ன நடந்ததுடா? சுதா வரலையா உங்கூட? அவகூட ஏதாவது தகறாறா!" அமுங்கிப் போன குரலில் கஷ்டப்பட்டுக் கேட்டாள் பாட்டி.

"அவ போய்ட்டாம்மா..." கதறினான் ரவி.

"என்னது" பாட்டி நெஞ்சை பிடித்துக்கொண்டாள். அதிர்ச்சியில் வாய் அடைத்துக் கொண்டது. "என்னடா? சொல்றதை புரியும்படியா சொல்லு!"

ரவி எல்லாவற்றையும் சொல்ல ஆரம்பித்தான். சுதா அவனுக்கு அடங்காமல் போனதைப் பற்றி அவனை எடுத்தெறிந்து பேசியதைப் பற்றி இன்னும் கதை கதையாக சொல்ல ஆரம்பித்தான்.

✲ ✲ ✲

டெல்லி நகரம் விடிந்து எட்டு மணியை தொட்டுக் கொண்டு பரபரப்பாக இயங்கிக் கொண்டிருந்தது. ஆனால் ரவி கிருஷ்ணனின் அபார்ட்மெண்டில் சுதா இன்னமும் போர்வையைக்கூட விலக்காமல் தூங்கிக் கொண்டிருந்தாள்

ரவி வெறுப்புடன் அவளைப் பார்த்தான்! இரவு ஒரு மணி வரை சிநேகிதி வீட்டு பார்ட்டியில் கலந்து கொள்ளாவிட்டால் என்னவாம்? பற்றிக்கொண்டு வந்தது அவனுக்கு. எவ்வளவோ தடுத்தும் கேளாமல் பிடிவாதமாக பார்ட்டிக்கு கிளம்பியதோடல்லாமல் தன்னையும் வலுக்கட்டாயமாக அல்லவா கூட்டிப் போய் விட்டாள்.

அது மட்டுமா, பார்ட்டியில் அழகாக தன்னோடு அமர்ந்திருக்கலாம். அங்கு வந்த ஒரு ஆண் பாக்கியில்லாமல்

அரட்டை அடித்துக் கொண்டு அவர்கள் அவள் மேனியைத் தொட்டுப் பேச இடம் கொடுத்து விட்டவள். இதைத் தாங்க முடியாமல் அவளை அழைத்துக் கண்டித்தபோது எப்படி வெடித்தாள்?

“ஏன் இப்படி கண்ட்ரியா இருக்கீங்க? கொஞ்சம்கூட பிராட் மைண்டே இல்லாம! சேச்சே நீங்கள்ளாம் ஹை சொஸைட்டியில இருக்கவே லாயக்கில்லை! நீங்களும் இங்கே வந்து கொண்டிருக்கிற எல்லாப் பெண்களையும் தொட்டுப் பேசுங்களேன்! யார் வேண்டாமென்றார்கள்? என்னைக் கவனிச்சுக்க எனக்கு தெரியாதாக்கும்? போயும் போயும் உங்களை லவ் பண்ணினேனே!” சிடுசிடுத்தபடி நகர்ந்தாள்.

அவமானத்தால் முகம் சிவந்தது அவனுக்கு. “கண்ட்ரியாம்!” அவன் தலைமீது அடி விழுந்தது. மற்றவர்கள் எதிரில் பளாரென்று அறைய முடியாமல் தவித்தான்!

கோபத்தை பல்லைக் கடித்து கட்டுப்படுத்தி விட்டு அரை மணி நேரம் கழித்து அவளிடம் சொல்லிக்கொள்ளாமல் கிளம்பி விட்டான்! அவள் அதைக் கவனித்ததும், உதட்டைப் பிதுக்கி விட்டுப் பேசாமலிருந்தாள்!

இரவு ஒரு மணி வரை அவள் எப்போது வருவாள் என்று தவித்தபடி தூக்கமில்லாமல் புரண்டவன் கீழே கார் நிற்கும் ஓசை கேட்டதும் பால்கனிக்கு வந்து எட்டிப் பார்த்தான். காரில் அமர்ந்திருக்கும் உருவம் யார் என்பது தெரியாவிட்டாலும், அவன் ஆண் என்பது மட்டும் தெரிந்தபோது முகம் சுளித்தான். சுதா காரிலிருந்து இறங்கி கை காட்டி விடை பெற்றுக் கொண்டு மேலே ஏறி வந்தாள்.

“யார் அது?” பதில் சொல்லாமல் அலட்சியமாக அவனைப் பார்த்தாள்.

“நான் கேக்கறது காதுல விழல்லே...?”

“என் மேல சந்தேகத்தோட கேக்கற எந்த கேள்விக்கும் எங்கிட்டேர்ந்து பதில் வராது?”

என்ன அலட்சியம்! கழுத்தை நெறித்து விடவேண்டும் போல் அவனுக்கு ஆத்திரம் வந்தது. கட்டுப்படுத்திக் கொண்டான். இரண்டு மூன்று நாட்கள் இருவரும் பேசிக் கொள்ளவில்லை.

நான்காம் நாள் காலைப் பக்கத்தில் ஏதோ முனகல் சத்தம் கேட்கவே திரும்பினான். சுதா தான். அத்தனை நாள் இருந்த கோபம் மறக்க நெற்றியில் கை வைத்துப் பார்த்தான். - நெருப்பாகச் சுட்டது.

கைவசமிருந்த மாத்திரையை கொடுத்தான். ஆபீஸுக்கு லீவு போட்டு விட்டு பக்கத்திலேயே அமர்ந்தான். ஜுரம் விட்டது.

ஆனால் அவன் மேல் அப்போதும் அவளிடம் இரக்கம் தோன்றவில்லை. விறைப்பாகவே இருந்தாள். திடீரென்று வயிற்றை புரட்டிக் கொண்டு வரவே அவசரமாக வாஷ்பேசினருகில் சென்றவள் கொட கொடவென்று வயிற்றிலுள்ள எல்லாவற்றையும் வாய் வழியாக வாந்தி எடுத்தாள்.

ரவி பதறிப்போய் டாக்டருக்குப் போன் செய்தான். சோதனையாக டாக்டர் வெளியூர் போயிருந்தார். கீழ் அபார்ட்மெண்டில் அப்போது தான் படிப்பை முடித்து ஹவுஸ் ஸர்ஜனாக இருந்த நிம்மி சர்க்காரின் ஞாபகம் வந்தது. கீழே ஓடினான்.

நிம்மி ஓய்வாக அகதா கிறிஸ்டியில் லயித்திருந்தாள். அவளிடம் விஷயத்தைக் கூறினான். நாவலின் முக்கியமான கட்டத்தில் ஏற்பட்ட தடங்கலுக்கு வருந்தி விட்டு, அவனுடன் மாடி ஏறி அவளைப் பரிசோதனை செய்தாள். பத்து நிமிட சோதனைக்குப் பிறகு வெளியே வந்து அவனுக்கு ‘கன்கிராஜுலேஷன்ஸ்’ சொன்னாள்!

அவனுக்கு அரைகுறையாய் புரிந்தபோது ஒரு பக்கம் சந்தோஷம், மறுபுறம் சங்கடம். முதல் குழந்தையையே அனாதை

போலாக்கி விட்டபிறகு அடுத்ததா? என்ன செய்வது என்று புரியாமல் திண்டாடினான்.

ஆனால் இயல்பான மனித உணர்ச்சிகள் ஏற்பட அவள் மேலிருந்த கோபமெல்லாம் மறைந்து நம் குழந்தையை அல்லவா சுமக்கிறாள் என்ற கர்வம் ஏற்பட, ஆசை மிகுந்தது.

சந்தோஷமாக அவளிடம் சென்றான். முகத்தை திருப்பிக் கொண்டாள். ஊசி குத்தியது போல் ஒரு வலி இதயத்தில், இவளுக்கு சந்தோஷமில்லையா? "சுதா டாக்டர் சொன்னத கேட்டியா?" அவன் குரலில் லேசாக பளிச்சிட்ட சந்தோஷத்தைக் கண்டதும் அவளுக்கு ஆத்திரம் பீறிட்டது. வெடித்தாள்.

"உங்களுக்கென்ன? சந்தோஷம் தான்! நீங்களா சுமக்கறீங்க? என்னால் முடியாது. வயறு வீங்கி அவலட்சணமாகி.. உவ்வே! ஐ ஆம் கோயிங் டு அபார்ட் இட்!"

திடுக்கிட்டு நிமிர்ந்தான்! ஒரு சிறு வாளி நெருப்பை இதயத்தின் மேல் கொட்டியதுபோல் எரிந்தது. ஓ! எவ்வளவு ஈஸியா சொல்லிட்டா? காட்! இவளுக்கு தாய்மை உணர்ச்சியே கிடையாதா? இந்த பத்து வருஷ தாம்பத்யத்துல ஒரு தடவையானும் முரளியை பார்க்கணும்னு இவளுக்கு தோணியிருக்கா? அட்லீஸ்ட் முரளின்னு ஒரு பையன் இவளுக்கு பொறந்தாங்கற நினைப்பிலேயாவது அவனைப் பற்றி ஒரு வார்த்தை பேசியிருக்கிறாளா? என்ன கொடுமை இது!

இவ மோகத்தில் சிக்கி நான் கூடத்தான் என் குழந்தைய மறந்துட்டேன். எவ்வளவு பெரிய தவறு செய்திருக்கிறேன்? இவள் வயிற்றில் பிறந்ததைத் தவிர அதற்கும் இவளுக்கும் என்ன சம்பந்தம் இருக்கிறது? பத்து வருடங்களுக்குப் பின் பல உண்மைகள் மனதைச் சுட, மௌனமாக கண்ணீர் விட்டான். சுதா முறைத்து விட்டுக் கேட்டாள், "வயத்துலயே சாகப் போறதுக்கு இப்பொவே கண்ணீர் விடறேளா?"

"சுதா!" பல்லைக் கடித்தான். நிதானமாக அவளைப் பார்த்தான். "ஐ வோண்ட் அலவ் யூ! நான் உன்னை அதற்கு அனுமதிக்க மாட்டேன்! நீ அபார்ட் பண்ணக் கூடாது! நான் விடமாட்டேன்!"

சுதா இளக்காரமாக சிரித்தாள். 'நீ யார் என்னைத் தடுக்க' என்பதுபோல் பார்த்தாள். "என் விஷயத்துல நீங்க தலையிட வேண்டாம்! என் உடம்பை பத்தி என்னை விட உங்களுக்கென்ன தெரியும்? என்னால் டெலிவரியை தாங்க முடியாது. ஏதோ தெரியாம ஒண்ணைப் பெத்துண்டதே தலைவலி!"

"சுதா ப்ளீஸ்! அப்படியெல்லாம் பண்ண வேண்டாம்! எனக்கு அந்தக் கொழந்த வேணும். நீ பெத்து மட்டும் குடு போதும். அதுக்கப்புறம் அதை உன் கண்லகூட காட்டாம நான் எப்படியாவது வளர்த்துக்கறேன்." அவன் கெஞ்ச ஆரம்பித்தான்.

அவள் எதற்கும் மசியத் தயாராயில்லை. "லுக் ரவி! உங்களுக்கு கொழந்த வேணும்னா எத்தனை வழியிருக்கு? தத்து எடுத்துக்கோங்கோ! இல்லைன்னா... கதையில் எல்லாம் வர்ற மாதிரி எவளையாவது... அப்படிகூட பெத்துக்கலாம்... ஐ டோண்ட் மைண்ட்! என்னை நீங்க பிடுங்காமலிருந்தால் சரி! நான் சொன்னா சொன்னதுதான்!" திரும்பிப் படுத்துக் கொண்டாள்.

பல்லைக் கடித்தான். "அடிப்பாவி! பொண்ணா நீ!" கத்தினான். அவள் திரும்பவில்லை. கோபத்துடன் வெளியேறினான். களைத்துப் போன மனத்துடன் எங்கெங்கோ சுற்றினான்.

சுதா மறுநாளே டாக்டரிடம் போனாள். அடுத்து இரண்டு மூன்று நாள் போனாள். ஆனால் டாக்டருடன் நடந்த பேச்சு வார்த்தைகளை பற்றி அவனிடம் ஒன்றும் சொல்லவில்லை.

மேலும் இரண்டு நாள் கழிந்ததும் 'இன்னிக்கு தான் அபார்ஷன் பண்ணிக்கப் போறேன்' என்று யாரிடமோ சொல்லிவிட்டு போவது போல் போய் விட்டாள். புழுப்போல் துடித்தான் ரவி. வேறென்ன செய்ய முடியும்.

ஆரம்பத்திலிருந்து அடக்கிப் பழகியிருந்தால் இன்று இந்த நிலைமைக்கு வந்திருக்குமா? இனி அதிகாரம் செய்ய ஆரம்பித்தால் பிரயோஜனமில்லை. அவள் டைவர்ஸ்க்குகூட துணிந்து விடுவாள். அவ்வளவு தைரியம்!

ஆனால் அவனுக்கு அவள் வேண்டும்! குழந்தை என்னதான் கெட்டவனாக இருந்தாலும் தாய்க்கு தனிப்பாசம் இருக்கத் தானே செய்கிறது? அது மாதிரிதான் வைரத்துக்குள் நீரோட்டம் போல அடிமனதில் இன்னமும் ஒரு பிணைப்பு அவனிடம் இருந்தது. அதுதான் இத்தனை பொறுமைக்கும் காரணம்!

ஆண் பிள்ளை எனும் வைராக்கியத்தில் எந்த ஹாஸ்பிடல் என்றுகூட கேட்கவும் இல்லை. போகவும் இல்லை. திடீரென்று மாலை நான்கு மணியளவில் ஒரு ஃபோன்! ஒரு பிரைவேட் நர்ஸிங் ஹோமிலிருந்து.

'யுவர் ஒய்ப் இஸ் வெரி ஸீரியஸ் ஸ்டார்ட் இம்மீடியட்லி!' இடி விழுந்தவன் போலானான். ஒரு நிமிடம் தலையை பிடித்துக் கொண்டு உட்கார்ந்தான். அடுத்த நிமிடம் பேய் பிடித்தவன் போல் கதவைப் பூட்டிக் கொண்டு கீழே வந்து, ஜாவாவை அசுர வேகத்தில் ஓட்டினான்.

***

அத்தியாயம் 16

அவன் ஓடிவந்த வேகத்திலேயே அவன் தான் ரவி, 'சுதாவின் கணவன்' என்பதை டாக்டர் புரிந்து கொண்டு அவனை தன் அறைக்கு அழைத்துச் சென்றாள்.

"லுக் மிஸ்டர் ரவி! நான் எவ்வளவோ சொன்னேன். நான்கு மாசம் ஆய்டுச்சு. இனிமே அபார்ஷன் பண்றது ரொம்ப ரிஸ்க்குன்னு.

ஆனா அவங்க தான் ரொம்ப பிடிவாதம் பிடிச்சு எவ்வளோ பணமானாலும் பரவாயில்லை. எப்படியாவது அபார்ஷன் பண்ணியே ஆகணும்னாங்க. வேற வழியில்லை. உங்க ஹஸ்பெண்டோட சம்மதம் இருக்கான்னுகூட கேட்டோம். அவருடைய பிடிவாதத்தால் தான் இந்த அபார்ஷனே பண்ணிக்கறேன்னு சொன்னாங்க!"

எவ்வளவு பொய்! அவன் மறுத்துவிட்டு நடந்ததை கூறினான். டாக்டர் அவனுக்காக பாரிதாபப்பட்டாள். நல்ல காலம் அட்ரஸும் ஃபோன் நம்பராவது கரெக்டா சொன்னாங்களே!

"டாக்டர் ஹௌவ் இஸ் ஷி டாக்டர்" ஒவ்வொரு நிமிடமும் துடித்தான்.

"ஸ்டில் ஷி இஸ் ஸீரியஸ்... அபார்ஷன் ஆயிடுத்து. சக்ஸஸ்! பட் பிளட் நிறைய வேஸ்ட். அந்த குரூப் பிளட். எங்ககிட்ட

அசந்தர்ப்பமா நிறைய ஸ்டாக் இல்லை. வரவழைக்கறதுக்குள்ளே ரொம்ப ஜாஸ்தியா போய்டுச்சு. கை கால் எல்லாம் வெட்டி வெட்டி இழுக்க ஆரம்பிச்சு... இனி எங்களுக்கு நம்பிக்கையில்லை. வாங்க போகலாம்" அவன் எழுந்தான். பிரமை பிடித்தவன் போல் உள் மனம் கதறக் கதற அவளைப் பின்தொடர்ந்தான்...

சுதா படுத்திருந்தாள் கிழிந்த நாறாக தளதளவென்று அழகுச் சிலை மாதிரி... இருந்த சுதாவா இவள்? ஒரு நாளில் இப்படியொரு மாற்றமா? உடலின் இரத்தமெல்லாம் சுண்டிப்போய் வெளிறிய முகத்துடன்... அவளைப் பார்த்ததும் மனம் உடைந்து அழ ஆரம்பித்தான்...

'புவர் சுதா! நான் எவ்வளவோ தடுத்தும் கேக்காம இப்ப என்ன ஆச்சு பாத்தியா? ஒழுங்கா இருந்திருந்தா ரெண்டு உயிரா பொழச்சிருக்கலாமே! உடலழகு உடலழகுன்னு இப்போ உடம்பே இல்லாம இல்ல போகப் போகிறது! சின்ன சிசுவ அழிக்கணும்னு கங்கணம் கட்டிண்டு இப்போ உனக்குத்தான் ஆபத்து தேடிண்டு?' மனத்துள் அழுது புலம்பினான்.

அவள் சுவாசம் சிறிது சிறிதாக குறைந்தது. டாக்டர் ஆக்ஸிஜனை பொருத்தினார். இருந்தும் பிரயோஜமில்லை. அவனுக்காகவே போல் பலவீனமாக கஷ்டப்பட்டு கண் திறந்தாள். மிக மங்கலாக அவன் தெரிந்தான். புரிந்து கொண்டாள்.

"என்னை மன்னிப்பீர்களா ரவி?" கண்களாலேயே கெஞ்சினாள். நீர்ப்படலம் அவள் கண்களில் சூழ்ந்தது. கஷ்டப்பட்டு அவன் கைகளை தேடிப் பிடித்தாள். ஒரு சின்ன அழுத்தம்! அதிலேயே அவள் துக்கத்தை எல்லாம் கொட்டி தீர்த்துவிட்டாற் போலிருந்தது ரவிக்கு.

அவள் முகத்தை கரங்களால் வருடினான். அவள் எதையோ எதிர்பார்த்தாள். புரிந்து கொண்டு குனிந்தான். மென்மையாக மிக மென்மையாக அதிக சத்தம் கேட்காமல் அவள் கண்களில் உதடுகளை பொருத்தி எடுத்தான்.

அவன் கண்ணீர் அவள் கண்ணீருடன் கலந்தது. அவள் முகத்தில் ஒரு வேதனை கலந்த திருப்தி படிந்தது. ரவி தலையில் அடித்துக் கொண்டு அழுதான். இரண்டு நிமிடம் தான். தன்னையே தேற்றிக் கொண்டு ஆக வேண்டிய காரியத்தை பார்க்கத் தொடங்கினான்.

நர்ஸிங் ஹோமிற்கு பணத்தை கட்டினான். அவள் உடலை அங்கிருந்தே மயானத்துக்கு எடுத்துச் சென்றான். யார் இருக்கிறார்கள் வீட்டிற்கு எடுத்து வர? அங்கும் அவன் ஒருவன் தான் அழப்போகிறான். சரியாக இரண்டு மணி நேரத்தில் சுதா என்னும் அழகு உடல் சாம்பலாகிவிட்டாள்.

தாய்க்குகூட தெரிவிக்க அவனுக்குத் தோன்றவில்லை. எந்த முகத்தைக் கொண்டு அவளை பார்ப்பான். அவள் புறப்பட்டு வரும்வரை 'அதை' எப்படி காப்பாற்றுவது? சாம்பலில் தன் கண்ணீரையும் கலந்து கங்கையில் கரைத்தான்.

வீட்டுக்கு வந்து தலை முழுகினவன் நேராக பெட்டி படுக்கையை எடுத்துக் கொண்டு வண்டியேறினான். மூன்றாம் வகுப்பு. அன்ரிஸர்வ்ட்! அவஸ்தைகளை பொறுத்துக் கொண்டு சுதாவைப் பற்றியே நினைத்தான்.

அவளோட வாழ்ந்த இனிமையான நாட்கள், அவள் மாறியது. சண்டை போட்டது. பிரிந்தது எல்லாம் நிழற்படங்களாக மனதில் ஓட, பித்து பிடித்தாற்போல் சென்னையை அடைந்தவன், நேராக பாட்டிக்கு எதிரில் வந்து நின்றான். அவளைப் பார்த்ததும் அடைத்து வைத்திருந்த துக்கம் அனைத்தும் மடை திறந்தாற்போல் வெளிப்பட கதறினான்.

சந்தோஷமோ, துக்கமோ ஒரு எல்லைக்கு மேல் போய்விட்டால் சிரிக்கவும் தோன்றாது. அழவும் தோன்றாது. அப்படிப்பட்ட நிலையில் தான் முத்துப்பாட்டியும் இருந்தாள். சற்று நேரம் மகனை ஆதரவாக தடவிக் கொண்டிருந்தவள் மெல்ல அவன் தலையை நிமிர்த்தி வற்றிப்போன கைகளால் அவன் கண்ணீரைத் துடைத்தாள்.

"எழுந்திரு ரவி! எல்லாம் நடக்கணும்னு விதி இருக்கும்போது நம்மால என்னப்பா செய்ய முடியும்? மனசை தேத்திக்க வேண்டியது தான்...! உம் பிள்ளையை பார்த்து ஆறுதலடை" சட்டென்று தலை நிமிர்ந்து முரளியை திரும்பிப் பார்த்தவன் பாய்ந்து அவனை அணைத்துக் கொண்டான். "முரளி நான் தான் உங்கப்பா...! என்னை மன்னிச்சுடுடா கண்ணா!" மாறி மாறி முத்தமிட்டான்.

முரளி கூச்சப்பட்டான். அவன் மனதில் ஒரு சந்தோஷம் பரவியது. லேசாக முகத்திலும் தெரிந்தது. "ரவி! மொதல்ல குளிச்சுட்டு வா! முரளிக்கும் இன்னிக்கு சாப்பாடு சரியில்லை. ஆபரேஷன் பண்ணிண்டேன். சின்னதா கட்டி காலில்! அதனால சரியா எழுந்து நடக்க முடியலை. இன்னும் ரெண்டு நாள்ல சரியா போய்டும்! நீ அவனையும் கூட்டிண்டு போய் நல்ல ஹோட்டலா போய் சாப்பிட்டு வா. வந்த முதல் நாளே உனக்கு பண்ணிப் போட எனக்கு தெம்பில்லை!" பாட்டி வருத்தத்துடன் கூறினாள்.

ரவி எழுந்து குளிக்க புறப்பட்டான். துண்டும் சோப்புப் பெட்டியுமாக வெளியில் வந்தவன் அப்போது தான் வாசலிலிருந்து உள்ளே நுழைந்த விசுவை பார்த்து திகைத்துப் போய் நின்று விட்டான். அதே நிலை தான் விசுவிற்கும்!

"ஹலோ ரவி! நீங்கள் எப்படி இங்கே?" விசுவே பேச்சை ஆரம்பித்தான்.

"இது எங்கம்மா வீடு! வாங்களேன் உள்ளே!"

"பரவாயில்லை! நீங்க குளிக்கப் போற மாதிரி தெரியறது. எனக்கும் கொஞ்சம் வேலையிருக்கு. அதுக்குள்ளே நீங்க குளிச்சுட்டு வாங்க"

"ஒக்கே!" ரவி நகர்ந்தான்.

அதற்குள் சத்தம் கேட்டு அனு எழுந்து வெளியே வந்தாள்.

"யாரது"

"என் ஃபிரண்டு! டெல்லில மேட்சுக்காக அடிக்கடி போவேன். ஏர்போர்ட்ல பெரிய ஆஃபிஸரா இருக்கான். அடிக்கடி பார்த்துக் கொள்வதால், முதல்ல சிரிப்பில் ஆரம்பிச்சு பிறகு ஆழ்ந்த நட்பா வளர்ந்து விட்டது. இது அவங்கம்மா வீடாமே!"

'ஓ! அப்படின்னா முத்துப்பாட்டியின் பிள்ளையா வந்திருப்பது?' அனுவுக்கு ஆச்சரியம்!

இருவரும் உள்ளே நுழைந்தனர். கல்யாணி 'உம்' என்று உட்கார்ந்தாள்.

"இந்தாருங்கள்! இந்தக் கடிதத்தை எல்லாம் நிதானமாக படித்துப் பாருங்கள். உங்களுக்கு எல்லாம் புரியும்." கடிதங்களை அவள் பக்கத்தில் வைத்து விட்டு மறுபடியும் வெளியில் வந்து காருக்கருகில் போனான். காரில் இன்னும் யார் இருக்கிறார்கள் என அனு எட்டிப் பார்த்தாள்.

"அனு! உங்களுக்கு ஒரு மகிழ்ச்சியான நியூஸ்!" சொல்லிக் கொண்டே கார் கதவைத் திறந்தான். அவனுடைய அம்மா இறங்கினாள். பின்னால் ஒரு தட்டு நிறைய பூ பழங்களை டிரைவர் எடுத்துக் கொண்டான். அனு திகைப்புடன் பார்த்துக் கொண்டே நின்றாள்.

"எங்க கூட வாருங்கள் அனு!"

"எங்கே?"

"நீங்கள் வாருங்கள்! தானாகப் புரியும்" விசு சிரித்தான்.

அனு வேதனையுடன் பூத்தட்டையும் பழங்களையும் வெற்றிலை மஞ்சள் எல்லாவற்றையும் பார்த்தாள். "நீங்கள் சொல்வதை பார்த்தால்...? இந்த காரியங்களில் எல்லாம் கலந்துகொள்ள அருகதையில்லாதவள் நான்!"

விசுவின் அம்மா சிரித்தாள். "என்ன பெண்ணம்மா நீ? என்ன புரிந்துவிட்டது என்று நீ பாட்டுக்கு பேசிக் கொண்டே போகிறாய்? பேசாமல் எங்களுடன் வா!"

"விசு! நீங்கள் யாரையாவது பெண் பார்க்கப் போகிறீர்களா?" பட்டென்று கேட்டாள் அனு.

விசு சிரித்தான்.

"யார் அவள்?"

"வந்தால் தானாகப் புரியும்."

"நான் வரக்கூடாது விசு!"

"அது மற்றவர்களைப் பொறுத்தமட்டில். எங்களுக்கு அந்த அளவுக்கு மூட நம்பிக்கைகள் இல்லை. நீங்கள் வரத்தான் வேண்டும்." விசு கட்டாயப்படுத்தவே...

"ஒரு நிமிடம்" என்று கூறி உள்ளே சென்றவள், வேறு புடவையை மாற்றிக் கொண்டு, தலைவாரி பவுடர் போட்டுக் கொண்டு பளிச்சென்று வந்து நின்றாள். முகத்தில் குங்குமம் மட்டும் இருந்தால்...? அதுதான் கூடிய சீக்கிரம் வரப்போகிறதே சமாதானப்படுத்திக் கொண்டான் விசு.

"போகலாமா!"

விசு. அனுவின் போர்ஷனை கடந்தான். அனு திகைத்தாள். எங்கே போகிறார் இவர்? வேறு எங்கோ என்று நினைத்தவள் அந்த வீட்டுக்குள்ளேயே சென்றது திகைப்பை ஏற்படுத்தியது. இவனுக்கு தகுந்த பெண் இங்கு யார் இருக்கிறார்கள்? முத்துப்பாட்டிக்கு கூட பெண் இல்லையே?

இப்படி நினைத்துக் கொண்டே அவனை பின்தொடர்ந்தவளுக்கு அவன் சுந்தரியின் போர்ஷனுக்கு வெளியில் சற்று நின்று தயங்கியது மேலும் அதிர்ச்சியைக் கொடுத்தது!

அப்படியானால் சுந்தரியையா...? நினைக்க நினைக்க உடலெங்கும் கோடாக ஒரு திகைப்பு பரவியது. கேள்விக் கணைகள் நிறைந்த கண்களை அவன் மீது நாட்டினாள். அவன் மௌனமாக புன்னகை புரிந்துவிட்டு கதவை ஆள் காட்டி விரலால் திறந்தே இருந்தாலும், மரியாதைக்காக தட்டினான்.

அடுத்த நிமிடம் பூதாகாரமான உடம்பை தூக்கிக் கொண்டு சாரதாம்பாள், "யார்? இவ்வளவு தைரியமா கதவை தட்றது?" என்று கேட்டுக் கொண்டு கடுகடுத்த முகத்துடன் வெளியில் வந்தவள் விசுவையும் மற்றவர்களையும் பார்த்து விட்டுக் குழம்பிப் போய் நின்றாள்.

"வா" வென்று உள்ளே அழைக்கத் தோன்றாமல் நின்று கொண்டிருந்த அவளிடம் அனு முன் சென்று "மாமி! உங்க சுந்தரிக்கு அதிர்ஷ்டம் தேடிக்கிட்டு வரது! மொதல்ல அவங்களை உள்ள கூப்டுங்கோ!"

என்ன சொல்கிறாள் இவள்? அனுவை பிடிக்காவிட்டாலும் அந்த நேரத்தில் அவளுக்கிருந்த குழப்பத்தில் ஒன்றும் சொல்லாமல் நகர்ந்து வழி விட்டாள். அதுவே அழைப்புக்கடையாளம் என்று எல்லாரும் உள்ளே சென்றனர். சுந்தரி எல்லாவற்றையும் புரிந்துகொள்ளா விட்டாலும் அவன் அன்று வருவதாக சொன்ன மகிழ்ச்சியில் என்றும் போலில்லாமல் எளிமையாக அலங்கரித்துக் கொண்டிருந்தாள், அடுக்களையிலிருந்து மெதுவாக எட்டிப் பார்த்தாள்.

அனு மெதுவாக அவளை நோக்கிச் சென்றாள். இதுவரை சாரதா வீட்டுக்குள் எட்டிக்கூட பார்த்ததில்லை. சாரதா ஆள் எப்படியோ வீட்டை நீட்டாக வைத்திருந்தாள்! பளிச்சென்றிருந்தது.

சுந்தரியின் கையை பிடித்து அன்பாக அழுத்தினாள். "சுந்தரி! அதிர்ஷ்டசாலி நீ!"

"என்ன சொல்கிறீர்கள்?"

"இன்னும் புரியலையா? விசு உன்னைப் பெண் கேட்பதற்காக வந்திருக்கிறார்! உனக்கு சம்மதம் தானே?"

"என்ன?" ஹார்ட் அட்டாக் வந்தாற்போல் ஸ்தம்பித்து நின்றாள் சுந்தரி.

எனக்கு இவ்வளவு பெரிய அதிர்ஷ்டமா! அந்த அளவுக்கு நான் புண்ணியம் செய்திருக்கின்றேனா? வக்கிர புத்தியோடு

ஏங்கிய போதெல்லாம் கிடைக்காத அதிர்ஷ்டம் இப்போது வந்திருக்கிறதே!

திடீரென்று அத்தங்கா மச்சினன், நாப்பது வயசு! வழுக்கைத் தலையை தடவிக் கொண்டு தாலியை கையில் வைத்துக் கொண்டு கண் முன்னால் வந்து போனார். கல்யாணத்திற்கு எண்ணி பத்தே நாள் இருந்தது. அடுத்த நிமிடம் சுந்தரி மனம் உடைந்து போனவளாக குமுறி அழ ஆரம்பித்தாள். அனு பதறிப் போய் விட்டாள்.

"சுந்தரி! எதுக்கு அழறே? நான் ஏதாவது தப்பா சொல்லிட்டேனா என்ன?"

"இல்லை அனு! நான் அதிர்ஷ்டம் கெட்டவள்! நான் ஏங்கின போதெல்லாம் கிடைக்காத மாப்பிள்ளை இப்போ கிடைச்சிருக்கே? இதுலேர்ந்தே என் அதிர்ஷ்டம் தெரியலை? நான் கொடுத்து வைக்கலை அனு!" அவள் அழுகை நிற்கவில்லை.

நல்லகாலம். சாரதா போர்ஷன், கொஞ்சம் பெரிசு. வெளி ஹாலுக்கும் அடுக்களைக்கும் நடுவே ஒரு பெரிய கூடம் இருந்ததால் அங்கிருந்தவர்கள் இவள் அழுகையை கவனிக்க வாய்ப்பில்லை.

அனு அவளை சமாதானப் படுத்தினாள்.

"இப்பொ என்ன ஆச்சுன்னு நீ அழறே."

"அய்யோ உனக்கு தெரியாது அனு! எனக்கு கல்யாணம் நிச்சயமாயிடுத்து! அம்மா யாரையும் கூப்பிட வேண்டாம்னு தீர்மானம் பண்ணிட்டா.

என் முகர கட்டைக்கு எந்த வாலிபனும் என்னை பண்ணிக்க மாட்டான்னு அவளாவே தீர்மானம் பண்ணி... என் ஆசை, கனவு எல்லாத்துக்கும் மதிப்பு குடுக்காம குழி தோண்டி பொதச்சு... நாப்பது வயது அரை கிழவனுக்கு என்னை நிச்சயம் பண்ணியிருக்கா அனு! பத்து நாள்ள எனக்கு கல்யாணம்"

ஒரு பெரிய கேவல் ஒன்று அவள் தொண்டையிலிருந்து வெளிப்பட்டது.

அனு விக்கித்து நின்றாள். என்ன சோதனை இது? அவளுக்கு என்ன செய்வது என்று புரியவில்லை. எப்படியாவது அந்த கல்யாணம் நின்று சுந்தரி விசுவை மணந்துகொள்ள வழி செய்யப்பா என்று வேண்டிக்கொள்ளத் தான் அவளால் முடியும்.

சாரதாவின் முரட்டுத்தனத்திற்கு முன்னால் அவளால் என்ன செய்ய முடியும்? இல்லை அவ்வளவு உரிமைதான் இருக்கிறதா? கல்யாணத்தை நிறுத்தச் சொல்ல அவள் யார்?

சுந்தரி மெல்லிய குரலில் விசும்பிக் கொண்டிருந்தாள். அதே நேரத்தில் வெளி ஹாலில் விசுவின் விருப்பத்தைக் கேட்ட சாரதாவும் செய்வதறியாமல் குழம்பினாள். சுந்தரிக்கு இவ்வளவு பெரிய அதிர்ஷ்டமா? விசுவை பார்த்த மாத்திரத்திலேயே அவளுக்குப் பிடித்து விட்டது. பெரிய இடம் வேறு!

ஆனால் அத்தான்காரனுக்கு என்ன பதில் சொல்வது? நிச்சயித்து ஏற்பாடெல்லாம் பண்ணின கல்யாணத்தை நிறுத்துவதாவது? எப்படி முடியும்? அத்தங்கா நமக்கு மேல புலி! எது வேணும்னாலும் செய்வா! கோர்ட்டுக்கு கூட இழுத்தாலும் இழுப்பா? அதுவுமில்லாமல் அவர்கிட்ட ரொக்கமா பேசி வாங்கின ஐம்பதாயிரத்தை திருப்பி கேட்டா எங்க போறது?" இப்படியெல்லாம் குழம்பினாள்.

அவள் சாமர்த்தியத்தால் இரண்டாந்தாரமாக சுந்தரியை குடுக்கணுமாம். ஐம்பதாயிரம் பணம் அவசரமா வேணும். கொடுத்தால் கல்யாணம் என்று கூறி வாங்கியிருந்தாள். வேளச்சேரியில் நாலைந்து கடைகளை அப்படியே வாங்கிப் போட்டு வாடகைக்கு விட்டாள்.

அவள் போறாத காலம் ரோடை அகலப்படுத்த வேண்டும் என்று கடைகளை இடித்து தள்ளிவிட்டு அவளுக்கு ஒரு

தொகையை கால் பங்குகூட தேறாது, நஷ்ட ஈடாக கொடுத்தபோது இடிந்து போய்விட்டாள்.

ஆனால் மகளுக்கு கல்யாணமாகி கொத்து சாவி கைமாறி விட்டால் அவளைக் கேட்க யார் இருக்கிறார்கள் என்று தைரியப்படுத்திக் கொண்டிருந்தாள். இந்த நிலைமையில் கல்யாணத்தை நிறுத்துவதா? மூச்! அவள் தலையெழுத்து அவ்வளவுதான்! அதற்கென்ன செய்ய முடியும்? இவர்களிடம் முடியாதென்று சொல்லிவிட வேண்டியது தான்!

அய்யோ எப்படிச் சொல்வது. பையன் மூஞ்சில பால் வடியறதே. இவனை கல்யாணம் பண்ணிக் கொள்ள சுந்தரி எவ்வளவு அதிர்ஷ்டம் பண்ணியிருக்கணும்! அதுவும் அவளழகைப் பற்றி தெரிந்தும் அவனாகவே முன்வந்திருக்கிறான் என்றால் அவன் எவ்வளவு நல்லவனாக இருக்க வேண்டும்? இறுதலைக் கொள்ளி எறும்பாக தவித்தாள்.

"என்னம்மா யோசிக்கிறீர்கள்?" விசு கேட்டான்.

"வந்து... ஒன்றுமில்லை... அது...?"

"என்ன சொல்லுங்கள்?"

"அது... அவளுக்கு இன்னொரு எடத்துல நிச்சயம் பண்ணிட்டேனே! இன்னும் பத்து நாள்ள கல்யாணம்!"

"என்னது!" விசுவின் குரலில் ஏமாற்றம் ஒலித்தது. அப்படியே உட்கார்ந்து விட்டான். அப்போது உள்ளே சுந்தரி எப்படியாவது என் கல்யாணத்தை நிறுத்தி உதவி செய்யுங்கள் அனு" என்று கெஞ்சி கேட்கவே, ஒருவித பயத்துடன் ஹாலில் பிரவேசித்தாள் அனு. எல்லார் கண்களும் அவள்மேல் படிந்தன.

"மாமி உங்ககிட்ட ஒண்ணு கேக்கலாமா?"

"என்ன?" வழக்கம்போல வெறுப்பு அவள் குரலில் காணப்படாமலிருக்கவே தைரியமாகப் பேச ஆரம்பித்தாள் அனு

"சுந்தரிக்காக கல்யாணம் நிச்சயம் பண்ணியிருக்கேள்? சரி! ஆனால் மாப்பிள்ளைக்கு வயசு என்ன ஆச்சு? அவளுக்கு

அதுல சம்மதம் தானா? இதையெல்லாம் ஏன் நீங்கள் யோசிக்கவேயில்லை?"

பழைய குருடி கதவை திறடி என்று சாரதாவுக்கு சட்டென்று கோபம் வந்தது. பார்வையிலேயே அதை காட்டினாள்.

"என்ன சொல்றே அனு?" விசு கேட்டான்.

"விசு! இவங்க பார்த்திருக்கிற மாப்பிள்ளைக்கு வயசு நாற்பது! அதுவும் இல்லாம இது கட்டாய கல்யாணம், சுந்தரிக்கு இதுல இஷ்டமில்லை! மாமி இப்பொ ஒண்ணும் கெட்டு போய்டலை. உங்க பொண்ணு சந்தோஷமா இருக்கணுங்கறதுக்காகத் தான் நான் சொல்றேன். நீங்க தப்பா எடுத்துக்க வேண்டாம். அந்தக் கல்யாணத்தை நிறுத்திட்டு, அதே முகூர்த்தத்தில் விசுவை அவளுக்கு பண்ணி வைங்க! கட்டாய கல்யாணம் பண்ணி இரண்டாந்தாரமா வாழ்க்கைப்பட்டு அவள் என்ன சுகத்தை காணப் போறா... கொத்துசாவி மட்டும் தான் வாழ்க்கையா?"

சாரதாவின் உள் மனசை குத்தியது அனுவின் பேச்சு! ஒவ்வொரு வார்த்தையும் சத்தியத்தில் தோய்ந்து வந்திருந்தது. எதிர்த்துப் பேச அவளுக்கு வாயில்லை. யோசிக்க வேண்டும். தனிமையில் சிந்தித்து முடிவெடுக்க வேண்டும்! அதுதான் வழி! பித்துப் பிடித்தவள் போல் உட்கார்ந்திருந்தாள். அடுக்களையிலிருந்து நடுக்கூடத்திற்கு அவர்கள் பேச்சை கேட்பதற்காக வந்திருந்த சுந்தரியின் மெல்லிய விசும்பல் சத்தம் அவள் மனதை குடைந்தெடுத்து அதில் உள்ள ஈரப்பசையை வெளிக் கொணர முயற்சித்தது

"நான் யோசிச்சு ரெண்டு நாளிலே முடிவு சொல்றேன்!"

"யோசிக்கறேன்னு சொன்னதே எங்களுக்குப் பாதி வெற்றி தான்!" விசு எழுந்து கொண்டான். அனு சுந்தரியை ஆறுதலாகப் பார்த்தாள். எல்லாரும் வெளியில் வந்தனர்.

"அம்மா! நீ அனுகூட பேசிண்டிரு நான் வந்துடறேன்" சொல்லி விட்டு முத்துப்பாட்டியின் போர்ஷனுக்குள் நுழைந்தான் விசு.

***

அத்தியாயம் 17

"**வா**ருங்கள் விசு?" என்றபடி ரவி வலுக்கட்டாயமாக மகிழ்ச்சியை வரவழைத்துக் கொண்டான். அதையும் மீறி ஏதோ ஒரு சோகம் கண்களில் வெளிப்பட்டதை விசுவின் கண்கள் கூர்மையாக கவனித்தன. குளித்து முடித்து பளிச்சென்றிருந்தான்.

"உட்காருங்கள்" ஒரு. மோடாவை எடுத்து போட்டான் ரவி. "பரவாயில்லை! என்ன திடீர்ன்னு மெட்ராஸ்க்கு வந்திருக்கீங்க? மெட்ராஸ் வந்தா என் வீட்டுக்கு கண்டிப்பா வரணும்னு சொல்லியிருந்தேன்?"

"மத்தியானம்தான் வந்தேன் நான்!" குரல் கம்மிவிட்டது. அவனுக்கு அவனையும் மீறி கண்களில் படர்ந்துவிட்ட ஈரத் திரையை மறைக்கப் பார்த்தான்.

"ரவி எங்கேயாவது வெளியில் கிளம்புகிறீர்களா என்ன?"

"எஸ்! அம்மாக்கு உடம்பு முடியலை. ஸோ ஹோட்டல்ல சாப்பிடச் சொல்லிட்டா!"

"வாங்களேன் போகலாம்!" - விசு.

"நோ! நோ! உங்களுக்கு எதற்கு சிரமம்?"

"ச்சேச்சே! சிரமமா கம் வித் மி ப்ளிஸ்!" இருவரும் புறப்பட்டனர். அம்மாவை ஆட்டோ பிடித்துக் கொண்டு போகச் சொன்னான்.

இதுவரை கிட்டாத கார் சவாரி கிடைத்ததில் முரளிக்கு ஏக சந்தோஷம். ஜம்மென்று ஏறி உட்கார்ந்தான்.

கார் டிரைவ் இன் ரெஸ்டாரெண்ட்ஸை அடைந்தது மூவரும் உள்ளே சென்று அமர்ந்தனர்.

“மீல்ஸா? டிஃபனா?”

“முரளி உனக்கென்னப்பா வேணும். சாப்பாடா டிஃபனா?” ரவி கனிவாக மகனை கேட்டான்.

முரளி யோசித்தான் சாப்பாடுதான் எப்பவும் வீட்ல சாப்பிடறோமே! “டிபன்” என்றான்.

“என்ன டிபன்!”

“ம்... தோசை!”

“போறுமா அது மட்டும்?”

முரளி வெட்கப்பட்டான்.

மெனு கார்டு வந்தது. விசு மேலாட்டமாக பார்த்தான்.

“முரளி பால் பேணி பிடிக்குமாப்பா?”

“பால் பேணியா? அப்படின்னா!” ரவிக்கு சுருக்கென்று இதயத்தில் முள் தைத்தது. பால் பேணின்னா என்னன்னு கூடத் தெரியாம வறுமைல வாட விட்டிருக்கோமா நம் மகனை. டில்லியில் ஸ்பெஷலாக போடச் சொல்லி சுதாவும் அவனும் ருசித்து சாப்பிட்டது நினைவிற்கு வந்தது. மறுபடியும் கண்கள் நீரால் நிறைந்தன.

விசு முரளிக்கு தேவையானதை கேட்டுக் கொண்டு ரவி பக்கம் திரும்பினான். “உங்களுக்கு?”

“காஃபி மட்டும் போறும்.”

“என்ன ஆச்சு ரவி!” அவன் கண்களில் நீரைப் பார்த்தான். குறிப்பு நோட்டும் கையுமாக ஆர்டர் எடுக்க வந்தவனிடம் சட்டென்று மூன்று பிளேட் தோசை, மூன்று பால் பேணி, ஒன்

கப் சாக்கோ பார், டு காப்பி" என்று மடமடவென்று ஆர்டர் பிறப்பித்தான் அவன் நகர்ந்ததும் நாற்காலியை ரவிக்கு அருகில் நெருக்கமாக போட்டுக் கொண்டு ஆறுதலாக அவன் கைகளை அழுத்தி "என்ன ஆச்சு ரவி? வாட்ஸ் த மேட்டர்" என்றான் மென்மையாக,

தனக்கு ஏதோ கஷ்டம் என்பதை அவன் அறிந்து விட்டானென்று தெரிந்ததும் அதுவரை அடக்கி வைத்திருந்த கண்ணீர் சிறிது சிறிதாக வெளிப்பட்டு விசுவின் கைகளில் சூடாக விழுந்தபோது பதறிப்போய் அவனை உலுக்கினான்.

"டெல் மி ரவி வாட்ஸ் ராங்க் வித் யூ!"

"என்னத்தை சொல்றது விசு! என் மனைவி இறந்து போனதையா? என் பிள்ளை நாங்க இருந்தும் அனாதை மாதிரி பாட்டிகிட்ட வளர்ந்த கொடுமையையா?"

"வாட்?" அதிர்ச்சி! மிகப் பெரிய அதிர்ச்சி! இவன் மனத்தில் இவ்வளவு சோகமா? மனைவியை பறிகொடுத்துவிட்டா மெட்ராஸ் வந்திருக்கின்றான். ஒரு நிமிடம் சுதா கண்முன் வந்து போனாள் என்ன சுறுசுறுப்பு! எவ்வளவு இன்டலிஜெண்ட்! "எப்படி ரவி!"

ரவி கொஞ்சம் கொஞ்சமாக எல்லாவற்றையும் கூறினவன் கட்டுப்படுத்த முடியாமல் உடைந்து போன குரலில் அழ ஆரம்பித்தான்.

பேரர் பிளேட்டுகளை எடுத்து வந்தான்.

"முரளி சாப்பிடு...! கூச்சப்படாதே!" விசு பிளேட்டுகளை அவனுக்குப் பக்கத்தில் கைக்கெட்டும்படியாக வைத்தான். முரளி ஆவலுடன் முதலில் பால்பேணியை சுவைக்க ஆரம்பித்தான்.

ரவி அவன் சாப்பிடுவதையே பார்த்துக் கொண்டிருந்தான். எவ்வளவு ஆசையாக சாப்பிடுகிறான்! இந்த குழந்தையை எவ்வளவு ஏங்க விட்டிருக்கிறோம். ஓ! சுதா நீ இருந்தும் எல்லோரையும் வதைத்தாய்! இறந்தும் என்னை மட்டும் வதைக்கிறாய் இவ்வளவு நடந்தும் மனம் உன்னையே நினைத்து

ஏங்குகிறதே ஏன்? எதிரில் இருந்த டிபன் வகைகள் அவனுக்குத் தொண்டையில் இறங்க மறுத்தது. கையால் அவற்றை கிளறிக் கொண்டு வெறித்து பார்த்துக் கொண்டிருந்தான்.

விசு தோசையை சாப்பிட்டு விட்டு பால்பேணியை அருகில் இழுத்தான். சட்! பால்கேணியில் சுதாவின் முகம் தெரிந்தது. வீட்டில் எப்படியோ! வெளியே எவ்வளவு கலகலப்பாகப் பழகினாள்.

ஒரு முறை அவனை விருந்துக்கு அழைத்து ஸ்பெஷலாக பால் பேணி செய்து வைத்திருந்து, அனைவரும் ருசித்த அந்த சுதா இன்று இல்லை என்ற எண்ணமும் நெஞ்சை சுட்டது. பால்பேணி உள்ளே இறங்க மறுத்தது.

"முரளி இந்த பால் பேணியையும் நீயே சாப்டு. உனக்கு பிடிச்சிருக்கு இல்லையா?"

முரளி கூச்சத்துடன் தலையாட்டி விட்டு அதை தன்னிடம் நகர்த்திக் கொண்டு சாப்பிட்டான்.

"ஏன் விசு! உங்களுக்குப் பால் பேணி பிடிக்குமே?"

"எனக்கு மட்டுமா பிடிக்கும் உங்களுக்கும் பிடிக்கும், சுதாவுக்கும் பிடிக்கும்...! இறங்கவில்லை ரவி! அவள் இறந்து போய் விட்டாள் என்று என்னால் நினைத்துக்கூட பார்க்க முடியவில்லை."

சட்! துக்கம் நம்மோடு இல்லாமல் அவனையும் அல்லவா அதில் ஆழ்த்தி விட்டோம். வேதனைப்பட்டான் ரவி.

காப்பியை மட்டும் வேண்டா வெறுப்பாக குடித்து விட்டு எழுந்து கையலம்பிக் கொண்டான். விசு அவனை வற்புறுத்தவில்லை. சம்பந்தமில்லாத தனக்கே எதுவும் இறங்க மறுக்கும்போது அவன் எப்படி சாப்பிடுவான்?

"என்ன முரளி தோசை சாப்பிடலையா!" சாக்கோ பாரை ருசித்துக் கொண்டிருந்த முரளி தலையாட்டினான் வேண்டாம் என்று.

"சரி அப்படின்னா இந்த பால்பேணியையும் நீயே சாப்பிட்டுடு அப்புறம் பசிக்கும்" அதையும் அவனிடமே வைத்தான். மூன்று பால் பேணியையும் தானே தின்று விட்ட மகிழ்ச்சி எழ, நாளைக்கு பிரண்ட்ஸ் கிட்டயெல்லாம் போய்ச் சொல்லணும் என்ற நினைப்பு எழுந்தவுடன் அத்தனை பேருக்கெதிரில் தான் நாளைக்கு ஹீரோவாக நிற்கப்போகிறோம் என்ற பெருமையும் கூடவே எழ கம்பீரமாக எழுந்து! வாஷ்பேஸினுக்கருகில் சென்றான் முரளி. அவனை வேதனையுடன் இருவரும் பார்த்துக் கொண்டிருந்தனர்.

"ஒக்கே ரவி மனச கஷ்டப்படுத்திக்காதிங்க! நடந்தது நடந்தாச்சு. இனிமேயாவது டிரான்ஸ்ஃபர் வாங்கிக் கொண்டு அம்மாவையும், குழந்தையையும் ஹேப்பியா வெச்சுக்கோங்க. உங்களுக்கே கொஞ்சம் ரிலிஃபா இருக்கும். கிளம்பலாமா?"

பில்லுக்கான பணத்தை வைத்தான் விசு. மூவரும் கிளம்பினர். அவர்களை வீட்டில் டிராப் பண்ணிவிட்டு மயிலாப்பூருக்கும் வந்து வீட்டில் தன் அறையில் ஆயாசமாக படுத்தான். பல வகை எண்ணங்கள் மனதை சூழ்ந்து கொண்டன.

சுந்தரி, அனு, சிந்து, ரவி, முரளி எல்லார் முகங்களும் மனக்கண்களில் நர்த்தனமாடின. ஆனால் அத்தனையையும் தள்ளிக்கொண்டு சுதாவின் முகம் தான் பரிதாபமாக அவனைப் பார்த்துக் கதறியது.

எப்படி போய் விட்டேன் பார்த்தீர்களா விசு! அல்பாயுஸில்... நானே நினைக்கவில்லையே... என் பிடிவாதம் என்னையே அழித்து விட்டதே...! விசு கண்களை இறுக மூடிக்கொண்டான். பாவம் ரவி அவள் மீது கண்மூடித்தனமான அன்பை வைத்து விட்டான். அந்த அன்பு மிகுதியில் தான் அவளை அடக்க முடியாமல் பெற்றவளையும் பிள்ளையையும் பிரிந்து கவனிக்காமல் உள்ளுக்குள்ளேயே உருகி வேதனைப்பட்டிருக்கிறான்.

சுதாவிடம் எப்படியெல்லாம் உயிராக இருந்தான் என்பதை ஒரு சில வேளைகளில் அவனும் கண்கூடாக பார்த்து இப்படியொரு கண்மூடித்தனமான அன்பா என்று அதிசயப்பட்டிருக்கிறான்.

அப்படிப்பட்டவன் இன்று சுதாவை பிரிந்து முதலில் எப்படி அவளில்லாமல் இருப்பான்! வயதும் ஆசைகளை கடந்து விடும்படியாக ஆகிவிடவில்லை.

இன்னோரு கல்யாண ஆசை தோன்றினாலும் தோன்றலாம் சட்! மற்றொரு கல்யாணம்! திடீரென்று அனு வந்து மனக்கண்ணில் நின்றாள். அவனுக்குள் ஒரு எண்ணம் உதித்தது.

அது மட்டும் நிறைவேறினால்! ரவி ஒத்துக்கொள்வானா... சுதா தான் என் மானசீக மனைவி அவளை நினைத்த மனதில் வேறொருத்திக்கு இடமில்லை என்றெல்லாம் வசனம் பேசுவானா... சொல்ல முடியாது பேசினாலும் பேசுவான் அவ்வளவு ஆசையை அல்லவா அவள் மீது கொட்டி வைத்திருக்கிறான்!

சுதா பேதைப் பெண்ணே அதை புரிந்துகொண்டு அந்த பலவீனத்தில் தானே அவனை ஆட்டி வைத்தாய்!

ரவியிடம் கேட்டுப் பார்த்தால் என்ன? ச்சே இப்போது தான் மனைவியை பறிகொடுத்து விட்டு வந்திருக்கிறான்.

அதற்குள் போய் இப்படிக் கேட்டால் ஆத்திரத்தில் அடிக்க வந்தாலும் வருவான். பொறுமையாக இருந்து பேசி பேசி சமயம் வரும்போது மனதை கொக்கி போட்டு இழுத்து பலமாக நம் பக்கம் சாய வைத்து சம்மதிக்க வைக்க வேண்டும். இருவரும் ஒருவருக்கொருவர் ஏற்றவர்கள். ஒவ்வொரு வரும் ஒவ்வொரு விதமாக வாழ்க்கையில் அடிபட்டு ஏமாந்தவர்கள் நிச்சயம் ஒருவர் மனதை ஒருவர் புரிந்து கொண்டு விட்டுக்கொடுத்து வாழ்வார்கள் அப்போதே அவன் தீர்மானம் பண்ணிவிட்டான். அனுவுக்கு ஏற்றவன் ரவிதான் என்று.

எப்படி செயல்படுத்துவது? பொறுமையாகத் தான் காரியத்தை ஆரம்பித்து முடிக்க வேண்டும். அவன் மனதில் லேசாக நிம்மதி பரவ தழுவ வந்த நித்திராதேவிக்கு இடம் கொடுத்தான்.

"ரவி என்ன இது... குழந்தை மாதிரி! ரிலாக்ஸ் யுவர் ஸெல்ஃப்!" முரளிக்கு அந்த இடம், அந்த சூழ்நிலை எல்லாமே புதுமையாய்

ஏதோ வேறு உலகத்தில் இருப்பது போல் இருந்ததால் பிரமித்து போய் நாலு பக்கமும் சுற்றி சுற்றி பார்த்துக் கொண்டிருந்ததால் அவன் கவனம் அவர்களிடம் செல்லவில்லை.

மறுநாள் அந்த வீடு பூராவும் ஒரு செய்தி பரவியது. ரவி கிருஷ்ணன் மனைவி இறந்துவிட்டாள் என்பதுதான் அது.

“அய்யோ பாவம் சின்ன வயசு!” என்றாள் மங்களம்.

“சும்மா சொல்லக் கூடாது. கலியுகத்துல கை மேல பலன்! அதான் எல்லாரையும் ஆட்டி வைச்சுட்டு தண்டனையா அல்பாயுசுல போய்ச் சேர்ந்தா” என்றாள் சுபத்ரா.

“ச்சீ செத்துப் போனவாள கண்டபடி சொல்லக் கூடாதுடி. பாவம்!”

“ஏம்மா துக்கம் கேக்க போவீயே போகலையா” காரியமெல்லாம் முடிச்சுட்டு போனா சாவகாசமா பேசிட்டு வந்து ஒரு சொம்பு தண்ணிய விட்டுண்டா தீர்ந்துது.

“வம்புக்குத்தான் போவே அப்பகூட! அதுசரி டெல்லியில் செத்தாளாம்! நீ திருவல்லிக்கேணியில் துக்கம் கேட்டுட்டு, சொம்பு தண்ணிய தலேல உட்டுக்கோ! என்ன சாஸ்திரமோ பாழாய்ப் போனது!”

மங்களம் பதில் சொல்லவில்லை. இவளுக்கு எப்பவுமே இடக்கு பேச்சுதான் என்று நினைத்துக்கொண்டாள். பிறகு ஏதோ நினைத்துக் கொண்டவளாக, “ஏண்டி பத்திரிகையெல்லாம் இன்னிக்கு வந்துடுமோல்லியோ?”

“இதோட பதினேழு தடவை இன்னிக்கு கேட்டாச்சு. இன்னும் எத்தனை தடவை கேட்டாலும் ஒரே பதில்தான், வந்துடும்!”

“போற எடத்துல யானும் எடக்கா பேசாம இருக்கப் பாரு. நான்தான் அசடு பேசாம இருக்கேன்!”

“வரவகிட்டயானும் சமத்தா இருக்கப்பாரு!”

“பதில் பேசாம இருக்கமாட்டயே!”

"கூடப்பொறந்தது!"

மங்களம் வாயை மூடிக்கொண்டாள். இவகிட்டே பேசி ஜெயிக்க மனுஷாளால முடியாது.

சிந்து குளித்து விட்டு வந்தான். "ஏண்டா சிந்து ஜெயத்துக்கு வரப் போறவன்கிட்ட விஷயமெல்லாம் சொல்லி முகூர்த்தத்தையெல்லாம் சொல்லிட்டயோன்னோ என்னமோப்பா எங்களுக்கு முன்ன பின்ன அவனைப்பத்தி எதுவும் தெரியாது. எல்லாம் நீதான் ஏற்பாடு பண்ற. மாப்பிள்ளையையானும் பார்த்துட்டு வரலாமேன்னா வேண்டாம் எல்லாம் கல்யாணத்துல பார்த்துக்கலாங்கற. கல்யாணத்துக்கு வந்து சேர்வானோல்லியோ."

சிந்து முறைத்து விட்டு ஒரு பத்திரிகையை தூக்கி அவளிடம் கொடுத்தான். மாப்பிள்ளை வீட்டு பத்திரிகை, மோகனே அழைப்பது போல் அடித்திருந்தது. பரவாயில்லை! அவளுக்கு திருப்தி பரவியது.

"அப்புறம்... ஏண்டா செலவு இல்லாம கல்யாணம் பண்ணிக்கப் போறாங்கறதுக்காக நாம் செய்ய வேண்டிய முக்கியமான செலவுகூட செய்யாம இருக்க முடியுமா?"

"இப்போ என்ன செய்யணுங்கற?" தலைவாரிக் கொண்டிருந்தவன் திரும்பினான்.

"பொண்கள் ரெண்டு பேருக்கும் ஆளுக்கு ஒரு நிச்சயதார்த்த புடவையானும் நல்லதா, எடுக்கணும். சுபத்ராகிட்ட ஏற்கனவே ரெண்டு பட்டுப்புடவை இருக்கு சமாளிச்சுடலாம். ஜெயத்துக்கு மட்டும் ராத்திரிக்கு புடவை ஒண்ணு சிம்ப்பிளா எடுத்துடணும்."

"அப்புறம்!"

வெள்ளிப்பாத்திரம் எதுவும் குடுக்க மாட்டேன்னு சொல்லியாச்சு. அதனால எவர்சில்வரானும் ரெண்டு பேருக்கும் முக்கியமான சாமான்கள் வாங்கிட்டு மிச்சத்த வீட்டுல இருக்கறதை வெச்சு சமாளிச்சுடணும். முக்கியமா குத்து விளக்கு நல்லதா ரெண்டு வாங்கணும்."

“அப்புறம் அவாளுக்கு வேணுங்கற சின்னச்சின்ன சாமான்கள் உள்பாவடை. அது இதுன்னு ம்... முக்கியமா ஒண்ண மறந்துட்டேனே. மீனாக்கு ஒரு பொடவையானும் எடுக்கணும்டா. ஆத்துல மூணு கல்யாணம் வர்றது. அந்த பொண்ணுக்கு எதுவும் எடுக்கலைன்னா எப்படி. அப்புறம் கடைசியா சீர்! ரெண்டு சம்பந்தத்துக்கும் ஏதோ கொஞ்சம் கொஞ்சமானும் சீர் வைக்க வேண்டாமா?”

“சீரைப்பத்தி எனக்கு எதுவும் தெரியாது. நீ எவ்வளோ பண்ணிக்கணுமோ பண்ணிக்கோ! மொத்தமா எவ்வளோ வேணும்னு சொல்லு.”

“அது... கணக்குப் போட்டுத்தான் பார்க்கணும்.”

“பாத்து வை! இப்போ மொதல்ல சோத்த போடு!”

சாப்பிட்டு விட்டு அவன் போனவுடன் அவசர அவசரமாக மற்ற காரியங்களை முடித்தாள். “மீனா நீ எடுத்து போட்டுண்டு சாப்ட்டுட்டு போய்க்கோ! நா கீழே போய்ட்டு வந்துடறேன்!”

புடவையை சீராக்கி கொண்டிருந்த சுபத்ரா தனக்குள் சிரித்துக் கொண்டாள். திடீரென்று அவள் நினைத்துக் கொண்டாள். அம்மா செலவு செலவு என்று நம்மிடம் ஏதாவது கேட்பாளோ? கேட்டால் என்ன நாம் கல்யாணத்துக்கு தானே சேர்த்திருக்கிறோம். ஆனாலும் அவளாக கேட்டால் தான் கொடுக்க வேண்டும் என்று தீர்மானித்துக் கொண்டாள்.

திருமாங்கல்யம் 2 பவுன் ரூ. 5000 உத்தேசமாக.

புடவைகள் மூன்று 3000 ரூபாய்க்குள்.

பாத்திரங்கள் இரண்டு பேருக்கும் ரூ. 4000க்குள்

மீனாவுக்கு புடவை ரவிக்கை ரூ. 300க்குள்.

சீர்வகையறாக்கள் 1500 (உத்தேசமாக)

இதர செலவுகள் 1000.

தவிர கல்யாண நேரத்தில் முக்கியமான செலவுகளுக்கு 1000.

மொத்தம் 15,800.

மங்களம் கணக்கு போட்டுக் கொண்டிருந்தாள். செலவு கம்மிதான். பதினஞ்சாயிரத்துல மூணு கல்யாணம் இந்த காலத்துல முடியறது சாமான்யமா. அப்படியே கூட ஏறத்தாழ ஆனாலும் மேல் கொண்டு ரெண்டாயிரம் செலவழியலாம். பரவாயில்லை செலவு பண்ணித்தான் ஆகணும்.

சிந்து வந்தவுடன் லிஸ்ட்டை காட்ட வேண்டும் என்று நினைத்தவள் அதை பத்திரமாக எடுத்து பெருங்காய டப்பிக்குள் போட்டு மூடினாள். "இன்றைக்கே பணம் கொடுத்தால் தான் எல்லாவற்றையும் வாங்க முடியும். இன்னும் நான்கு நாட்கள் தானே இருக்கு. அப்படி என்ன அவசரமோ கால்ல வென்னீர கொட்டிண்டா மாதிரி ஒரு வாரத்துல கல்யாணம் பண்ணனும்னு குதிக்கறான்.

திடீரென்று அய்யய்யோ அப்பாவுக்கும் பிள்ளைக்கும் வேஷ்டி ரெண்டு எழுத மறந்துட்டேனே. பரவாயில்லை நேரிலேயே சொல்லிக்கலாம், அந்த பிள்ளைக்கு ஏதாவது ஷர்ட் வாங்கிக்கணும்னாலும் வாங்கிக்கட்டும்! ஆமா இவ்ளோ ரூபா சிந்துகிட்ட இருக்குமா? ஒண்ணுமே கேக்கலைன்னு சொன்னானே! என்ன பண்ணுவான்? ஆ... முடியாமலா லிஸ்ட் குடுன்னு கேட்டான்? எல்லாம் பார்த்துப்பான் முதலாளிகிட்ட கடன் வாங்கினாலும் வாங்கலாம்".

மணி ஒன்றடித்தது. சிந்து ஒர்க்ஷாப்பிலிருந்து கிளம்பினான். மனமெங்கும் ஏதோ வெறுமை படர்ந்திருந்தது. இஷ்டமில்லாம இப்படி கல்யாணம் பண்ணிண்டு நாளைக்கு அந்த பொண்ணை கஷ்டப்படுத்திடுவேனோ? அவனுக்கே பயமாயிருந்தது. விசு அனுவுக்கு யாரையாவது பார்த்திருப்பாரா விஷயம் ஒன்றும் தெரியவில்லை. அவளிடம் நேரில் பேசவும் வாயே வரமாட்டேங்கறது. அவளை பார்த்தாலே ஊமையாயிடறேனே ஏன்? இது மட்டும் அம்மாக்கு தெரிந்தால் எங்கூட சண்டை போடறதானா மொதல்ல என்னெதிர்க்க அனுவை நிக்க வெச்சுட்டு தான் சண்டைய ஆரம்பிப்பா."

வீடு வந்து விட்டது. சைக்கிளை நிறுத்திவிட்டு இறங்கி படி ஏறிச் சென்றான்.

மங்களம் சிந்துவின் வரவை என்றுமில்லாத ஆவலுடன் எதிர்பார்த்திருந்தாள். சிந்து வந்து விட்டான்.

"சிந்து மொதல்ல சாப்பிடு. அப்புறம் லிஸ்ட்டை காட்றேன்!"

"ஏன் மொதல்ல காட்டினா சாப்பாடு எறங்காதா?"

"அதெல்லாமில்லைடா நிதானமா பாரேன்னேன்!"

சிந்து சாப்பிட உட்கார்ந்தான். பத்து நிமிடங்களில் சாப்பிட்டு எழுந்து கையலம்பிக் கொண்டு கூடத்திற்கு வந்து உட்கார்ந்தான்.

மங்களம் லிஸ்ட்டை கொடுத்தாள். பிரித்தான். அவன் ஏதாவது கத்துவானோ என்று பயந்து கொண்டே அவன் முகத்தை பார்த்தாள்.

"பரவாயில்லை! பதினேழுக்குள்ளதான் ஆறது. கம்மிதான். அதுவும் இப்போதைக்கு பதினஞ்சு மிச்சம்! கல்யாணத்தன்றைக்கு போதும்."

"ஏம்மா 10,000 இப்போது தரேன். மீதி நாலாயிரம் சீக்கிரம் புரட்டிடறேன்."

"போதும். போதும்!" மகிழ்ச்சிக் கொப்புளங்கள் அவள் முகத்தில் தோன்றின. பிறகு மிச்சம் மூவாயிரம் என்றாள்.

"என்னால இவ்ளோதான் முடியும். சுபத்ரா சேர்த்து வெச்சிண்டிருப்பாளே! அவ கல்யாணத்துக்கு தானே சேர்க்கறா? அதுலேந்து மூவாயிரத்த கேளு. அது சரி! எழுபத்தி அஞ்சு பேருக்கு சமைக்கச் சொல்லியிருக்கேன் போதுமா?" யோசித்தான். "அப்புறம் மீனா புடவையை பட்ஜெட்டிலே இருந்து எடுத்துடு!"

"ஏண்டா?" அதிர்ச்சியுடன் நிமிர்ந்தாள்.

"சொன்னதைச் செய்!" எழுந்தவன் ஷர்ட்டை மாட்டிக் கொண்டு கிளம்பினான்.

***

அத்தியாயம் 18

“விசு!” கீழேயிருந்து அம்மா அழைத்ததை கேட்டு மாடியிலிருந்து வேகமாக இறங்கி வந்தான்.

“என்னம்மா!”

“என்னப்பா, ரெண்டு நாள்ல சொல்றேன்னு சொன்னாங்க. ஒண்ணும் பதிலையே காணுமே?”

“நானே போய் பார்த்துண்டு வரட்டுமாம்மா?”

“விசு! தப்பா நெனச்சுக்காதே! அது நன்னா இருக்காது!”

“ஏம்மா ...”

“உனக்கு எதுவும் தெரியாதுப்பா! நான் ஒத்துக்கிட்டதே உனக்காகத்தான், உன் மனசுக்கு விரோதமா எதுவும் பண்ணக் கூடாதுன்னுதான்... உனக்கு இருக்கற புகழுக்கும் அந்தஸ்துக்கும் அந்தப் பொண்ணு கொஞ்சமாவது தகுதியானவளா? அழகாகவாவது இருப்பான்னு நெனச்சேன்...”

“அம்மா!”

“அதையே தான் நானும் கேக்கறேன்!”

திடீரென்று மூன்றாம் குரல் கேட்கவே இருவரும் திடுக்கிட்டுத் திரும்பினர்.

“சுந்தரி! நீயா?” - கத்தினான் விசு.

வாசற்படியில் கலங்கிய கண்களுடன் நின்றிருந்தாள் சுந்தரி.

"விசு! உங்கம்மா சொல்றதிலே தப்பே கிடையாது! அன்னிக்கு நீங்க வந்து என்னைப் பெண் கேட்டப்போ எனக்கு சந்தோஷத்துல தலைகால் புரியலை. ஏற்கனவே எனக்கு நிச்சயமான கல்யாணம் நின்னு போய்டணும்னு வேண்டாத தெய்வமில்லை. ஆனால் ராத்திரி ஊரடங்கினப்புறம் நன்கு யோசிச்சு பார்த்தப்போதான் எனக்கு பல உண்மைகள் புரிஞ்சுது. அதுல ஒண்ணுதான். இப்போ கொஞ்ச முன்னாடி உங்கம்மா சொன்னாளே. தகுதி, அது!" நிறுத்தினாள்.

"சுந்தரி நீ என்ன சொல்றே!"

"ஆமாம் விசு! உங்களுக்கும் எனக்கும் எந்த விஷயத்திலேயும் பொருத்தம் கிடையாது!"

"அது உன் மனப்பிரமை?"

"இல்லை! நிஜம்! நீங்க பெரிய பணக்காரர்! உலகமே புகழற ஒரு விளையாட்டு வீரர். உங்களைக் கண்ணாலேயானும் பார்க்க மாட்டோமான்னு தவிச்சு உருகறவா கோடிக்கணக்குல இருக்கா.

உங்களை கல்யாணம் பண்ணிக்க லட்சக்கணக்குல பொண்கள் கியூவில் நிப்பா... ஆனா நான்? அவலட்சணம் பிடிச்சவ!, அழகுக்கும் எனக்கும் ரொம்ப பகை!

படிக்காதவ! உங்களுக்கு சமமா உங்ககூட வந்தாக்கூட இப்படிப்பட்டவனுக்கு போயும் போயும் இவதானா கிடைச்சாளான்னு மூஞ்சி எதிர்க்கவே கூட பேசுவாங்க!

மொதல்ல அதை விடுங்க! இதெல்லாம் பெரிசில்லைன்னு நீங்க என்னைக் கல்யாணம் பண்ணிண்டாலும் அத்தனை பத்திரிகைகளில் கண்டபடி கண்ணு மூக்கு வெச்சு எழுதி உங்க எதிர்கால வாழ்க்கைகூட அதனால் பாதிக்கப் படலாம் இல்லையா?

இவ்வளவு பெரிய அந்தஸ்துல இருக்கறவன், போயும் போயும் ஒரு அவலட்சணத்தை ஏன் கல்யாணம் பண்ணிண்டிருக்கான்னா

அதுல வேற ஏதோ விஷயம் இருக்குன்னு தான் பார்க்காதது கேட்காதது எல்லாத்தையும் எழுதுவான்! உங்க கௌரவத்துக்கு அது கேவலமில்லையா? உங்கம்மா சொல்றதுல தப்பே இல்லை! நல்லா யோசிச்சு உங்க முடிவை மாத்திக்குங்க!" சுந்தரி திரும்பி நடக்க ஆரம்பித்தாள்.

"சுந்தரி நில்லு...!" உணர்ச்சிகள் உறைந்துபோன குரலில் அழைத்தான் விசு. நின்றாள்.

"அம்மா! தகுதியானவளான்னு கேட்டியே எந்த தகுதிய கேட்டே? வெறும் அந்தஸ்திலேயா குணத்திலயா? குணமான்னா. இதைவிட எந்தத் தகுதியை நீ எதிர்பார்க்கிறே? இப்போ சொல்லும்மா!"

அவன் அம்மா சிலைபோல் நின்றிருந்தாள். அவள் எப்படிப் பேசி விட்டாள்? எவ்வளவு ஆழ சிந்தித்து உணர்ந்து தன் வாழ்க்கையையே! தன் பதிலில் மட்டுமே அடங்கியிருக்கிற உயர்ந்த வாழ்க்கையையே தியாகம் செய்கிறாள் என்றால் விசு சொல்வதுபோல் அக அழகுதான் முக்கியமோ? எப்படியோ என் மகன் சந்தோஷமாக இருக்க வேண்டும்! அதுதான் முக்கியம்!"

"விசு நீ சொல்றது சரிதான்! நான்தான் தப்புக் கணக்கு போட்டுட்டேன். உனக்கு எல்லா விதத்திலேயும் பொருத்தமானவள் இவதான்!"

தாய் தன்னிடம் மன்னிப்புக் கேட்பது போல் தன் பிழையை உணர்ந்து ஒப்புதல் அளித்ததன் மூலம் இன்னும் தன் மனதில் உயர்ந்துவிட்டதாகப் பட்டது அவனுக்கு.

"சுந்தரி! உக்காரும்மா! மொத மொதல்ல வந்திருக்கே! ஏதானும் சாப்பிட்டுப் போ!" உள்ளே சென்றாள்.

"ஏன்! சுந்தரி வெறும் புற அழகை பார்த்து தான் மயக்கம் கொள்றதுன்னா இதுவரைக்கும் நான் எத்தனையோ பேரை காதலிச்சிருப்பேன்! உங்கிட்ட சொல்றதுக்கென்ன, என்னையும்

அறியாம ஒரு தடவை ஒரே ஒரு பெண்கிட்ட. அவ அழகுல நான் காதல் கொண்டிருக்கேன்...

ஆனா அவ யாருக்கோ முடிச்சு போடப்பட்ட பெண். ஆனால் நான் அதுக்காக உருகிப்போய் மனசு புண்பட்டு போச்சு. எனக்கு உண்மையான அன்புள்ளம் தான் வேணும். இது இப்போதைக்கு உங்கிட்டதான் இருக்குன்னும் நம்பறேன்.

ஏன்னா முன்பின் தெரியாத நான் உன்னைத் தொட்டு அடிச்சுட்டேன்! அப்பவும் நீ எங்கால்ல விழுந்து மன்னிப்புக் கேட்டே! ஏன் என்ன காரணம் இதற்கெல்லாம்? நமக்குள்ள ஜென்ம ஜென்மமா ஏதோ ஒரு தொடர்பு கண்ணுக்குத் தெரியாத சங்கலியா இருக்கு. ‘அதோட விட்ட குறை தொட்ட குறை தான்’ உன்னைக் கை நீட்டி, பெண்டாட்டியை அடிக்கிற மாதிரி அடிச்சிருக்கேன். புருஷன்கிட்ட மன்னிப்பு கேக்கறா மாதிரி நீயும் கேட்டிருக்கே! நீ நினைச்சா என்னைப் பழி வாங்கியிருக்கலாம்.

ஆனால் அப்படிச் செய்யலை. இப்போ புரிஞ்சுதா நான் ஏன் உன்னையே கல்யாணம் பண்ணிக்கணும்னு பிடிவாதம் பிடிக்கறேன்னு? பூர்வ ஜென்மத்துல நீதான் நிச்சயமா என் மனைவியாகவும் இருந்திருப்பே!

அதுதான் இந்த ஜென்மத்திலேயும் எங்கிட்டயே வரப் போற. உருவம் மாறியிருந்தாலும் உள்ளம் என்னளவில் மாறவில்லை. அது இத்தனை நாள் குரூரமாயிருந்தாலும் என் சந்திப்புக்கு பிறகு மாறி பதமாயிடுத்து... பார்த்தீயா...!”

அவன் பேசப் பேச உடல் உள்ளம் எல்லாம் சிலிர்த்து அந்தப் பேச்சில் அதன் சத்திய ஒலிகளில் ஒன்றி நின்றாள் சுந்தரி. கண்களிலிருந்து கரகரவென்று ஆனந்தக் கண்ணீர் வழிந்தோடியது.

“அதோட நான் இன்னொண்ணும் சொல்லட்டுமா? ஒரு பழமொழி தெரியுமா? அடிக்கற கைதான் அணைக்கும்!

அது உண்மையாயிருந்ததானா நான் உன்னை கண்டிப்பா..." நிறுத்திவிட்டு வெடுக்கென்று கண்ணடித்தான் விசு.

உடலெங்கும் நாணம் புதுப்புனலாய் பாய தலைகுனிந்தாள் சுந்தரி.

"நீ அழகா மாறணும்னு நான் எதிர்பார்க்கமாட்டேன். நீ நீயாகவே இரு! ஆனால் உடம்பை மட்டும் குறைச்சுக்கோ! உனக்கு கஷ்டம் குறையும்னுதான் சொல்றேன். நீ இந்த வீட்டுக்கு வந்தப்புறம் பாரு! உன்னை நானே டிரில் வாங்கி 'அய்யோ எம் பொண்ணு இப்படி நாரா போய்ட்டாளே'ன்னு உங்கம்மாவைச் சொல்ல வைக்கிறேன்...!"

களுக்கென்று சிரித்தாள் சுந்தரி.

பிறகு மெதுவாக நிமிர்ந்து பார்த்தாள். "நீங்க ரொம்ப திட்டம் போடறேள் விசு!"

"ஏன் நீ இளைக்க மாட்டியா?"

"இளைக்கலாம்! ஆனா அதுக்கு மொதல்ல கல்யாணமாகணுமே!"

"பார்த்தீயா! வேதாளம் மறுபடியும் முருங்கை மரம் ஏற ஆரம்பிச்சுடுத்தா?"

"அது இன்னும் மரத்தை விட்டே இறங்கலையே! அப்புறம் தானே மறுபடியும் ஏறும்!"

"என்ன சொல்றே?"

சட்டென்று சுந்தரியின் பார்வை உள் ஹாலிலேயே தயங்கி நின்று கொண்டிருந்த அவன் தாயின் மீது படிந்தது. அவளிடம் சொன்னான்

"என்னம்மா அங்கேயே நிக்கறே?"

"நீங்க என்னமோ சுவாரசியமா பேசிண்டிருக்கேள்!"

"பரவால்லே... வா"!

டிரேயில் இரண்டு கூல்டிரிங்க்ஸ் சகிதம் வந்தாள்.

"எடுத்துக்கோ சுந்தரி!" அவளிடம் தட்டை நீட்டினாள். இருவரும் ஆளுக்கொன்று எடுத்துக் கொண்டனர். மறுபடியும் அவள் உள்ளே போய்விட்டாள்.

"சரி, சொல்லு!"

"எங்கம்மா கல்யாணத்தை நிறுத்தமாட்டேன்னுட்டா!"

"வாட்???"

"மறுநாளைக்கு அனுகூட வந்து எவ்வளவோ சொல்லிப் பார்த்தா! அவளுக்கு இஷ்டமிருந்தாலும் எதுக்கோ பயப்படற மாதிரி தெரியறது. ஒருக்கால் அவங்க திருட்டுத்தனமா ஏதாவது பண்ணி சங்கடப்படப் போறாளோன்னு பயப்படறாளோ என்னமோ!"

விசு யோசித்தான். "எனக்கு ஒரு ஐடியா தோண்றது. நீ அம்மாகிட்டே இதுவரைக்கும் இது விஷயமா பேசினியா?"

"இல்லை!"

"அப்ப சரி? நீயே உங்கம்மாகிட்ட போய் கதறியழு. தாய்மையோட பலவீனமே அங்கே தான் இருக்கு...!. அவள் எவ்வளவு கல்லு மனுஷியா இருந்தாலும் பெத்த குழந்தை கண்கலங்கறதை தாங்கமாட்டா! அதுக்கும் மசியலேன்னா, பார்த்துக்கலாம். நீ தைரியமா போ..! அவ மனசை உருக்கறமாதிரி பேசி அவளை மாற்றப்பார்!"

சுந்தரி எழுந்து கொண்டு விடை பெற்றாள். விசு வாசல் வரை வந்து அவளை வழியனுப்பினான்.

பொங்கி பிரவாகமெடுக்கும் மகிழ்ச்சிக்கடல் மனதில் கொப்புளிக்க திருவல்லிக்கேணியை நோக்கிச் சென்றாள் சுந்தரி. மனம் தெய்வத்தை வேண்டிக் கொண்டே இருந்தது.

சிந்து! "பத்திரிகையெல்லாம் அடிச்சு வந்தாச்சே... ஊர் அழைச்சு குடுத்துட்டு வர வேண்டாமா?"

நாளைக்கு பத்திரிகை குடுக்கற வேலை வெச்சுக்கலாம். இப்போ மொதல்ல கடைக்கெல்லாம் போய் வாங்கிவிட்டு வரலாம்.

"நீயும் வரீயா?"

"ஆமாம்!"

"ரொம்ப சரி!"

"அம்மா!"

"ரொம்ப சரி!"

"அம்மா! சுபத்ரா பணம் கொடுத்தாளா கேட்டியா?"

"பொண்ணா அவ! சுயநலப் பிசாசு! அஞ்சாயிரம் சேர்த்து வெச்சிண்டிருக்கா. இரண்டாயிரம் தான் தருவாளாம்."

"கொடுத்துட்டாளா?"

"ம்...ம்.... கொடுத்துட்டா மூக்கால அழுதுண்டே!"

"அவளோட எஸ்டிமேட் எவ்வளோ ஆறதுன்னு பாரு!"

"அதையேன் கேக்கறே... குடுக்கற பிச்சக்காசு ரெண்டாயிரத்துல மகாராணி ஆர்டர் வேற போடறா! ஆயிரத்தி ஐநூறுக்கு கொறஞ்ச நிச்சயதார்த்த புடவை எடுத்தா கட்டிக்கவே மாட்டாளாம்."

"ஓஹோ, சரி. நீ கணக்கைப் போடு!"

"திருமாங்கல்யம் ஒரு பவுன் அவா போடணும். ஒண்ணு நம்ப போடணும். ஒரு சவரன் குண்டோட சேர்த்து."

"சரி ரெண்டாயிரத்து ஐநூறு! மேலே சொல்லு!"

"புடவை ஒரு ஆயிரம்!"

"மூவாயிரத்தி ஐநூறு அப்புறம்...?"

"பாத்திரம் ஒரு இரண்டாயிரம் வெச்சுக்கோயேன்!"

"ஐயாயிரத்து ஐநூறு... சொல்லு!"

"மத்த ரவிக்கை, பாடி, உள்பாவாடை எல்லாம் ஒரு இருநூறு ரூபாய்க்குள்ள."

“ஐயாயிரத்து எழுநூறுக்குள்ள.”

“ஆமாம்!”

“சீருக்கு முந்தி எவ்வளவு ஆகும்னு சொன்னே?”

“ஆயிரத்து ஐநூறுக்குள்ள.”

“அதில பாதி அவளுக்கும்தான்! அப்படீன்னா அது ஒரு எழுநூத்தி அம்பதுன்னு வெச்சுக்கோ.”

“ச்சீ சீரெல்லாம் கணக்கு பார்க்க வேண்டாம்டா!”

“நீ பேசாம இரும்மா! அவ இவ்வளோ கணக்கு பார்க்கும்போது செவிட்டுல அறையற மாதிரி நாம்பளும் பார்த்தாதான் புத்தி வரும். இப்போ அவகிட்ட ஒண்ணும் பேசிக்க வேண்டாம். இன்னொரு ஆயிரம் ரூபாயை அவளே கதறிண்டு குடுக்க வைக்கலைன்னா பாரு... அவ வந்த உடனே எல்லாரும் போற கடைக்கு நானும் வந்துடறேன்.” சொல்லிவிட்டு எங்கோ புறப்பட்டான்.

“ஏன்னா! சிந்து வரான் பாருங்கோ!” யசோ கணவனிடம் கூறினாள். அவர் திரும்பினார்.

“வாப்பா! என்ன இந்த நேரத்துல?”

“அரை நாள் லீவு வேணும்! அப்புறம்?”

“நீ ரொம்ப பெரிய மனுஷன்! ரொம்ப நேர்மையானவன் அப்படின்னு எனக்குத் தெரியும். அதை இப்படியெல்லாம் பிரகடனப்படுத்திக்க வேண்டாம்!”

“சார்!”

“என்ன சார்! அந்தக் கடைக்கு பொறுப்பாளி நீதான்? மொதலாளி மாதிரியும் நீதான். நீ அரை நாள் லீவுக்கெல்லாம் எங்கிட்ட ஓடிவர வேண்டாம் புரிஞ்சுதா!”

“அப்புறம்னீயே! அதென்ன! அதையும் சொல்லு கேட்போம்!”

“அது கேக்க வேண்டியதோட நிக்க கூடாதுன்னு எதிர்பார்க்கறேன்!”

“ஓஹோ!”

“வந்து எனக்கு ஒரு அஞ்சாயிரம் அவசரமா வேணும்!”

கதிர்வேலன் பெரிதாகச் சிரித்தார்.

“யசோ! கேட்டியா! பெரிய மனுஷனுக்கு ஐயாயிரம் ரூபாய் வேணுமாம்... அதுவும் அவசரமாய்... நீ எதுக்கும் திருஷ்டி சுத்தி போடறதுக்கு எல்லாத்தையும் ரெடியா வெச்சுக்கோ! அப்பா சிந்தாமணி! உனக்கிருக்கற கௌரவத்துக்கும் தன்மானத்துக்கும் நீ ஐயாயிரம் ரூபாயை எங்கிட்ட கேட்டிருக்கீயே! இன்னிக்கு உலகத்துல இதைவிட அதிசயம் எதுவுமே இருக்காது!”

“சார்!” சிந்துவின் நெஞ்சில் மெள்ள மெள்ள சினம் தலை தூக்கியது.

“தப்பு சார்! தப்பு! சரி ஐயாயிரம் ரூபாய் எதுக்கு சார் உங்களுக்கு!”

சிந்து மெதுவாக ‘கல்யாணம்’ என்ற ஒரு வார்த்தை சொன்னதுதான் தாமதம். யாருக்கு கல்யாணம் உங்க அக்காவுக்கா... யாரு மாப்பிள்ளை? என்றெல்லாம் கேட்க ஆரம்பித்தார்.

“இல்லை! எங்க வீட்டிலே மூணு கல்யாணம். முதலாளி. எங்கக்காவுக்கு, எனக்கு, என் முதல் தங்கைக்கு!”

“அடி சக்கைன்னானாம்! உனக்கும் கல்யாணமா?”

“ஏண்டா சிந்து! மூணு கல்யாணம் பண்றதுன்னா எக்கச்சக்கமா செலவாகுமே? நீயானும் ஆம்பளை! செலவு அவா பக்கம்! மத்த ரெண்டு பேருக்கும் அதிகமாகுமே?” யசோ கேட்டாள்.

“இல்லை மாமி! பெரியவளை யாருக்கு குடுக்கறோமோ அவன் தங்கையைத்தான் நான் பண்ணிக்கப் போறேன்! அதனால் ரெண்டு பேரும் ஒருத்தருக்கொருத்தர் எதுவுமே சீர்களெல்லாம் வேண்டாம்னு சொல்லிட்டோம். ஜெயத்துக்கு வரப் போறவனும் வரதட்சணை! நகை எதுவும் கேட்கலை!”

“அதிசயம் தான்! அதுசரி மொத்தமா எவ்வளவு செலவு ஆறது?”

“பதினெட்டாயிரத்துக்குள்ள...”

“ஐயாயிரம் தான் கேக்கறே!” நடுவே குறுக்கிட்டு கேட்டார் கதிர்வேலன்.

“மிச்சம் எங்கிட்டயே இருக்கு!”

“ஓஹோ!”

“என்னிக்குடா கல்யாணம்?”

“இன்னும் நாலு நாள் டயம் இருக்கு!”

“அடப்பாவி!” துள்ளினார் கதிர்வேலன், யசோவும் திடுக்கிட்டு நிமிர்ந்தாள்.

“ஏண்டா! என்னடா மனசுல நெனச்சுண்டிருக்கே நீ ஆமா எங்களை கல்யாணத்துக்கு கூப்பிடுவியோன்னோ?”

“ஏன் இப்படி கேக்கறேள்?”

“மகா அழுத்தம்ண்டா உனக்கு! கல்யாணத்துக்கு நாலு நாள் இருக்கும்போது வந்து எங்ககிட்ட எனக்கு கல்யாணங்கற! அதுகூடப் பணம் வேணுங்கறதுனாலயோ என்னமோ!”

“சார்! எனக்கு ரூபாய் வேண்டாம். நான் வரேன்!”

“ச்சீ! நில்லுடா! என்னமோ ரோஷத்துக்கு மட்டும் உனக்கு குறைச்சலில்லை...”

“சிந்து! ஏண்டா அவர் சொல்ற மாதிரி, நீ ஏன் ஒண்ணுமே சொல்லலையே...?.”

“மாமி...! எங்களுக்கு நிச்சயம் பண்ணினதே நேத்திக்கு தான்! முந்தா நாள் தீர்மானம் பண்ணி நேத்திக்கு சிம்பிளா பாக்கு வெத்திலை மாத்திண்டோம்...”

“நேத்திக்கு ராத்திரி வந்தீயே... என்னடாப்பா அப்பவானும், சொல்லியிருக்கலாமோல்லியோ” ரொம்ப ஆதங்கத்துடன் கேட்டார் கதிர்வேலன்.

“தப்பு தான்! ஆனா கூச்சமாக இருந்தது முதலாளி...”

“இன்னிக்கு மட்டும் கூச்...”

“என்ன நீங்க அவனைப் பேசிப் பேசி நிக்க வைக்கறீங்க. அதான் சொல்றானே. கேட்ட ரூபாயை மொதல்ல கொடுங்கோ! அவனுக்கு எவ்வளவோ வேலையிருக்கு!”

கதிர்வேலன் மாடிக்குப் போனார்,

“சிந்து! பொண்ணு எப்படிடா இருப்பா?”

“மாமி! உம்... வந்து... நன்னாத்தான் இருப்பா...” பெரிய பொய்யைச் சொல்கிறோம் என்ற நினைவு தொண்டையை அடைத்தது அவனுக்கு. அப்படியே நின்று விட்டான்.

***

அத்தியாயம் 19

"சிந்து! இந்தா வாங்கிக்கோ!"

கதிர்வேலன் நீட்டிய புது ரூபாய் நோட்டுக் கட்டுகளை வாங்கிக் கொண்டு நன்றியுடன், ஆச்சரியத்துடன் நிமிர்ந்து பார்த்தான்.

"என்ன சார் இது? நான் ஐயாயிரம்தானே கேட்டேன்?"

"நான் பத்தாயிரம் கொடுத்திருக்கேன்! இப்போ என்னங்கறே?"

"இல்லை! ஐயாயிரத்தை அடைக்கிறதே எனக்கு ரொம்ப கஷ்டம்! இப்படி... அதிகமா....?"

"நான் கடனா கொடுக்கறதா சொன்னேனா?" - கதிர்வேலன்.

"சும்மா எனக்கு வேண்டாம் சார்!"

"அட போடா! பெரிய கௌரவம் பார்க்கிறானாம்! எங்களுக்கு மட்டும் இல்லையா? இதுல ஐயாயிரம் ரூபாய் கடன் தான்! மிச்சம் உன் கல்யாணத்துக்கு என்னோட பிரசண்ட்...! அதாவது அன்புப் பரிசு..."

"என்ன சார் இது?" திடுக்கிட்டுக் கேட்டான்.

"இதோ பார் சிந்து! நீ துளியானும் மதிப்பு எங்க மேலே வெச்சிருந்தா இந்த ரூபாயை எடுத்துக்கிட்டு போ! இல்லை, கௌரவம் தான் பெரிசுன்னு எங்களை இன்ஸல்ட் தான்

பண்ணுவேன்னா, ஐயாயிரத்தை மட்டும் எடுத்துகிட்டு பாக்கியை கீழே வச்சிட்டுப் போயிட்டேரு!"

சிந்து தவித்தான்.

"சிந்து! தயங்காதேப்பா! ஏதோ எங்க பிள்ளை வயசு தான் உனக்கிருக்கறதனால தான் அந்த ஆசைல தான் உனக்கு நாங்க கொடுக்கிறோம். இந்த ஜன்மத்துல எங்க பிள்ளைக்கு கல்யாணம் பண்ணி பார்க்கிற பாக்கியம் எங்களுக்கில்லை. இந்த மாதிரி சின்ன சின்ன ஆசைகளைகூட நிறைவேத்திக்கக் கூடாதுன்னு நீ நினைக்கிறீயா? நாங்க சந்தோஷமே படக்கூடாதா?" நெஞ்சு நெகிழக் கூறிவிட்டு அவனைப் பார்த்தாள் யசோ. கண்களில் கண்ணீர்.

மற்றொரு முறை கிருஷ்ணனை மனசில் சபித்தபடி கைகூச அந்த அன்பளிப்பை அரை மனத்தோடு எடுத்துக்கொண்டு நிமிர்ந்தான் சிந்து. இருவரின் முகமும் மனமும் மலர்ந்து போய் இருந்தன.

"நமஸ்காரம் பண்றேன் சேர்ந்து நில்லுங்கோ!"

அவர்கள் காலடிகளில் மானசீகமாக தன் மனது, உடல், உயிர், ஆவி எல்லாவற்றாலும் வணக்கம் செலுத்தினான். இரு சொட்டு சூடான கண்ணீர்த் துளிகள் அவர் பாதங்களில் பட்டன. அடுத்த நிமிடம் அவர் வாரி எடுத்து அவனை அணைத்துக் கொண்டார்.

"தீர்க்காயுசா நீயாலும் இருப்பா!" நாத்தழுதழுத்தது. பார்க்க விடாமல் கண்ணீர் தடை செய்தது. மௌனத்தில் கரைந்து ஒன்றுக்கொன்று பேசாமல் பேசிக் கொண்டன. அந்த அன்பு உள்ளங்கள். சிந்து விடை பெற்றான். திரும்பி திரும்பிப் பார்த்துக் கொண்டான். என்னிடம் மட்டும் ஏன் இவ்வளவு அன்பு. கேள்விக்கு விடையை மூளையில் தேடித் தேடிப் பார்த்தும் கிடைக்காமல் சோர்ந்து போய் வீட்டை அடைந்தான். அங்கே மாடிப்படியருகில் அனுவும், சுந்தரியும் தனித்து ஏதோ ரகசியமாக குசுகுசுவென பேசிக் கொண்டிருப்பதைப் பார்த்து தயங்கி

நின்றான். அவளை அன்னிக்கு கண்டபடி பேசின சுந்தரியா இப்போ இவ்வளவு நெருக்கமா சாந்தமா அவகூடப் பேசறா? நினைத்துக் கொண்டிருக்கும் போதே அவனைப் பார்த்த அனு. சட்டென்று நகர்ந்து அவன் மாடி ஏற வழி விட்டு ஒதுங்கினாள்.

“அனு!” திடீரென்று யாரோ அழைக்கும் குரல் கேட்டதும் திரும்பிப் பார்த்தாள் அனு. சுந்தரி! மறுநிமிடம் வெளியில் வந்தாள்

“என்ன சுந்தரி?”

“இங்க வாயேன்!” அவளை மாடிப் படியருகில் அழைத்துச் சென்றாள்.

“அம்மா கல்யாணத்துக்கு கடசீல ஒத்துண்டா!”

“இஸ் இட்! ரொம்ப சந்தோஷமாயிருக்கு சுந்தரி! விசுவுக்குத் தெரியுமா?”

“இன்னும் விஷயம் பூரா முடிஞ்சுடலை அனு! கேளு! இனிமேதான் பிரச்சனையே ஆரம்பமாகப் போறது!”

“என்ன சொல்றே?”

“நேத்திக்கு ராத்திரி பூராவும் அம்மாகிட்ட அழுது கெஞ்சி அவள் மனசை என் பக்கமா திருப்பினேன். அவ ஏன் தெரியுமா மொதல்ல என் கல்யாணத்துக்கு ஒத்துக்கலை. எனக்கு இனிமே எந்த வாலிபப் பையனும் கிடைக்க மாட்டான்னு அவளாவே தீர்மானம் பண்ணவும் அவ அத்தங்கா தன்னோட மச்சினனை ஓகோன்னு சொல்லவும் சரியா இருந்திருக்கு. உடனே சம்மதிக்க அங்கேயும் தன் பணத்தாசையை நிறைவேத்த வேண்டிருக்கா. என்னைக் கல்யாணம் பண்ணித் தரணுமானா ஐம்பதாயிரம் தரணும்னு கேட்டுண்டிருக்கா. அந்த பைத்தியமும் கொடுத்திருச்சு. ஆச்சரியமாயில்லை இது. என்னோட ரூபத்துக்கு ஐம்பதாயிரம் கொடுத்திருக்கான்னா அவன் எவ்வளவு அவலட்சணமாக இருக்கணும்னு யோசிச்சுப் பாரு! போறாததுக்கு அவனுக்கு குஷ்டரோகம் வேற ஆரம்பமாறதாம்...! இந்த லட்சணத்துல அவனுக்கு எவ பொண்ணு கொடுப்பா? சமயத்துல எங்கம்மா

மாட்டிண்டு இருக்கா. இந்த வியாதியெல்லாம் சீக்கிரம் போய்டும். ராஜ வைத்தியமாக்கும் பண்ணிக்கிட்டிருக்கேன் அப்டி இப்டின்னு சொல்லி மயக்கி அம்பதாயிரத்தையும் கைல கொடுத்து இவளை சம்மதிக்க வெச்சிருக்கான். இவளும் நம்பிட்டா. இப்போ கல்யாணம் வேண்டாம்னா ஐம்பதாயிரத்தை அவர் மூஞ்சில விட்டெறியணும்."

"எறிஞ்சுட்டு சொம்பு தண்ணிய தலையில விட்டுகிட்டு வர வேண்டியதுதான்!"

"அதுதான் முடியாது!" என்று கூறிய சுந்தரி, சாரதா செய்த காரியங்களையும் அதனால் ஏற்பட்ட நஷ்டத்தையும் கூறிவிட்டு "நேத்திக்கு இதெல்லாம் எங்கிட்ட கூறி அழுதாள்! எனக்கே பாவமாயிருந்தது. கடைசில என்ன ஆனாலும் சரி, உயிரே போனாலும் உன்னை அவனுக்கு கல்யாணப் பண்ணித் தரேன் கவலைப்படாதேன்னு கூறி விட்டு ராத்திரி பூரா யோசனை பண்ணினா.

கடைசில இந்த வீட்டை வித்துடலாம்னு தீர்மானம் பண்ணினா. ஆனா அங்கேயும் ஒரு சிக்கல். இந்த வீடு எங்கம்மா பேர்ல இருந்தாலும் எங்கப்பாவும் சம்மதிச்சு கையெழுத்து போட்டாத்தான் விக்க முடியும். எங்கம்மா குணம் தெரிஞ்சுதான் தாத்தா இப்படி ஒரு விஷயத்தையும் உயில்ல எழுதிட்டு போயிருக்கார்.

நேத்திக்கு திரும்பவும் படிச்சப்போது தான் அம்மாக்கே தெரிஞ்சது. எங்கப்பாவை இப்போ எங்கே போய் தேடறது? அவ உக்காந்து அழறா! லேட்டா புத்தி வந்திருக்கு! என்ன பண்றது அனு! எனக்கு மூளையே குழம்பறது."

அனு யோசித்தாள். அப்போது தான் அவன் – சிந்துவும் உள்ளே வரவே அவனுக்கு ஒதுங்கி வழி விட்டாள்.

"சுந்தரி நீ தைரியமாயிரு! அம்மாவையும் தைரியப்படுத்து! நான் விசுவிடமே விஷயத்தை எல்லாம் சொல்லி இதுக்கு ஒரு வழி கேக்கறேன்?"

"அனு! அவர் தப்பா நினச்சுண்டார்னா...?"

"அதெல்லாம் ஒன்றும் ஆகாது. பயப்படாதே!" சொல்லிவிட்டு ஆறுதலாக அவள் முதுகைத் தடவி உள்ளே அனுப்பிவிட்டு தானும் உள்ளே சென்றாள். கல்யாணி எங்கேயோ வெளியே கிளம்பிக் கொண்டிருந்தாள்

"எங்கேம்மா புறப்பட்டிட்டிருக்கே?"

"மங்களம் புடவை பாத்திரமெல்லாம் வாங்க கூப்பிட்டுருக்கா! அதுசரி! என்னடி அந்தப் பேயோட குசுகுசுன்னு பேசிண்டிருக்கே?"

"பேய் இல்லம்மா! பொண்ணு தான்! உனக்கெதுக்கு அதெல்லாம்? நீ போயிட்டு வாயேன்?"

கல்யாணி முறைத்தாள். "வர வர உன் போக்கே எனக்குப் பிடிக்கலை..." முணுமுணுத்துவிட்டு கிளம்பினாள்

தன்னை வெறுத்து தூர தூர விலகிச் சென்று கொண்டிருக்கும் அம்மா போவதை அனு பார்த்துக் கொண்டு நின்றாள். பாஸ்கர் எவ்வளவோ உருக்கமா எழுதியிருந்தார்!

அதை படிச்ச பிறகுகூட இவ மனசு மாறலையே! கல்யாணத்துக்கு ஒத்துண்டாலும் அது உள்மனசுல இருந்து சந்தோஷமா வர ஒப்புதலா இல்லையே? இவளை என்னவென்று நினைத்துக் கொள்வது? புழுங்கினாள் அனு. அன்று தனக்கும் அவளுக்கும் இடையே நடந்த பேச்சு வார்த்தைகளை அப்போது நினைத்துப் பார்த்தாள்.

"ஏம்மா! லெட்டரெல்லாம் படிச்சீயா?"

"படிச்சேன் படிச்சேன்!"

"இப்ப புரியறதா நான் ஏன் கல்யாணம் செய்துக்கப் போறேன்னு."

"இந்தக் கடிதம் உனக்கு ஒரு சாக்கு!" சுரீரென்று ஒரு சாட்டையடி! தாங்கிக் கொண்டு கலங்கிப்போன கண்களுடன் நிமிர்ந்தாள்.

“அப்போ இன்னமும் நீ கல்யாணத்துக்கு ஒத்துக்கவே மாட்டியா?”

“என் ஒப்புதல் எதுக்கு வேண்டி கிடக்கு! கல்யாணத்துக்கு அதான் அவன் சம்மதிச்சாச்சே! நீயும் தீர்மானம் வேறே பண்ணியாச்சே! நடுவில் நான் யாரு? உன் இஷ்டப்படி எதெது என்ன வேணும்னாலும் பண்ணிக்கோ!”

அனு விரக்தியுடன் சிரித்தாள்.

“நீ புருஷனையே மாத்திக்கோ! எனக்கு கவலையில்லை! ஆனால் என்னைப் பொறுத்தவரை பாஸ்கர் தான் என் மாப்பிள்ளை! நான் அதை மாத்திக்க தயாராயில்லை. அவன் நுழைஞ்சு சொந்தம் கொண்டாடின வீட்டுல நுழைய வேற எவனுக்கும் யோக்யதை இல்லை!”

நெருப்புக்கட்டிகளாக தெறித்த வார்த்தைகளில் நிலைகுலைந்து போனாள் அனு. பிறகு நிதானமாக,

“என்னை மன்னிச்சுடும்மா! உனக்கு முழு சம்மதம் இல்லாவிட்டாலும் பாஸ்கருக்காக நான் கல்யாணம் பண்ணிண்டுதான் தீரணும்! உன் மனசை கஷ்டப்படுத்தறது எனக்கும் பிடிக்கலைதான். யோசிச்சுப்பாரு! இந்த ஒண்ணரை வருஷத்துல என்னிக்காவது நான் மனசு தடுமாறி போயிருக்கேனா? நீ சொல்லற மாதிரி பாஸ்கரோட அழியா நினைவுல தான் வாழ்ந்துட்டிருந்தேன்.

என்னைக் கட்டுப்படுத்திண்டு மனசை அலைய விடாம ஒரு தவத்தில் தான் இருந்தேன். விசுவை சந்திக்காம போயிருந்தேன்னா இப்போ இந்த பிரச்சினையே தோன்றியிருக்காது...! என்ன பண்றது எல்லாம் விதி!

ஆனால் ஒண்ணு மட்டும் சொல்றேன். உன்னைத் திருப்திபடுத்த என்னால் முடியாது. அப்படி படுத்தணும்னா ஒண்ணு நான் உன் காலத்துல பொறந்து விதவையாயிருக்கணும்! இல்லை நீ இந்த காலத்துல பொறந்து விதவையாகி வீட்டைவிட்டு

வெளியே போய் வேலை செய்து வெளி உலகத்தைப் பார்த்து ஒரு விதவையோட உள்ளத்து ஏக்கங்களை புரிஞ்சுக்கணும். ரெண்டுமே நடக்காத போது நமக்குள்ள முரண்பாடு இருக்கத் தான் செய்யும்!"

இதற்கு கல்யாணி ஒரு பதிலும் சொல்லவில்லை... ஆயிரம் சமாதானங்கள் காரணங்கள் கூறினாலும் இன்னொரு கணவனை இவள் எப்படித் தேடலாம் என்ற பத்தாம்பசலித்தனத்திலேயே ஊறிக் கிடந்தாள்!

அதையெல்லாம் இப்போது நினைத்துப் பெருமூச்சு விட்டாள் அனு! மணியைப் பார்த்தாள். மூன்றுதான் ஆகியிருந்தது. அம்மா வர எப்படியும் லேட்டாகும். விசுவை பார்த்துவிட்டு வந்தால் என்ன என்று தோன்றிய உடன் புறப்பட்டாள்.

குழந்தைக்கும் வேறு டிரஸ்ஸைப் போட்டு விட்டு, லேசாக பவுடர் போட்டு அந்த வெல்வெட் கிராப்பை வாரினாள். அச்சாக பாஸ்கரை உரித்து வைத்திருந்த அதன் பிஞ்சு இதழ்களில் முத்தமிட்டு சிலிர்த்தாள். 'பாஸ்கர்! -என்னை விட்டு பிரியலை நீங்க! உங்க உடல்தான் அழிஞ்சுருக்கு! உங்க ஆத்மா உயிர் இந்த சின்ன கூட்டுல மறுபடியும் அடைஞ்சு வளர ஆரம்பிச்சிருக்கு...'

குழந்தையை தூக்கிக் கொண்டு வீட்டைப் பூட்டிவிட்டு தெருவில் இறங்கி எதிர்ப்பக்கம் சென்று டேங்க் போகும் பஸ்ஸிற்காக நின்றிருந்தாள்.

புடவைக் கடைக்குள் நுழைவதென்றாலே பெண்களுக்கு கொள்ளை சந்தோஷம் பொத்துக் கொண்டு கிளம்பும். அதுவும் கல்யாணப் புடவை என்றால் கேட்கவே வேண்டாம்! சிந்துவைத் தவிர அத்தனை பேரும் பெண்கள்! ஆளாளுக்கு அலச ஆரம்பித்தார்கள். சுபத்ரா கண்களுக்கு என்றே விலை உயர்ந்த புடவைகளாகப் பட்டன. ஆனால் கிடைக்குமா?

ஆயிரத்துக்கு மேல் ஒரு சல்லிக்காசு தாண்டக்கூடாது என்று அவளிடம் வீட்டிலேயே சிந்து கூறி விட்டான்.

'ரெண்டாயிரம் சுளையா வாங்கிண்டு செய்யறதுக்கு மட்டும் மூக்கால அழறதப்பாரு!' என்று மனதுக்குள் அவர்களை திட்டிக் கொண்டே தொள்ளாயிரத்தி எண்பது ரூபாய்க்கு ஒரு புடவை எடுத்துக் கொண்டாள். பிளவுஸோடு கரெக்டாக ஆயிரம் ஆகிவிடும்.

ஜெயம் தானாக எதுவும் தேர்ந்தெடுக்கவில்லை. மங்களத்திடமே பொறுப்பை விட்டுவிட்டு ஒப்புக்கு புடவைகளைப் பார்த்துக் கொண்டிருந்தாள். மீனா, மங்களம், கல்யாணி மூவரும் புடவைகளை தேர்ந்து எடுத்தனர். இரண்டும் சேர்ந்து இரண்டாயிரம் ரூபாய்க்குள் அடங்கியது.

அதுவுமல்லாமல் சுபத்ராவின் புடவையை விட சிம்பிளாக இருந்தாலும் இரண்டும் கண்ணைப் பறித்தன. மௌனமான அழகு! படார் படீர் என்று இல்லாமல் அழகான அடக்கமான நிறங்கள். சுபத்ராவின் கண்களில் பொறாமை படர்ந்தது.

இரண்டாயிரம் குடுத்திருக்கேன். எனக்கு ஒரே ஒரு புடவை, பைசா செலவில்லாமல் அவளுக்கென்ன ரெண்டு? என்று நினைத்தாள். வேண்டாம்! அம்மா ஏதாவது வெடுக்குனு கோபமாச் சொல்லுவா! போறாத்துக்கு சிந்து வேற இருக்கான். அடக்கிக் கொண்டாள்.

ஒரு வழியாக புடவை படலம் முடிந்தது. மீனா துளி வருத்தம்கூட இல்லாமல் சிரித்துக் கொண்டு வந்ததைப் பார்த்து மங்களம் வயிறெறிந்தாள்.

பாவம் குழந்தை! இதுக்கு ஒரு நூறு ரூபாயில் நைலக்ஸ் புடவை கூட வாங்க வேண்டாங்கறானே, பாவி! நல்ல காலம் இது பொறுமையா சிரிச்சுண்டே சகிச்சுக்கறது. சுபத்ரா மாதிரி குணம் இல்லாததால் சரியாப் போச்சு.

"என்னம்மா அடுத்தது? பாத்திரம்தானே?"

"பாத்திரம் கடைசில வாங்கிக்கலாம்! அப்பொதான் சரியாயிருக்கும். இப்பொவே வாங்கிட்டோம்னா நகைக் கடைக்கு

போறது கஷ்டம்! தவிர இப்பொ நேரமும் நன்னாருக்கு. லேட்டாயிடுத்துன்னா எமகண்டம் வந்திடும்!"

"சரி நட!" கூறிவிட்டு முன்னே நடந்தான்.

நகைக் கடையினுள் நுழைந்தனர். ஏர்கண்டிஷன் உடல் உஷ்ணத்தை சில்லென்று குளிர்வித்தது.

"ஏம்மாமி தாலிலே சிவலிங்கம் போட்டது தானே சுபத்ரா வீட்டுல வழக்கம்?"

அதெல்லாம் இந்தக் காலத்தில் யார் பாக்கறாங்க...? இருந்தாலும் நீ அதையே வாங்கிடேன். ஜெயத்துக்கு எதை வாங்கினால் என்ன, கேக்கறதுக்கு யார் இருக்கா? அவளுக்கும் அதையே வாங்கிடு!"

இரண்டு திருமாங்கல்யங்களின் விலை எஸ்டிமேட்டுக்கு மேல் நூற்றைம்பது ரூபாய் ஆகிவிட்டது. கடை முதலாளி மஞ்சள் குங்குமம் சிமிழ்களுடன் திருமாங்கல்யப் பெட்டியை வைத்து பிரார்த்தனை செய்து மங்களத்திடம் ஆசியுடன் வழங்கினார்.

அப்படி அவர் செய்தது மனதுக்கு நிறைவாயிருந்தது. பணத்தைக் கொடுத்து விட்டு பில்லை வாங்கிக் கொண்டு எல்லாரும் வெளியே வந்தனர். இரண்டரை மணிக்கு புறப்பட்டு புடவைக் கடையில் ஒரு மணி! நகைக் கடையில் ஒரு மணி நேரம்! மணி ஐந்தாகியிருந்தது...

அடுத்து பாத்திரக் கடையில் நுழைந்தனர்.

"அம்மா ஒரு செட் பாத்திரங்கள் மட்டும் வாங்கு ஜெயத்துக்கு மட்டும்தான் பாத்திரம்!"

எல்லாரும் திடுக்கிட்டு அவனைப் பார்த்தனர். சுபத்ரா கண்களில் தீப்பொறி பறக்க அவனை அங்கேயே எரித்து விடுவது போல் பார்த்தாள்...!

அவன் அதை சிறிதும் சட்டை செய்யாமல், வெகு அலட்சியமாக அவளைப் பார்த்தான்.

"சிந்து! என்னடா நெனச்சுண்டிருக்கே?"

"நான் ஒண்ணும் நெனச்சுக்கலைடி! உன் கல்யாணத்துக்குன்னு நீ கொடுத்த பணம் ரெண்டாயிரம்! அந்த எஸ்டிமேட்படி நகைக் கடையிலும் புடவைக் கடையிலுமே அது தீர்ந்தாச்சு. பாத்திரம் வாங்க முடியாது!"

"என்னடா சொன்னே? ஜெயத்துக்கு மட்டும் வாங்கலாமா? அவள் பைசா கொடுத்தாளா?"

"அவ பைசாவே கொடுக்காததாலதான் அவளுக்கு எல்லாம் வாங்கறேன்! ஆனா நீதான் கல்யாணம்னு தெரிஞ்சுகூட சேர்த்த பணத்தை எடுக்க மனசு வரலை!"

"எல்லாரை மாதிரியும் பத்தாயிரம் பதினைஞ்சாயிரம் செலவு பண்ற கல்யாணமாயிருந்தா அந்த அஞ்சாயிரத்தை முழுசா தானே கொடுப்பா? அப்பவும் மிச்சம் அஞ்சாயிரம், பத்தாயிரத்த நாங்கதான் புரட்டணும்."

"அதெல்லாம் எனக்குத் தெரியாது! உனக்குப் பாத்திரம் வேணுமானா உன் பணம் உன் பணம்னு அடிக்சுக்கறயே அதுலேர்ந்து வாங்கிக்கோ! இல்லேன்னா பேசாம இரு! உனக்கிருக்கிற அகம்பாவத்துக்கு நீ எப்படித்தான் இவளுக்கு பொண்ணா பொறந்தீயோ! உன் குடும்பம், உன் தங்கைங்கற நினைப்பேயில்லாமல் சேர்த்து வெச்ச பணத்தைக் காப்பாத்தறதுலே ஒரே குறியா இருக்கீயே? உனக்கே வெட்கமா இல்லை?"

நிலைகுலைந்து போய் விட்டாள் சுபத்ரா. முகத்தில் சாட்டையடிகளாக விழுந்த உண்மைகள் சுட்டன. இருந்தாலும் சட்டென்று தணிந்து போக மனம் வரவில்லை.

"உங்களுக்கு கூட ஆயிரம் ரூபாய் பணம் வேணும்னா நேரடியாய் கேக்கறது. அதுக்கு ஏன் இப்படி இன்ஸல்ட் செய்யணும்?" குரல் அடைத்து கண்ணீர் மடை திறக்கத் தயாராயிருந்தது.

“உன்கிட்டேருந்து பணம் மட்டும் வாங்கணும்னா அதுக்கு வேறே எத்தனையோ வழி இருக்கு. ஆனால் கொடுக்கற பணத்தை நீ யாருக்கோ போடற பிச்சை மாதிரியில்லே நெனைச்சுக்கறே?

நீ கொடுக்கற பணம் பூரா உனக்குத் தான்! பிச்சைங்கறதை நீ புரிஞ்சுக்க வேண்டாம்? சரி! சரி! அம்மா ரெண்டு செட் பாத்திரத்தை வாங்கு. நாளைக்கு அவ பணத்தை எடுத்து கொடுக்கச் சொல்லு. ஆனால் ஏமாத்தற வேலை மட்டும் வேண்டாம்.

அடுத்தது மீனா இருக்கவே இருக்கா. நான் வெளில இருக்கேன். நீங்க பார்த்துட்டு கூப்பிடுங்கோ...!” சொல்லி விட்டு விர்ரென்று கடைக்கு வெளியில் சென்றான். கடைக்காரர் எதிரில் எப்படி திட்டி விட்டான்! குன்றிப் போய் நின்றாள் சுபத்ரா.

ஒரு வழியாக பாத்திரம் வாங்கும் வேலையும் முடிந்தது. எல்லாரும் கிளம்பினார்கள். “அம்மா நீங்க நாலு பேரும் டாக்ஸியிலே பத்திரமா போங்கோ. நான் மீனாகூட ஒரு சினிமாவுக்கு போயிட்டு வரேன்.”

இதென்ன அதிசயம் என்று பயமும் திகைப்புமாய் மீனா அவனைப் பார்த்தாள்.

***

அத்தியாயம் 20

"**சி**ந்துவா தன்னை சினிமாவுக்கு அழைத்துக் கொண்டு போகப் போகிறான்! தன்னை ஓயாமல் கடிந்து சீண்டிக் கொண்டிருக்கும் இவனா? இவன் எப்போது மாறினான்? நினைத்து நினைத்து சந்தோஷப்பட்டாள் அவள். கூடவே முதன் முதலாக அவனுடன் போகப் போகிறோம்" என்ற பயமும் எழுந்தது...!

சிந்து ஒரு டாக்ஸி பிடித்து அவர்களை ஏற்றிப் பணமும் கொடுத்து அனுப்பினான்.

"எங்கூட வா! மீனு" அவன் முன்னால் நடந்தான். தியேட்டரை எதிர்பார்த்து அவன் பின்னால் சென்றவள், அவன் புடவைக் கடையில் நுழைந்ததும் திகைத்தாள்! சிந்து ஓரக்கண்ணால் அவளைப் பார்த்தான். தானே புடவைகளைப் பார்க்க ஆரம்பித்தான்!

"யாருக்குப் புடவை? இப்போ தானே வாங்கினோம்?"

"உனக்குத்தான்!"

'மறுபடியும் திகைத்தாள்! இவனைப் புரிந்துகொள்ளவே முடியவில்லையே!'

"நீயே பார்த்து எடுத்துக்க...!"

"வேண்டாம்! நீயே செலக்ட் பண்ணு! நீ எதை எடுத்து கொடுத்தாலும் சந்தோஷமா கட்டிக்கறேன்!" தழுதழுத்த குரலில் கூறினாள்.

சிந்து ஆராய்ந்து கடைசியில் ஒரு அழகான புடவையை எடுத்தான். 'விலை ஆயிரத்து ஐநூறு' என்று போட்டிருந்தது.

கிளிப்பச்சை உடலில் அரக்கு பார்டர்! உடம்பெல்லாம் ஜரிகை வட்டங்கள். கண்ணைப் பறித்தது புடவை! இவளுக்கு அழகாயிருக்கும்!

"உனக்குப் பிடிச்சிருக்கா?"

மீனா கண்களால் புடவையை திகைப்புடன் பார்த்துவிட்டு உடனே அவனையும் பார்த்தாள். எனக்கே எனக்கா இந்தப் புடவை என்பது போன்ற பார்வை!

அவள் திகைப்பைக் கண்டு சிரித்தான் சிந்து.

"எதுக்கு, எனக்கு இவ்வளவு ஒசத்தியில் புடவை? அவாளுக்கே விலை கம்மில வாங்கியிருக்கு!" சிணுங்கினாள் மீனா.

"அவங்களுக்கு செலவில்லாத கல்யாணம்! எதையும் எதிர்பார்க்காத இடங்கள். உனக்காவது நான் நல்லா செலவழிச்சு ஜாம் ஜாம்னு கல்யாணம் பண்ணப் போறேன்! நீ இந்த புடவையைக் கல்யாணத்தில் கட்டிக்க வேண்டாம். ஏன்! யார்கிட்டேயும் காட்டவே வேண்டாம்! பத்திரமா உன் பெட்டியிலே வெச்சுக்கோ! முக்கியமா சுபத்ராவுக்கு காட்டிடாதே! பொறாமைல வெந்து போயிடுவா!"

அவன் பேசப் பேச மயிர்க் கூச்செறிந்தது... நன்றியுடன் அவனை நோக்கினாள். பில் போட்டு பணம் கொடுத்துவிட்டுப் புடவையுடன் வெளியில் வந்தார்கள்.

சிந்து அடுத்ததாக அவளை நகைக் கடைக்குள் அழைத்துச் சென்றபோது அவள் திகைப்பு மேலும் பன்மடங்காகியது. அழுகையே வந்துவிட்டது அவளுக்கு!

'அன்னம்' பதக்கம் வைத்த அழகான நெக்லஸ் ஒன்றை வாங்கி அவளைப் போட்டுப் பார்க்கச் சொன்னான். கச்சிதமாக கழுத்தில் பொருந்தி அவள் அழகை சிறிது கூட்டியது.

சிந்து அதற்கான பில்லைப் போட்டு பேக் செய்யச் சொன்னான்.

மீனாவுக்கு நடப்பது எல்லாம் கனவா, நனவா என்பது புரியவில்லை.

“வா போகலாம்!”

பதுமையாக அவன் பின்னே நடந்தாள்.

“சினிமாவுக்குப் போக வேண்டாம் மணியாயிடுத்து! உனக்கு வேணும்னா நாளைக்கு யாரையானும் கூட்டிண்டு போ!” திடீரென்று ஏதோ தோன்றியவனாக, ‘சீக்கிரம் போனாலும் அவா யாரும் தூங்கியிருக்க மாட்டார். என்ன பார்சல் அதுன்னு கேட்டால் என்ன செய்யறது?’ யோசித்தான்.

சட்டென்று அவனுக்கு ஓர் ஐடியா தோன்றியது. ‘அதுதான் சரி’ என்று தலையாட்டிக் கொண்டு ஒரு ஆட்டோ பிடித்து திருவல்லிக்கேணியில் கதிர்வேலன் இருக்கும் தெருவைக் கூறினான்.

ஆட்டோ நகர்ந்தது. அதன் வேகத்தில் மீனாவின் எண்ணங்களும் பறந்தன. ‘என்ன மனிதன் இவன்! ஆதரவா ரெண்டு வார்த்தை கூடப் பேசத் தெரியாதவன் மனசை தொட்டுத் தடவற மாதிரி எப்போ பேசக் கத்துண்டான்? எஸ்கர்ஷனுக்குப் பதினைஞ்சு ரூபாய்க்கு என்னமா ஆட்டி வெச்சான்! அவனா ஆயிரமாயிரமா இப்போ எனக்காக செலவழிக்கிறான்.

கல்லுக்குள்ள ஈரம் இருக்கும்னு சும்மாவா சொல்றா? இவனுக்கு மட்டும் வாழ்க்கையில் என்ன திருப்தி இருக்கப் போறது? விசாலத்தை கல்யாணம் பண்ணிண்டு சந்தோஷமா படப்போறான்? இஷ்டமில்லாத கல்யாணத்துக்கு பின்னே எதுக்கு சம்மதிச்சான்? அதுல அப்படி என்ன லாபம் அவனுக்கு? அம்மாவுக்காக மட்டும் தான் சம்மதிக்கிறானா? இல்லையானால் உண்மையாகவே வேற ஏதானும். காரணம் இருக்கா?

எப்படியோ தலைக்கு மேல போயாச்சு. இனிமே என்ன பண்ணி என்ன! நடக்கற கல்யாணம் நடந்து தான் ஆகணும்...! அவன் சந்தோஷமா இருக்கணும் அதுதான் எனக்கு வேண்டும்!’

ஆட்டோ கேட்டுக்கு வெளியில் நின்றது. பணத்தைக் கொடுத்து விட்டு இறங்கி உள்ளே சென்றனர்.

“அடடே... சிந்து! என்ன திடீர்னு இந்த நேரத்துல வந்திருக்கே? யாரு உன் தங்கையா இது? வாம்மா உள்ளே!”

“மாமி ஒரு முக்கியமான விஷயமா வந்தேன். அவர் தூங்கிட்டாரா?”

“ஓ... தூங்கிட்டாரே! எழுப்பட்டுமா?”

“வேண்டாம்! வேண்டாம்! நீங்க குடுத்த பணத்துல இவளுக்கு நகையும் புடவையும் வாங்கிட்டேன். இது இப்போதைக்கு எங்க வீட்டுல யாருக்கும் தெரியவேண்டாம். அதனால சச்சரவுகள் வரலாம். கல்யாணமெல்லாம் முடிஞ்சவுடன் வந்து வாங்கிக்கறேன். அதுவரைக்கும் இதெல்லாம் உங்ககிட்டே இருக்கட்டும். சம்மதமா?”

“உன் இஷ்டம்!” யசோ அவற்றை கொண்டு போய் பீரோவில் வைத்துப் பூட்டி விட்டு வந்தாள்.

“அப்போ நாங்க வரோம்!” புறப்பட்டான்.

யசோ மீனாவையே பார்த்தாள். என்ன அழகு! என்ன அடக்கம்! வியந்து போய் அவர்கள் போகும் வரை பார்த்துக் கொண்டிருந்தாள்.

மறுநாள் திடுதிப்பென்று அந்த அதிகாலை வேளையிலேயே விசு தங்கள் வீட்டுக்கு வந்தவுடன் சாரதா திகைத்தாள்.

விசு தானாக ஒரு ஸ்டூலின் மேல் உட்கார்ந்தான். சுந்தரி அடுக்களையில் காரியமாக இருந்தவள் அவனைப் பார்த்து விட்டு சந்தோஷத்துடன் கதவு மறைவிலிருந்து எட்டிப் பார்த்தாள்.

விசு மெதுவாக பேச்சைத் தொடங்கினான். “என்னிடம் உங்களுடைய இக்கட்டான நிலைமையை நேற்று அனு சொல்லி புரிந்து கொண்டேன்! இருக்கிற ஏழெட்டு நாள்ள உங்க வீட்டுக்காரரை தேடறது ரொம்ப கஷ்டம்! சமயத்திலே

திடுதிப்புன்னு குதிக்கறதெல்லாம் கதையில தான் நடக்கும். எனக்கு ஒரு யோசனை தோன்றது. அதுப்படி செய்யறதா இருந்தா பிரச்சினை தீரும்?"

சாரதா நிமிர்ந்து பார்த்தாள் ஆவலுடன். "உங்களுக்கு தேவையான ஐம்பதாயிரம் ரூபாய் பணத்தை நான் தரேன். அதை நீங்கள் அவர்களிடம் திருப்பிக் கொடுத்து விடுங்கள்."

திடீரென்று சுந்தரி இடையில் புகுந்தாள்.

"சும்மா பணத்தை குடுக்கறதானா எனக்கு கல்யாணமே வேண்டாம்!"

"சுந்தரி என்ன இது?" சாரதா முறைத்தாள். வலிய வந்த சீதேவியை எட்டி உதைக்கிறாளே?

"அம்மா சத்தியமா சொல்றேன்! இவர் இனாம் தந்து என்னை காப்பாத்தி கல்யாணம் பண்ணிண்டு உயர்ந்து போக ஆசைப்படலாம். என் மனசு அதுக்கு ஒத்துக்கலை! ஆயுசு பூரா என்னை அது உறுத்தும்...!"

சாரதா கையைப் பிசைந்தாள்.

விசு சிரித்தான். "சரி, அப்போ இப்படிப் பண்ணலாம்! யாருக்கோ விக்கப் போற இந்த வீட்டை நானே வாங்கிக்கிறேன். சரிதானே?"

"அதுவும் முடியாதே! அவர் இருந்தாத்தானே வீட்டை விக்க முடியும்?"

"வீட்டை உடனே எம்பேருக்கு மாத்தித் தரணும்னா சொல்றேன்? அது எப்போதும் போல உங்க பேர்லயே இருக்கட்டும். பிறகு நிதானமா உங்க வீட்டுக்காரரை தேடிப் பத்திரத்தை மாத்தி ரிஜிஸ்டர் பண்ணிக்கலாம். இப்போ ரூபாயை மட்டும் கொடுத்துடறேன். என்ன சரியா?"

சுந்தரியைப் பார்த்தான், அவள் தலை குனிந்தாள். விசு தோல் பையை எடுத்து அதிலிருந்த நோட்டுக் கற்றைகளை சாரதாவிடம்

கொடுத்து "இன்னிக்கே போய் கொடுத்துட்டு கல்யாணத்தை நிறுத்திட்டு வாங்க."

ஒரே நேரத்தில் அத்தனை ரூபாய்களையும் கண்ட அதிர்ச்சியில் ஸ்தம்பித்துப் போய் சாரதா நின்றிருந்தாள்! கனவா! நிஜமா! விசு விடை பெற்றான்.

"காப்பி சாப்பிட்டு போகலாமே?"

"வேண்டாம்? நான் வரேன்!" புறப்பட்டான்,

முற்றத்தை தாண்டப் போனவனை "சார்" என்ற குரல் தடுத்து நிறுத்தியது. நாலு பக்கமும் பார்த்தான். யாரும் இல்லை. மறுபடியும் "சார்" குரல் மேலிருந்து வந்தது. சிந்து!

"ஓ நீங்களா?" சிரித்தான்.

"சார் கொஞ்சம் மேலே வாங்களேன்" சிந்து ஆவலுடன் அழைத்தான். பிறகு இறங்கி வந்து அவனே அழைத்துச் சென்றான்.

"சார் வந்து... எனக்கு கல்யாணம்! அதோட என் ரெண்டு சிஸ்டர்ஸ்க்கும் கல்யாணம், திருத்தணில! ரொம்ப முக்கியமான சில பேருக்கு தான் பத்திரிகை கொடுத்திருக்கேன்.

இது செலவில்லாமல் நடக்கற எளிமையான கல்யாணம். இன்னிக்கு உங்க வீட்டுக்கே நான் வந்து பத்திரிகை கொடுத்து உங்களை கூப்பிடணும்னு நெனச்சுண்டிருந்தேன். நீங்களே எதிர்பாரமா வந்துட்டீங்க. ப்ளீஸ்! தப்பா நெனச்சுக்க வேண்டாம். உங்க வீட்டுக்கு வந்தாலும் எனக்கு உங்களை மட்டும் தான் தெரியும்." தயங்கினான்.

"டசண்ட் மேட்டர்! இங்கேயே கொடுத்துவிடுங்கள்! நான் கண்டிப்பாக வருகிறேன்... திருத்தணியில் ஸ்வாமி முன்னால் ஆரவாரமில்லாமல் எளிமையாக மாலை மாற்றி தாலி கட்டற கல்யாணம்! கொடுத்து வெச்சிருக்கணுமே அதுக்கு!"

சிந்து பத்திரிகையை கொடுத்தான், 'அனுவைப் பற்றிக் கேட்போமா? ஏதாவது பார்த்திருக்கிறாரா' என்று முடிவில் கேட்டு விட்டான்.

விசு சிறிது நேரம் பேசாமலிருந்தான். பிறகு சிந்துவிடம் ரவியைப் பற்றிக் கூறினவன். "சிந்து! இப்போ உங்க ஹெல்ப் எனக்கு தேவைப்படறது. அனு திருத்தணிக்கு வரா இல்லையா?"

"ம்! வரதா எங்கம்மா சொன்னாங்க."

"அப்படின்னா எப்படியாவது ரவியை கம்ப்பல் பண்ணி திருத்தணிக்கு கூட்டிண்டு வந்துடுங்கோ. அதுலதான் உங்க சாமார்த்தியத்தை எல்லாம் காட்டணும். மனைவியைப் பிரிஞ்ச சோகத்துல... கல்யாணத்துல எல்லாம் கலந்துக்க மாட்டேன்னு சொல்லி பிடிவாதம் பண்ணுவான்! எப்படியாவது அவனை வர சம்மதிக்க வைத்து விடுங்கள். என் திட்டப்படி மட்டும் எல்லாம் நடந்தால் திருத்தணியில் இன்னும் இரண்டு கல்யாணங்கள் நடக்கும்!"

"இரண்டா?"

"ஆமாம் ஒன்று அனுவுக்கு! மற்றது. ஏன் என்னை எங்கே விட்டீர்கள்! எனக்கு மட்டும் திருத்தணில கல்யாணம் பண்ணிக்கணும்னு ஆசையிருக்காதா? சரி நான் வரேன். ஆல் தி பெஸ்ட்!" கை குலுக்கி விட்டு விடை பெற்றான்.

திருத்தணியை நோக்கி அந்த மினி பஸ் ரொம்ப கோலாகலமாக சென்று கொண்டிருந்தது. பஸ் நிறைய கல்யாண கோஷ்டிகள். பின்னாடியே இரண்டு கார்களும் சென்றன. ஒன்று கதிர்வேலனுடையது. அவரும் யசோவும் உட்கார்ந்திருந்தனர்.

மற்றது விசுவினுடையது. விசு, அவன் அம்மா! முத்துப் பாட்டி! பஸ் தூக்கிப் போடும் என்பதால் காரில் உட்காரும் படி விசுதான் சொல்லி அமர வைத்தான்.

மினி பஸ் கதிர்வேலனுடைய பாக்டரியிலிருந்து அவரே ஏற்பாடு செய்து கொடுத்திருந்தார். அதில் திருவல்லிக்கேணி

வீட்டின் மொத்த மெம்பர்களும் சாரதா உள்பட அமர்ந்திருந்தனர். திடீரென்று விசு திருத்தணியில் தான் கல்யாணம் என்றதும் மகிழ்ச்சியில் திக்கு முக்காடி போய் விட்டாள். அத்தங்கா என்னமோ கத்தினா! கத்தட்டுமே. ஏமாத்த நெனைச்சாளே நல்லா வேணும்! சுந்தரிக்குத் தான் ஏமாற்றம்! விசு காரில்! அவள் பஸ்ஸில்! வழியெல்லாம் சுவாரசியமே இருக்காது...!

மங்களமும் கல்யாணியும் சேர்ந்தாற்போல் உட்கார்ந்திருந்தனர். அனு, சுபத்ரா இருவரும் ஒரு ஸீட்டிலும் ஜெயம், மீனா ஒரு ஸீட்டிலும் இருந்தனர். சிந்து ரவியுடன் அமர்ந்திருந்தான். அப்பப்பா எத்தனை கஷ்டப்படுத்தி விட்டான் ரவி! "கூட்டிக்கொண்டு வருவதற்குள் எம்பாடு உம்பாடாகி விட்டதப்பா எப்படியோ வெற்றி எனக்கு தான்."

பஸ்ஸின் பின்புறம் முழுவதும் பாகீரதி குடும்பத்தினர் இருந்தனர். சீர் சாமான்களை காரில் ஏற்றி இருந்தனர், பெட்டி படுக்கைகள் பஸ்ஸின் மேல் இருந்ததால் பஸ்ஸில். நெருக்கம் குறைந்திருந்தது.

எல்லோருமாக சேர்ந்து ஓர் அறுபது பேர்கூட இருக்க மாட்டார்கள் என்று தோன்றியது. கோவில் சத்திரத்தில் சிந்து எழுபத்தி ஐந்து பேருக்கு சமையலுக்கு சொல்லி அனுப்பி இருந்தான். அப்பா எங்கே? திரும்பிப் பார்த்தான். பஸ்ஸின் கடைசி மூலையில் பரப்பரம்மமே என்று உட்கார்ந்திருக்கும் அவரை பார்த்துச் சிரிப்பதா அழுவதா என்று தெரியவில்லை. டிரைவர் ஸீட்டிக்குப் பின் உட்கார்ந்திருந்த காசியும் பாபுவும் ஓவர் டேக் அடிங்க டிரைவர் என்று கத்திக் கொண்டிருந்தனர்,

மீனா பஸ் பூராவிலும் நோட்டம் விட்டுக் கொண்டே வந்தவள் அந்த இடத்தில் அமர்ந்திருந்தவளைப் பார்த்ததும் சந்தோஷத்தில் திடுக்கிட்டாள். மைதிலி மேடம்! இவங்க எப்படி? மைதிலி அவளைக் கவனிக்கவில்லை. ஜன்னலில் மேல் தலையை சாய்த்து அரைக்கண் மூடிப் படுத்திருந்தாள்.

மூடியிருந்த கண்களின் வழியாக இரு சொட்டுக் கண்ணீர்த் துளிகள் கன்னத்தில் வழிந்து அதை முத்தமிட்டன. அதைப்

பார்த்த மீனா திடுக்கிட்டாள்! எப்படி அவளை அழைப்பது? அவள் இருந்ததோ பின் பக்கம், எழுந்து போனால் சிந்து திட்டுவானோ? தவித்தாள்.

அரை மணி நேரம் கழித்து டிரைவர் டிபன் சாப்பிட்டு வருவதற்காக வண்டியை நிறுத்தினான். எல்லோரும் ஆயாசமாக கீழே இறங்கி நின்றனர். அவ்வளவு தான் மீனா பாய்ந்து சென்றாள் மைதிலியிடம்.

“மேடம்!”

திடுக்கிட்டு கண் விழித்தாள். கண்கள் சிவந்திருந்தன. பஸ் நின்றதுகூட அவளுக்கு தெரியவில்லை

“ஹலோ மீனா? நீ எப்படி இங்கே”

அதேதான் எனக்கும் ஆச்சரியம்!

“எங்க ரெண்டு சிஸ்டர்ஸ், ஒரு பிரதருக்கு கல்யாணம்.”

“எங்க அத்தை பிள்ளைக்கு கல்யாணம்!”

“அப்படின்னா பாகி மாமி உங்க அத்தையா? என்ன ஆச்சரியம்?”

“எல்லாமே ஆச்சரியம் தான் மீனு!”

மைதிலி மேடத்தின் கண்கள் ஏன் சோகத்தைக் கொட்ட வேண்டும்? ஒருக்கால்... கை நிறைய சம்பாதித்து இவளை விட்டுட்டுப் பாகி மாமி ஏன் வெளியில் பெண் எடுக்கணும்? இவள் அவனை விரும்புகிறாளோ?”

“மேடம் எனக்கு ஒரு டௌட்! தப்பா நெனச்சுக்க மாட்டீர்களே!”

“நீ என்ன கேக்கப் போறேன்னு எனக்குப் புரியறது மீனா! எல்லாத்துக்கும் குடுத்து வெச்சிருக்கணும். சொந்தத்துலேயே காதலிக்கறேன்! எந்த தடங்கலும் எங்க காதலுக்கு இருக்காதுன்னு தான் நெனெச்சேன்.”

“பின்னே ஏன் மேடம்? எப்படி இதெல்லாம்!”

“என்ன பண்றது மீனா! எனக்கு அண்ணாவோ, தம்பியோ இல்லையே விசாலத்தை பண்ணிக்க! ஆனா அவர்கூட இப்படி திடீர்னு அம்மா பக்கம் சாஞ்சுடுவார்னு நெனைக்கலை நான். எவ்வளோ உறுதி மொழிகள்! அத்தனையும் ஒரே நிமிடம்! காற்றில் பறந்து போச்சு!”

“மேடம்!”

“யெஸ் மீனா! அம்மாவை எதிர்த்து என்னைப் பண்ணிண்டா விசாலத்துக்கு கல்யாணம் பண்ற பொறுப்பு, முழுவதும் தன் தலையில் விழுந்திடும்! அவளை எவன் பண்ணிப்பான்? எவ்வளவோ செலவாகும் கல்யாணமே ஆகலேன்னா ஆயுசு முழுக்க தனக்கு பாரமாகவே இருந்துட்டா என்ன பண்றது? இதுதான் அவரோட பயம்! அதுக்கு பலி காதல்!” சட்டென்று உடைந்து போனவளாக அழ ஆரம்பித்தாள் மைதிலி. விக்கித்துப் போய்விட்டாள் மீனா.

“மேடம்! ப்ளீஸ் அழாதீங்க! எங்கண்ணா மட்டும் சந்தோஷத்தோட விசாலத்தை பண்ணிக்கறான்னா நெனக்கிறீங்க விசாலத்த பண்ணிண்டா தான் சுபத்ராவுக்கு செலவில்லாம நடக்கும்னு அம்மா அழுது பிடிச்சு அவன் என்ன சொல்லியும் கேக்காம அவனை சம்மதிக்க வெச்சா. நாங்க சாதாரணமானவங்க. எங்களுக்கு சுபத்ரா மட்டும் இல்லை. இன்னும் நாங்க ரெண்டு பேர் இருக்கோம்.

இந்த நிலமைல ஒரு பாரமாவது கழியதான் உதவியாயிருப்போமேன்னு தான் அவன் ஒத்துக்கிட்டிருக்கான். நல்ல காலம் ஜெயத்துக்கும் அதிர்ஷ்டவசமா நிச்சயமாச்சு. சிரிச்சுகிட்டே இருக்கற உங்க வாழ்க்கை இதனால் பாதிக்கப்படும்னு நான் எதிர்பார்க்கவேயில்லை மேடம்!”

“நோ மீனா! நான் சந்தோஷப்படறேன்! ஒரு சுயநலவாதியை கல்யாணம் பண்ணிக்கறதவிட கொடுமை எதுவுமேயில்லை. இந்த கல்யாணத்துலேர்ந்து தப்பிக்க வெச்சதுக்கு ஐ ஹேவ் டு தேங்க் காட்! என் வருத்தமெல்லாம் ஒண்ணே ஒண்ணு தான்!

போயும் போயும் இவனைப் போய் லவ் பண்ணி மனசுல ஒரு களங்கத்த ஏற்படுத்திக் கொண்டோமேன்னு தான் நான் ரொம்ப ஃபீல் பண்றேன்.

மீனா! இனிமேல் அவனா சம்மதிச்சாகூட என் மனசு மாறாது! அவனைக் கல்யாணம் பண்ணிக்கறதை விட ஒரு நொண்டியையோ, குருடனையோ கல்யாணம் பண்ணிண்டாலும் ரொம்ப சந்தோஷமாயிருப்பேன்."

மீனாவும் மைதிலியும் மனம் விட்டு பேசிக்கொண்டிருந்தனர். பின்சீட்டில் தலைவலி என்று சுருண்டு படுத்துக் கொண்டிருந்த விசாலம் தங்கள் பேச்சை கவனிக்கிறாள் என்ற உணர்வே அவர்களிடம் இல்லை! டிரைவர் வந்து விட்டார். கீழே நின்றிருந்த அத்தனை பேரும் ஒவ்வொருவராக பஸ்ஸில் ஏறத் தொடங்கினர்.

***

அத்தியாயம்

21

திருத்தணியை பஸ் அடைந்தபோது மாலை ஆறு மணிக்கு மேல் ஆகி விட்டது. சத்திரத்தில் இறங்கிக் கொண்டு சிறிது நேரத்தில் எல்லோரும் கோயிலுக்குக் கிளம்பினர். கோயில் மண்டபத்தில் வைத்து முக்கியமான சில சடங்குகளை ஆரம்பித்தனர்.

ஆண்கள் ஒரு பக்கமாகவும், பெண்கள் ஒரு பக்கமாகவும் அமர்ந்து கொண்டனர். விசு மெதுவாக ரவியிடம் வந்தான். ரவி வேதனையுடன் அவனைப் பார்த்து விட்டுத் தலை குனிந்து கொண்டான்.

“ரவி!” மெல்லிய குரலில் அழைத்தான் விசு.

“கஷ்டமாத்தான் இருக்கும் உனக்கு! பழைய நினைவுகள் வரலாம்! உனக்கு ஒண்ணு சொல்லட்டுமா? ஆண் மகனான உனக்கே மனசுல தைரியமில்லாம மனசை கட்டுப்படுத்திக்க தைரியமில்லாம கண்கள் கலங்கிறீயே...? அப்படி இருக்கும்போது... அங்க பாரு! அவளுக்கு எப்படி இருக்கும்?” அவன் வலது கை அனுவைச் சுட்டிக் காட்டியது.

அனு சலனமில்லாமல் அமர்ந்திருந்தாள்.

ரவி குழப்பத்துடன் விசுவை நோக்கினான். ‘என் கஷ்டங்களுடன் அவளுடையதையும் ஒப்பிடுகிறாயே? எனக்கும்

அவளுக்கும் அப்படி என்ன சம்பந்தம்?' என்பதுபோல் பார்த்தான்.

விசு தொடர்ந்தான், "கல்யாணமாகி பத்து வருஷம் வாழ்க்கையை அணு அணுவா சுவைச்ச உனக்கே இப்படி இருக்கே... ஆறே மாசத்துல புருஷனைப் பறிகொடுத்துட்டு நிக்கற அவளுக்கு வாழ்வு எப்படியிருக்கும்னு நெனக்கிறே?"

"விசு! என்ன சொல்ற நீ?"

"வாழ்க்கைன்னா ஆயிரம் துக்கம் சந்தோஷம் எல்லாம் வந்து போயிண்டுதான் இருக்கும். அதெல்லாம் அப்போதைக்கப்போது மறந்து போய் விட வேண்டியது தான் பாஸ்ட் இஸ் பாஸ்ட்! வி மஸ்ட் ட்ரை டு ஃபர்கெட் இட்!"

"முடியலையே, விசு!"

"வாழ்க்கையில் உனக்கு நிம்மதியையே தராத அவகிட்ட நீ இப்படி உசிராயிருந்தது ரொம்ப பெருமையாத்தான் இருக்கு! ஆனா இவ புருஷன் என்ன செஞ்சிருக்கான் தெரியுமா? தான் இறந்து போய்டுவோம்னு தன் உள் மனசு சொன்ன ஒரு நிச்சயமில்லாத சொல்லுக்கு மதிப்பு குடுத்து எழுத்து மூலமா இவளை மறு கல்யாணம் செஞ்சுக்க சொல்லி வற்புறுத்தி எழுதியிருக்கான்!"

"இன்னொரு கல்யாணத்துக்கு சம்மதிச்சுட்டாளா?"

"உங்கிட்டே ஒண்ணு கேக்கறேன். நீ ரெண்டாங்கல்யாணம் பண்ணிக்கோன்னு யாராவது சொன்னா சரின்னு உடனே சொல்லிடுவீயா?"

"விசு!" திடுக்கிட்டுப் பார்த்தான் ரவி. "ரிலாக்ஸ்! ஒரு ஆண் பிள்ளை நீ! நம்ம வர்க்கத்துக்கு இதெல்லாம் சாதாரணம். அப்படியிருக்கும் போது உனக்கே நான் கேட்டது அதிர்ச்சியாயிருக்கும்... இல்லையா? ஆனா அவ சம்மதிச்சுட்டா! அதனால அவ கெட்டவன்னு உன்னால சொல்ல முடியுமா? இல்லை அவ புருஷனுக்கு துரோகம் பண்றான்னுதான்

நெனைக்க முடியுமா? உண்மையிலேயே சம்மதிக்காட்டா தான் அவ துரோகம் பண்ணினவளா இருப்பா... இப்பொ சொல்லு! அவளைப் பத்தி நீ என்ன நினைக்கிறே?"

"விசு, என்ன இது? நான்... நான் என்ன நெனக்கறது!" தடுமாறினான் ரவி.

"ரவி! உங்கிட்ட டைரக்டாவே இப்ப கேக்கறேன். வில் யூ மேரி ஹர்?"

"விசு!"

"அவளுக்கு கல்யாணம் பண்ணி வைக்கற பொறுப்பு எங்கிட்ட தான் இருக்கு! அவளுக்கு வரப்போறவன் ஒரு உத்தம புருஷனா இருக்கணும்னு தான் உன்னை, விதவையோட உணர்ச்சிகளை அவ கடந்த காலத்தோட கம்ப்பேர் பண்ணாம ஒரு விடோவால தான் புரிஞ்சுக்க முடியும்!

ஏன்னா ரெண்டு பேருக்குமே நடக்கப் போறது ரெண்டாவது வாழ்க்கை! ஒருத்தர் மனசை ஒருத்தர் நோக வெக்காம ஒத்துப்போக முடியும்! ப்ளீஸ்! ரவி! இப்பொ சொல்லு! வில் யூ மேரி ஹர்! அந்த முகத்தை இன்னொரு தடவை பாரு! பார்த்துட்டு சொல்லு ரவி" விசு கெஞ்ச ஆரம்பித்தான்.

குழம்பிப் போய் அனுவைப் பார்த்தான் ரவி! ஏன் என் மனம் இப்படித் தடுமாறுகிறது? அவளிடம் எனக்கென்ன கழிவிரக்கம்? சுதாவுக்கு துரோகமா? முடியாது! முடியாது!

அவளுக்கு புருஷன் சம்மதிச்சதனால அவ ஒத்துண்டிருக்கா இல்லைன்னா ஒத்துப்பாளா? என் சுதா அப்படியெல்லாம் நல்ல காலமா செஞ்சுட்டு போகலை. அவ செய்யவும் மாட்டா!

எத்தனை நாள் என் கண்ணெதிரில் எத்தனை ஆண்களைத் தொட்டு பேசியிருக்கிறாள்! எத்தனை பேருடன் காரில் வந்து இறங்கியிருக்கிறாள்! அப்படிப்பட்டவளுக்குதான் இறந்தும் துரோம் செய்ய எனக்கு மனசு வரவில்லையே. ஓ சுதா! நீ இருந்தும் என்னை நிம்மதியா இருக்கவிடலை. இப்போ இறந்தும்

என் நிம்மதியையும் கூடவே கொண்டு போயிட்டியே... உன்னை என்ன செய்ய?"

"ரவி!" உலுக்கினான் விசு. "ப்ளீஸ் ரவி எனக்காக ஒத்துக்கொள்ளேன்? ஒரு நல்ல ஆத்மா உன்னோட பதில்ல சாந்தியடைய உதவி செய் ரவி!" விசுவின் கண்களில் நீர் படர்ந்தது.

"ஐயோ விசு! உனக்கு எப்படி சொல்றது விசு? அப்படியே உனக்காக நான் பண்ணிண்டாலும் இனிமே ஒரு பொண்ணுக்கு புருஷனா இருக்க நான் லாயக்கில்லை. விசு!"

"வாட் டு யூ ஸே?"

"அன்னிக்கு சுதாவுக்கும் எனக்கும் சண்டை முத்திப் போய் அவ அபார்ட் பண்ணிண்டு தான் தீருவேன்னு சொன்னப்போ எனக்குள்ள ஒரு ஆவேசமே வந்துடுத்து விசு! அவளைப் பழி வாங்கணும். பின்னாடி அவ ஏங்கி சாகணும்.

ஒரு குழந்தைக்காக அவ ஏங்கற நாள் வராம போயிடாது. அப்பொ அவ துடிக்கணும்! கதறணும்? அப்படியெல்லாம் நெனச்சுண்டு மறுநாளே போய் நான் ஆபரேஷன் பண்ணிண்டேன் விசு!

இப்பொ எப்படி ஒரு பொண்ணை...? அவளுக்கு லைஃப்ல முழு நிறைவு தர என்னால முடியாது! ஐ காண்ட் விசு! என்னை மன்னிச்சுடு...!" ரவி அவன் முன் தன் பலமெல்லாம் குன்ற உடைந்து போய்விட்டதைப் பார்த்த விசு என்ன செய்வது என்று புரியாமல் விழித்தான்.

"விசு! அதுதான் அவர் குறையாயிருந்தா அந்த குறையை சந்தோஷத்தோட ஏத்துக்க நான் தயார்!"

இருவரும் திடுக்கிட்டுத் திரும்பினர். அனு! இவள் எப்போது பின்னால் வந்தாள்?

"ரொம்ப நேரமா உங்களைக் கவனிச்சுண்டு தான் இருந்தேன். நீங்க என்னை சுட்டிக்காட்டி ஏதோ பேசினபோதே நீங்க எனக்காக இவர்கிட்டே கெஞ்சுறேள்னு புரிஞ்சது!

இஷ்டமில்லாதவரை வற்புறுத்த வேண்டான்னு உங்ககிட்ட சொல்றதுக்காகத் தான் எழுந்து வந்தேன். ஏதேச்சையா இவர் பேசினதையும் கேட்டுட்டேன். அதுவும் நல்லது தான்! நான் ஏற்கனவே உங்ககிட்ட சொல்லியிருக்கேன். ஞாபகமில்லையா? பாஸ்கருக்காகத் தான் என் திருமணம் நடக்கும்! ஒரு துணை மட்டும் தான் எனக்கு அவசியம்! மத்த எதையும் எதிர்பார்க்காத மனிதரை தான் கல்யாணம் பண்ணிப்பேன்.

ஐ வோண்ட் அலவ் ஹிம் டு டச் மீ! அப்படியெல்லாம் சொன்னது மறந்து போச்சா! இப்போ கேளுங்க இவர்கிட்ட! இவரைக் கல்யாணம் பண்ணிக்க நான் தயார்! இவரும் தயார்ன்னா எனக்கும் சந்தோஷம்தான்.

அவர், அவர் மனைவியோட நினைவுகளிலேயே வாழட்டும். நான் பாஸ்கரோட நினைவுகளில் வாழறேன்! பட் ரெண்டு பேரும் பேருக்கு கணவன் மனைவி! ஊருக்கு சிநேகிதர்களா ஒருத்தரை ஒருத்தர் புரிஞ்சுண்ட நண்பர்களாக இருக்கச் சம்மதம் தானே இவருக்கு? வயதான காலத்தில் ஒருவருக்கொருவர் துணையாயிருக்க சம்மதிப்பாரா இவர்? இந்தக் கல்யாணம் நடந்தா என் நெத்தில குங்குமம் ஏறும். மத்தபடி நான் நானாகவே இருப்பேன்! அவர் அவராகவே இருக்கட்டும்! நான் மறுபடியும் சுமங்கலியாகணுங்கறது தான் பாஸ்கரோட ஆசை! அந்த ஆசையும் நிறைவேறிடும்!" என்று சொல்லிவிட்டு அனு மறு பதிலை எதிர்பாராமல் அந்த இடத்தை விட்டு அகன்றாள்.

அங்கே முத்துப்பாட்டி திடீரென வந்தாள்!

"ரவி! அனு பேசினதெல்லாம் நானும் கேட்டுட்டேண்டா! அந்த பொண்ணு உத்தமி! அவ சொல்றதுல தப்பே கிடையாது! நான் சொல்றேன். நீ இதுக்கு ஒத்துண்டு தான் ஆகணும்!"

ஏற்கனவே அனுவின் பேச்சில் தன்னை இழந்து ஸ்தம்பித்துப் போயிருந்த ரவி, இப்போது அம்மாவும் சேர்ந்து கொள்ளவே, திணறினான்.

“இதுநாள்வரைத்தான் நான் சொல்லி நீ எதையுமே கேட்டதில்லை! இந்த விஷயத்திலேயானும் கேளுடா! இந்தப் பொண்ணைப் பார்த்து, நானே எத்தனையோ தடவை ரெண்டாங்கல்யாணம் பண்ணிக்கறதுதானேன்னு கேக்கலாம்னு கூட நெனச்சிருக்கேன்.

ஆனா சட்டுனு கேக்க வாய் வரலை! நானும் எத்தனை நாள் தான் உசிரோட இருக்கப் போறேன்? எனக்கப்புறம் முரளிக்கு ஒரு தகுந்த, பாதுகாப்பான, அன்பான ஆள் வேண்டாமா? இனி மேலாவது அவன் தாய்ப்பாசத்தை உணரட்டும்டா! உன் குழந்தையோட எதிர்காலத்துக்காவது நீ சரின்னு சொல்லுடாப்பா!”

ரவி தலையை பிடித்துக் கொண்டான். மண்டையெல்லாம் வலித்தது. யோசித்தான்... யோசித்தான் அப்படி யோசித்தான். கடைசியில் ஒரு முடிவுக்கு வந்தான் முகம் தெளிவு பெற்றது. “ஐ அக்ரி! நான் ஒத்துக்கொள்கிறேன் விசு!”

“அப்பாடா!” விசு சந்தோஷத்தில் பெரிய கவலை விட்டது என்று நெஞ்சை பிடித்துக் கொண்டு சொல்லி விட்டு தொடர்ந்தான்.”

“அப்படியானா நாளைக்கு தான் உங்க கல்யாணமும் ரெடி தானே?”

“எப்படி முடியும் விசு?”

“கவலைப்படாதே! நான் எல்லாத்துக்கும் தயாரா தான் வந்திருக்கேன். தாலியும் புடவையும் தானே கல்யாணத்துக்கு முக்கியம்? ரெண்டும் ரெடியாயிருக்கு! இப்பொ நீயும் ரெடி...!”

“யூ! யூ! அப்பொ நீ திட்டம் போட்டே எங்கிட்ட பேசியிருக்கீயா?” ரவி மெல்லச் சிரித்தான்.

அந்தச் சிரிப்பில் மன மகிழ்ந்து போய் நின்றாள் முத்துப்பாட்டி,

முதல் நாள் இரவு. நடக்கவிருந்த திருமணத்துக்கான சடங்குகள் முடிந்து அனைவரும் சத்திரத்திற்குத் திரும்பினார்கள், மீனா, மைதிலி மேடத்துடனேயே சுற்றிக் கொண்டிருந்தாள்.

மைதிலி கொஞ்சம் கொஞ்சமாக எல்லாவற்றையும் மறக்க முயற்சி செய்து மீனாவின் அண்மையால் தன்னை கலகலப்பாக்கிக் கொள்ள முயற்சித்தாள். இரவு சாப்பாட்டிற்குப் பிறகு எல்லோரும் ஆங்காங்கு படுக்கையை விரித்தனர்.

மீனாவும் மைதிலியும் ஒரு மூலையில் உட்கார்ந்து பேசிக் கொண்டிருந்தனர். திடீரென்று மைதிலி "மீனா லுக் அட் தேர்! அதோ அந்தப் பையன் தான்! அவன் தான் உனக்கு பூண்டிக்கு பணம் கொண்டு வந்து கொடுத்தவன்!"

திகைத்தபடி பார்த்தாள். "அட காசி! இவனா எனக்குப் பணம் கொடுத்தான்?" கூவி விட்டாள் மீனா. "டேய் காசி! இங்கே வாடா!" என்று அழைத்தாள்; பரபரப்புடன்.

"நீயாடா பதினைஞ்சு ரூபாய் பணம் எங்க காலேஜ்ல இவங்ககிட்ட கொடுத்தே?"

"ஆமாங்க்கா! அந்த அண்ணன்தான் குடுத்துட்டு உடனே வாடான்னு அனுப்பிச்சாரு!"

மீனா மனம் நெகிழ்ந்து போய் விட்டாள். மனம் சிந்துவை நினைத்து தழுதழுத்தது. காசி போய் விட்டான். அதே நேரத்தில் மற்றொரு நபரும் காசியை அழைக்கவே அங்கே அவன் சென்றான்! முத்துப்பாட்டி தான் அழைத்தாள். "ஏண்டா பையா! நீ இவனுக்கு அன்னிக்கு ஒரு நாள் பத்து ரூபாய் கொடுத்தியாமே! நீதான்னு இவன் சொல்றது உண்மையா?"

'காசிக்குப் புதிராயிருந்தது. அங்கே என்னடான்னா மீனாக்கா கேக்கறா! இங்க பாட்டி!'

"ஆமாம்! அண்ணன் தான் குடுக்கச் சொன்னாரு!"

"யாருடா உங்க அண்ணன்?"

"அதோ வராரே அவரு தான்!" அப்போது தான் வெளியிலிருந்து அவசரமாக உள்ளே வந்து கொண்டிருந்த சிந்துவை காட்டி விட்டு ஓடி விட்டான் காசி. செயலற்றுப் போய் மனம் நெகிழ அவனை பார்த்தாள் பாட்டி. எதிர்க்கத் திட்டிட்டு

பின்னாடி அவர்களுக்கு தெரியாமலேயே உதவி பண்ணும் இவனை எந்த விதத்தில் சேர்ப்பது? "இவன் மனிதன் தானா? சிந்து நீ நன்னாயிருக்கணும்டா குழந்தே!" அவள் உள்ளம் குளிர்ந்து அவனை வாழ்த்தினாள்.

சத்திரம் கொஞ்சம் கொஞ்சமாக இரவு தூக்கத்தில் ஆழ்ந்திருந்தது. தூங்காத உள்ளங்கள் அங்கு எத்தனையோ இருந்தன! ஒவ்வொரு உள்ளத்திலும் எத்தனை எத்தனையோ சிந்தனைகள்.

கண்டிப்பாக தன் காதல் நிறைவேறி விடும் என்று தான் அடைந்திருந்த மகிழ்ச்சி என்ன? இப்போது நடப்பதென்ன? அவனுடைய திருமணத்திற்கே மூன்றாவது மனுஷியாக வந்திருக்கிறோம்?

மைதிலி ஆச்சரியப்பட்டாள்! காதல் என்றால் தோல்வி என்றுதான் அர்த்தமோ? அதையே மீனாவிடம் கேட்டாள். அதற்கு மீனா கூறிய பதிலில் அவள் சிலிர்த்துப் போய் தெளிந்தாள், "மேடம்! என்னைக் கேட்டால் காதல்னு ஒண்ணு உண்மையே இல்லைன்னு தான் சொல்லுவேன்! இவளுக்கு இவன்தான்னு ஆண்டவன் ஒவ்வொருவருக்கும் முடிச்சுப் போட்டுதான் அவர்களை படைக்கிறான். அதன்படித்தான் கல்யாணங்களும் நடக்கும்.

நடுவில் எவ்வளவு தான் முயற்சி பண்ணினாலும் அந்த முடிச்சை மாத்த முடியாது! ஒருத்தனுக்கு அவன் நிச்சயம் பண்ணியிருக்கற பொண்ணை இன்னொருத்தன் கல்யாணம் பண்ணிக்கவும் முடியாது. அதே மாதிரி ஒருத்திக்குன்னு நிச்சயமான ஒருத்தனை இன்னொருத்தி கல்யாணம் பண்ணிக்கவும் முடியாது!

இப்படி ஏற்கனவே அவனால் நிச்சயம் செய்யப்பட்ட ஜோடிகள் அதிருஷ்டவசமா முன்கூட்டியே சந்திச்சு ஒருத்தரை விரும்பும் போது மட்டுமே காதல் வெற்றியடைந்து கல்யாணத்தில் முடியறது! மற்ற காதல்கள் எல்லாம் தோல்வியடையறது! அதுல நாம் வருத்தமே அடையக்கூடாது. அவனுக்கு நாம் நிச்சயம்

செய்யப்படவில்லை! நமக்குன்னு வேற ஒருத்தன் பொறந்து இருக்கான்! அவன் கிடைக்கற மட்டும் பழசை மறந்து ஒதுக்கிட வேண்டியது தான், காதல் ஒரு பிரமை! – அவ்வளவு தான். காதலிக்கறதுல தப்பு கிடையாது.

ஆனா அது தோல்வில முடிஞ்சுடுத்துன்னா வாழ்க்கையே இல்லைன்னு மாய்ஞ்சு போறது தான் தப்பு! தற்கொலை கூட எத்தனையோ பேர் பண்ணிக்கறா! அதெல்லாம் பைத்தியக்காரத்தனம். சிருஷ்டியோட அர்த்தத்தையே அவங்க களங்கப்படுத்திடறவர்களா மாறிடறாங்க..."

ஒரு 'லெக்சரே' அடித்தாள் மீனா, தன் லெக்சரரிடம் ஒரு சின்னப் பெண் எவ்வளவு அழகா அர்த்தத்தோட பேசிட்டா! இந்த அளவுக்குகூட நமக்கு தெரியலையே! வெட்கினாள் மைதிலி...

இவள் சொல்றபடி அவர் சுபத்ராவுக்குன்னு நிச்சயம் பண்ணப்பட்டவர் தான். அவளோட புருஷனை காதலிக்கறதுனால அவர் எனக்கு கிடைச்சுடுவாரா என்ன? நடந்ததையெல்லாம் மறப்போம். எனக்கு வரப் போற ஒருத்தனுக்காக மனசுல தோன்றியிருக்கற களங்கத்தை கொஞ்சம் கொஞ்சமா அழிச்சு அதைச் சுத்தப்படுத்தி காலியாக்கி வைப்போம்! 'இனி என் கணவனுக்கு மட்டுமே என் காதல் அன்பு எல்லாம் உரிமை!' அப்போதே அவள் பாரம் நீங்கி மனசு தெளிந்தது போலிருந்தது. அதற்கு காரணமான மீனாவை நன்றியறிதலுடன் பார்த்தாள்.

மெள்ள கடிகாரத்தின் முள் நகர்ந்து காலை மணி நாலை எட்டிப் பிடித்தது. சத்திரத்தில் கொஞ்சம் கொஞ்சமாக உறக்க நிலை கலைந்து சந்தடிகள் தோன்றின. ஒவ்வொருவராக குளிக்க கிளம்பினர். அப்போது மாடியிலிருந்து பாகீரதி பேயறைந்தவள் போல் ஓடிவந்தாள்.

***

அத்தியாயம்

22

நடந்தவை எல்லாம் கனவா, நனவா என்று பிரமித்துப் போய் அமர்ந்திருந்தான் சிந்து.

முதலிரவு அறை!

இதைப் பற்றி நினைத்த போதெல்லாம் நேற்று வரை விருப்போ, வெறுப்போ விசாலத்தைத்தான், தான் திருப்திப்படுத்த வேண்டியிருக்கும் என்று நினைத்ததென்ன? ஆனால் இன்று? முன்பின் அறியாத இந்த மைதிலி அந்த அறையில் நம் மனைவியாக வாழக் காத்திருப்பதென்ன! இதென்ன அதிசயம்? வாழ்வில் இப்படி எதிர்பாராதவைகள் நடக்கும்தான்! ஆனால் இந்த மாதிரியாக ஒரே நிமிடத்தில் மனைவிகூட மாறி விடுவாளா? நேற்று வரை விசாலத்தின் கணவனாகப் போகிறவனாக எல்லாராலும் கருதப்பட்ட நான் இன்று மைதிலியின் கணவன்! நமக்கும் மேல் ஒருவன் இருந்து நாம் போட்ட முடிச்சுகளை மாற்றி, எப்படி எப்படியெல்லாம் ஆட்டி வைக்கிறான்!

அவனது சிந்தனைகளை சட்டை செய்யாமல் பஸ் அது பாட்டுக்கு சென்னையை நோக்கி ஓடிக் கொண்டிருந்தது.

அதே பிரமையில் தான் மைதிலியும் இருந்தாள்! 'கடவுளால் எனக்கு தீர்மானிக்கப்பட்டவன் இந்த சிந்துவாக இருப்பான்' என்பது நேற்று வரை அவளுக்கே தெரியாத ஒரு புதிர்! தனக்குத் திருமணம் நடக்கப் போகிறது என்று மட்டும் அவள்

கண்டாளா என்ன? கண் மூடி. கண் திறப்பதற்குள் எல்லாமே நடந்து விட்டன! இத்தனைக்கும் காரணம் விசாலம்! விசாலமே தான்!

மாடியிலிருந்து தலை தெறிக்க ஓடி வந்த பாகீரதியை கீழியிருந்த எல்லாரும் திகைப்புடன் பார்த்தனர். வந்தவள் நேராக சிந்துவிடம் ஒரு கடிதத்தைக் கொடுத்துவிட்டு 'ஓ'வென்று அழத் தொடங்கினாள்.

சிந்து பரபரப்புடன் கடிதத்தைப் பிரித்தான். 'ஒரு நிமிடம் அந்த சத்திரமே அமைதியடைந்து புயலை எதிர் நோக்கியது. பாகியின் அழுகை மாத்திரமே அங்கு கேட்டது. ஒவ்வொருவர் முகத்திலும் ஒவ்வொரு திகில் பரவிக் கிடந்தது. கடிதத்தை படிக்கும் போதே சிந்துவின் கண்கள் நடுவில் மீனாவையும், மைதிலியையும் முறைத்தன புரியாமல் கலங்கினாள் மீனா...'

அன்புள்ள சிந்து!

மன்னித்து விடுங்கள். இதுநாள்வரை என்னை யாரும் மணக்க முன் வராத நிலைமை. வரம் போல் நீங்கள் முழு சம்மதத்தின் பேரில் தான் என்னைத் திருமணம் செய்துகொள்ள இருந்தீர்கள் என்று மற்றவர்கள் கூறிய பொய் வார்த்தைகளில் நம்பி ஏமாந்திருந்தேன். ஆனால் பஸ்ஸில் எதிர்பாராமல் உங்கள் தங்கையின் வாய் வழியாகவே இது நீங்கள் இஷ்ட விரோதமாக ஒப்புக்கொண்ட திருமணம் என்பதையும் அறிந்தேன். அந்தக் கணமே என் மனம் சுக்கல் சுக்கலாக உடைந்தது.

விருப்பமில்லாத தாம்பத்தியத்தில் என்ன சுகம்? என்ன அன்பு இருக்கும். உங்களுக்கு ஒரு பாரமாகத்தான் நான் இருப்பேன் என்பது உறுதி. அந்தக் கணமே உறுதி செய்து கொண்டேன். இந்த கட்டாயத்தளையிலிருந்து உங்களை விடுவிப்பது என்று! பாவம் மைதிலி! என்னால் வாழ்க்கையை இழந்தாள். தப்பு அவள் பேரில் இல்லை.

நான் போகிறேன்!

இனி இந்த உலகில் யாருக்கும் பாரமாக இருக்கக் கூடாது என்ற முடிவுடன் போகிறேன். போகும் முன் ஒரு வேண்டுகோள்! நீங்கள் அதே முகூர்த்தத்தில் மைதிலியை கைப்பிடித்தால் மிக்க மகிழ்ச்சியடைவேன்! அவள் என் அண்ணனை விரும்பியவள் என்று அவளை ஒதுக்கிட வேண்டாம்! அதற்காக அவள் வருந்துகிறாள். அதையும் அவள் வாய் வழியாகவே கேட்டேன். மனம் திருந்தியவர்களுக்கு மன்னிப்பு உண்டென்றால் மைதிலியை திருமணம் செய்துகொள்ளுங்கள்! இதன் மூலம் என் தமையனின் சுயநல புத்தியை கண்டியுங்கள்.

இன்னொன்றும் கூற விரும்புகிறேன். மைதிலியை என் தமையனுக்கே மணம் செய்துவிட முயன்றால் நிச்சயம் தோல்வியே காண்பீர்கள். அவள் அதற்கு உயிரே போனாலும் சம்மதிக்க மாட்டாள். அதுவும் அவள் வாயாலேயே நான் தெரிந்து கொண்ட விஷயம். மற்றொன்று அதனால் உங்கள் சகோதரியின் வாழ்க்கையும் பாழாக்கப்படும். இந்த விஷயம் உங்கள் சகோதரிக்கு தெரிய வேண்டாம். கடிதத்தை அவளிடம் காட்டி விடாதீர்கள்.

மீண்டும் சொல்கிறேன்! என் பிறப்பில் யாருக்கும் பயனில்லை! எல்லோருமே பெரும்பாரமாக கருதினர்! என் இறப்பிலாவது இருவர் பயன் பெறட்டுமே என்று விரும்புகிறேன்.

நீங்கள் இந்தக் கடிதத்தைப் படிக்கும்போது கொஞ்சம் கொஞ்சமாக என் மூச்சு அடங்கிக் கொண்டிருக்கும்... பிரிந்து கொண்டிருக்கும் என் ஆத்மா சாந்தியடைய நான் சொல்லியபடி நடந்து கொண்டு மகிழ்ச்சி அடையுங்கள்.

இப்படிக்கு
அபாக்கியவதி விசாலம்.

கடிதத்தைப் படித்து முடித்து விட்டு உணர்ச்சியற்ற கல்லாக இறுகிப் போய் நின்று விட்டான் சிந்து. அழுவதா சிரிப்பதா...! விஷயம் தெரிந்து ஆங்காங்கு ஆட்கள் அவளைத் தேடிக் கிளம்பினர். எல்லாருக்கும் இப்படியொரு திருப்பம் நிகழ்ந்தது திகைப்பாயிருந்தது

முகூர்த்தம் நெருங்கிக் கொண்டிருந்தது. ஒரு கல்யாணத்திற்காக மற்ற கல்யாணங்கள் நிற்க வேண்டுமா? சிந்து தெளிந்த சிந்தனையுடன் மற்றவர்களைக் கிளப்பினான். எல்லாரும் கோயிலுக்கு கிளம்பினர். மீனாவை தனியே கூப்பிட்டுக் கண்டித்தான். மீனா அழுது விட்டாள்! "அக்கம் பக்கம் பார்த்துப் பேசாததால் இப்பொ ஒரு உயிரையே பலி வாங்கிட்டியே மீனா?" என்றான் வேதனையுடன்.

பிறகு, கடிதத்தை அவளிடம் கொடுத்து மைதிலியிடம் படிக்கச் சொன்னான். மைதிலி படித்தாள். அடக்க முடியாமல் அழுதாள். சற்று நேரத்தில் சிந்து அவளிடம் வந்தான். "அவளைத் தேடிண்டு எல்லாரும் போயிருக்கா. ஒருக்கால் அவள் நல்லபடியா திரும்ப கிடைச்சுட்டான்னா அவதான் என் மனைவி! அப்படி இல்லாதபட்சம், நீ கல்யாணத்துக்கு தயாராயிரு!" உணர்ச்சிகள் வறண்டு போன குரலில் சொல்லி விட்டு நகர்ந்தான். அந்தக் கம்பீரத்தில், ஆண்மையில், சிலிர்த்து நின்றாள் மைதிலி!

முருகன் சந்நிதிக்கு எதிரே நான்கு ஜோடிகள் திருமணத்தை எதிர்நோக்கி நின்றிருந்தன சந்தோஷமாக இருக்க வேண்டிய சூழ்நிலை கனத்துக் கிடந்தது. ஐந்தாவது ஜோடியாக இருக்க வேண்டிய சிந்து மட்டும் உள்ளுக்கும் வெளிப்புறமாக நிம்மதியில்லாமல் நடந்து கொண்டிருந்தான்.

முகூர்த்த நேரம் நெருங்கியது. மந்திரங்கள் ஒலிக்க ஆரம்பித்து விட்டன. அவன் எல்லாரையும் வேதனையுடன் பார்த்தான், நாலு ஜோடிகளையும் கண்கலங்க பார்த்தான். அனு – ரவி! விசு – சுந்தரி! சுபத்ரா – பாபு! ஜெயம் –மோகன்! ஐந்தாவது இடத்தை பார்த்தான். தான் இருக்கவேண்டிய இடம்

சிந்து... பக்கத்தில் வரப்போறவள் யார்? விசாலமா? மைதிலியா? "ஆண்டவா! விசாலத்துக்கு ஒரு ஆபத்தையும் உண்டாக்கிடாதே! அந்த நல்ல உள்ளத்தை காப்பாத்தி என்கிட்ட சேத்துடு உனக்கு பாலாபிஷேகம் பண்றேன்!"

முருகன் சிரித்தான்! 'உனக்கு மனைவி மைதிலி தான்! அதுதான் என் தீர்மானம்! அதை மாத்திட்டு பாலாபிஷேகம் பண்ண உன்னால முடியாது' என்பதுபோல் சிரித்தான்...!

யாரோ இரண்டு மூன்று பேர் அவ்விடம் ஓடி வருவது தெரிந்தது. ஆவலுடன் அவர்களை நோக்கி ஓடினான் சிந்து.

"கிடைச்சுட்டாளா?" அவன் குரலில் தான் எவ்வளவு ஆவல் நேற்றுவரை தோன்றாத அன்பு பொங்கி வழிய அவளைப் பற்றி கேட்டான்.

வந்தவர்கள் தலை குனிந்தனர். புரிந்து கொண்டான். "என்னதான் ஆச்சு?" மரத்துப்போன குரலில் கேட்டான். "விசாலம் இறந்து போய் விட்டாள்."

ஜிவ்வென்று ஒரு அதிர்ச்சி அவன் உடல் முழுவதும் பரவி குலுக்கி உலுக்கி விட்டது அவனை.

"அகோரமா சாகலை அவ... இங்கேர்ந்து போகும்போதே அவங்கம்மாவோட தூக்க மாத்திரையை சாப்பிட்டுத்தான் போயிருக்கா போலிருக்கு... மலையடிவாரத்துல யாரோ சொல்லி போலீஸ் அவளை கண்டெடுத்து கொண்டு போயிருக்காங்க. டாக்டர் பரிசோதிச்சுட்டு தூக்க மாத்திரைதான்னு சொல்லிட்டாராம். அவ இப்பொ போலீஸ் ஸ்டேஷனல தான் உயிரில்லாம இருக்கா... நாங்க அவங்ககிட்ட சொல்லிட்டு உங்களை கூட்டிட்டு போகலாம்னு வந்தோம்!"

சிந்து வேதனையுடன் நின்றிருந்தான். கோயிலில் முகூர்த்த நேரம் வந்தாச்சு. "சிந்து! சீக்கிரம் வா!" எல்லாரும் அழைத்தனர்.

சிந்து உறுதியடைந்தான். "அவர்களிடம் இப்போது எதையும் சொல்ல வேண்டாம்" என்று சொல்லிவிட்டு திரும்பி

மணமேடையை நோக்கி நடந்தான். கண்ணீர் மல்க அங்கு உட்கார்ந்திருந்த மைதிலியின் கழுத்தில் இயந்திரமாக தாலியைக் கட்டினான்.

கெட்டி மேளம் முழங்கின. ஆண்டவனுக்கெதிரில் அவன் திட்டமிட்டபடியே திருமணங்கள் நடந்தன!

அதன் பின்னர் எல்லாரிடமும் விஷயத்தைச் சொன்னான். பாகீரதி தலையில் அடித்துக் கொண்டு அழுதாள். எல்லாரும் போய் அவளை இல்லை 'அதை'ப் பார்த்தனர். பாடியை திரும்பப் பெற்று அந்த ஊரிலேயே எரித்தனர். விசாலம் எல்லார் உள்ளங்களிலும் தெய்வமாகக் குடியேறினாள். எல்லாரும் ஊர் திரும்பினர்.

அந்த துக்கத்தினால் முதல் இரவும் ஒரு மாத காலத்திற்கு ஒத்தி வைக்கப்பட்டது. எல்லாரும் ஊர் திரும்பினர்.

போகும் போதிருந்த கலகலப்பும் சந்தோஷமும் திருத்தணியிலேயே புதைந்து விட்டதோ? பஸ்ஸில் ஒரு நபர் குறைந்து போனது பஸ்ஸையே கலக்கி வெறிச் சென்றாக்கியது!

ஒவ்வொருவர் இதயமும் கனத்து உணர்ச்சிக் குழம்புகளாகியிருந்தது. சிந்து பக்கத்தில் அமர்ந்திருந்த மைதிலியைப் பார்த்தான். 'இவள் - இன்னொருவனை காதலித்தவள்!' அந்த உண்மை. - இதயத்தை ஊசியால் குத்துவது போலிருந்தது.

சட்டென்று தான் அனுவை காதலித்து ஏமாந்ததை நினைத்தான்! அது மட்டும் சரியா? இவள் மட்டும் நமக்கு துரோகம் செய்தவள் என்று நினைக்கிறேனே! இதுதான் ஆண் மனமா? பெண் மட்டும் ஆணுக்கு துரோகம் செய்யக் கூடாது. ஆனால் அவன் அவளுக்குச் செய்யலாம்? இது எந்த வகையில் நியாயம்? ஏன் என்னால் ஜீரணிக்க முடியாமல் போய் விட்டது.

அப்போது விசாலம் எழுதியிருந்த மற்றொன்றும் நினைவிற்கு வந்தது. அவனைக் காதலித்ததற்காக வருந்துகிறாள். திருந்தின

உள்ளத்திற்கு மன்னிப்பளிப்பது தானே சிறந்த குணம்! போகட்டும்! நடந்தது எல்லாம் கனவாகவே போகட்டும்! இனி இவள் என்னைப் பொறுத்தவரை நல்லவளாக தூய்மையானவளாக இருக்கட்டும்! நிச்சயம் இருப்பாள்! நம் சந்தேகம் தான் அழுக்கு! அதை மனதிலிருந்து துடைத்தெறிய வேண்டும்!

அப்போதே மனசின் பாரம் குறைந்து அடிமனசில் குடியிருந்த நெகிழ்ச்சியும் ஆண்மையும் சிறிது சிறிதாக வெளிக் கிளம்ப மெல்ல அவள் கைகளுடன் தன் கைகளை கோத்துக் கொண்டான், அந்த ஸ்பரிசத்தில் சிலிர்த்துப் போய் அவன் தோளில் தலை சாய்த்தாள் மைதிலி. பஸ் சென்னையை நெருங்கியது.

அனு எவ்வளவோ கெஞ்சியும் கல்யாணி பிடிவாதமாக திருச்சிக்குப் போய்விட்டாள். அந்த வருத்தத்தில் தோய்ந்து கிடந்த அவளை விசு சமாதானப்படுத்தினான்.

"அனு! இந்த உலகமே அதிசயமானது. புதிரானது! இன்னிக்கு பரபரப்பா இருக்கற ஒரு செய்தி, நிகழ்ச்சி, நாளாக நாளாக மவுசு கொறஞ்சு கடைசியில் அது எல்லாராலேயும் மறக்கப்பட்ட ஒண்ணாயிடறது. அதுமாதிரி இந்த உலகம் எத்தனையோ நிகழ்ச்சிகளை மறந்திருக்கு.

எத்தனையோ நிகழ்ச்சிகளை வெறும் டைரி மாதிரி பதிச்சு மட்டும் வெச்சுண்டு அப்பப்போ ஞாபகப்படுத்திக்கறது. கால ஓட்டத்துல பழசு மறந்து புதுசு புதுசா நிகழ்ச்சிகள் நடந்து அதுவும் பழசாப் போய் விடும். ஒரு மாசத்துக்கு முன்னால விசாலம் இறந்த துக்கம் இப்போ எல்லாருக்குமே கொஞ்சம் குறைஞ்சிருக்கு இல்லையா? இன்னும் போகப்போக அதை அந்த நாள்ள மட்டும்தான் நினைக்கத் தோணும்! அதுதான் யதார்த்தமே!

அதேபோல ஒரு நாள் உங்கம்மாவும் உன்னை புரிஞ்சுண்டு மன்னிச்சு பழச மறந்து உங்கிட்ட ஓடி வரத்தான் போறா! என்ன இருந்தாலும் நீ அவ பெத்த பொண்ணு இல்லையா? டோண்ட் ஒர்ரி! எது நடந்தாலும் நடக்கா விட்டாலும், உலகம் அது தன்

போக்கில் இயங்கிண்டு தான் இருக்கும்! காலம் ஓடிண்டுதான் இருக்கும். அந்த ஓட்டத்தில் உங்கம்மா ஒரு நாள் வந்து சேருவா!"

அந்த ஆறுதலான வார்த்தைகளில் மனம் கரைந்தாள் அனு. நன்றியுடன் அவனைப் பார்த்தாள்.

ஆம்! கால ஓட்டத்தில் அதது நடந்து கொண்டு தான், இருந்தது.

சுந்தரி விசுவுடன் அவன் வீட்டிற்குப் போய் விட்டாள். சுபத்ரா போய் விட்டாள். ஜெயமும் போய் விட்டாள்.

அந்த திருவல்லிக்கேணி வீட்டில் நான்கு நபர்கள் குறைந்து, இரண்டு நபர்கள் புதிதாக வந்திருந்தனர்.

ஒருவன் ரவி, மற்றவள் மைதிலி. ஒன்று மட்டும் அடியோடு குறைந்து கிட்டத்தட்ட போயே போய் விட்டது! அதுதான் சாரதாம்பாளின் பேய்க்குணம்! அவள் இப்போது ஒரு மனுஷி! சாதாரண மனிதர்களின் சிறு சிறு உணர்ச்சிகளையும் மதித்து நடக்கத் தெரிந்து கொண்டு விட்டாள்.

காலம் ஓடிக் கொண்டிருந்தது. அதன் சுழற்சியில் இன்னும் எத்தனை சம்பவங்கள் நடக்கப் போகிறதோ? எத்தனை உயிர்கள் இறக்கப் போகிறதோ! எத்தனை பிறக்கப் போகிறதோ! எத்தனை திருமணங்களில் மூன்று முடிச்சுகள் விழப் போகிறதோ! யார் அறிவார்?

— முற்றும் —

www.ingramcontent.com/pod-product-compliance
Lightning Source LLC
LaVergne TN
LVHW060237051026
849517LV00005B/1649